"રાજકારણ એ પૂર્ણ સમયની રમત છે. એને અધવચ્ચે છોડી શકાય નહીં. તેમાં રહેલી મજા જોતા રહેવાથી પણ ચાલતું નથી. થોડી તડજોડ કરવી પડે જ છે, પણ આખરે મેદાન પર પરફોર્મ કરવું પડે છે. એ વાત સત્ય છે કે, એ માટે ખેલાડીવૃત્તિ જોઈએ અને જીતવા માટે સબળ વ્યૂહરચના જોઈએ. જીતવા માટે વધુ કાંઈ કરવું પડતું નથી."

– બરાક ઓબામા

ધી સ્ટેટ્સમેન

દેવેન્દ્ર પટેલ

મુખ્ય પ્રાપ્તિસ્થાન

નવભારત સાહિત્ય મંદિર

જૈન દેરાસર પાસે,
ગાંધીરોડ, અમદાવાદ-૧
ફોનઃ (૦૭૯) ૨૨૧૩૯૨૫૩
૨૨૧૩૨૯૨૧

૨૦૨, પૅલિકનહાઉસ,
આશ્રમરોડ, અમદાવાદ-૯
ફોનઃ (૦૭૯) ૨૬૫૮૩૭૮૭
૨૬૫૮૦૩૬૫

E-mail : info@navbharatonline.com
Web : www.navbharatonline.com
fb.com/NavbharatSahityaMandir

TOYCRA
play to grow

બીજા માળે,
ઈન્દ્રપ્રસ્થ કૉર્પોરેટ હાઉસ,
શૅલ પેટ્રોલ પંપ સામે,
વિનસ એટલાન્ટિસ સામે,
૧૦૦ ફૂટ પ્રહ્‌લાદનગર ગાર્ડન રોડ,
અમદાવાદ
ફોન : (૦૭૯) ૬૬૧૭૦૨૬૫

THE STETASMAN
by Devendra Patel
Navbharat Sahitya Mandir, Ahmedabad
2017
ISBN : 978-81-8440-934-5

પ્રથમ આવૃત્તિ : જૂન, ૨૦૧૭

₹ ૩૦૦.૦૦

પ્રકાશક
મહેન્દ્ર પી. શાહ
નવભારત સાહિત્ય મંદિર
જૈન દેરાસર પાસે,
ગાંધી રોડ, અમદાવાદ-૧
ફોન : (૦૭૯) ૨૨૧૩૯૨૫૩, ૨૨૧૩૨૯૨૧
E-mail : info@navbharatonline.com
Web : www.navbharatonline.com
fb.com/NavbharatSahityaMandir

ટાઈપ-સેટિંગ
પ્રિન્ટ હબ
અમદાવાદ

મુદ્રક
યશ પ્રિન્ટર્સ
અમદાવાદ

અર્પણ

શ્રી રામભાઈ મોકરીયાને

(ફાઉન્ડર ચેરમેન અને મેનેજિંગ ડિરેક્ટર

શ્રી મારૂતી કુરિયર્સ સર્વિસ પ્રા. લિ.)

પ્રસ્તાવના

નરેન્દ્ર મોદી.

છેલ્લા દાયકામાં તેઓ સૌથી ચર્ચાસ્પદ રહ્યા છે, સૌથી વધુ વિવાદાસ્પદ રહ્યા છે. તેમના વ્યક્તિત્વ વિશે સાવ ઉત્તર તો સાવ દક્ષિણ એમ બે અંતિમ અભિપ્રાયો પ્રવર્તમાન છે. કેટલાક ૨૦૦૨ને યાદ કરીને તેમને દેશનાં કલંકિત રમખાણો માટે જવાબદાર માને છે, કેટલાક તેમને પોતાના પ્રોજેક્શન માટે કંઈ પણ કરી છૂટતાં ન ખચકાનાર રાજકારણી તરીકે ઓળખાવે છે. કેટલાક તેમના વિકાસમાં માત્ર ઉદ્યોગપતિઓનો વિકાસ જુએ છે. આ વર્ગ તેમની આગેકૂચ દેશ માટે આફતરૂપ ગણાવે છે. બીજી તરફ એવો વર્ગ દિવસે દિવસે વધતો જાય છે જેને તેમનામાં ભારોભાર શ્રદ્ધા છે. વિશ્વાસ છે કે આ માણસ તેના મક્કમ મિજાજ, તેની કડક અને કુનેહભરી વહીવટી શક્તિથી દેશને તારી શકશે, ભ્રષ્ટાચાર અને ભ્રષ્ટાચારીઓને નેસ્તનાબૂદ કરી વિકાસનાં સીમાચિહ્નો સ્થાપી શકશે. આઝાદીનાં ૬૦ વર્ષમાં જોયેલા રાજકારણીઓની, શાસકની પરિભાષા તેમના વ્યક્તિત્વે બદલી નાખી છે. ૨૦૧૪ની ચૂંટણીઓ પૂર્વે આ લોકો તેમના થકી જબરદસ્ત બદલાવની આશા માંડીને બેઠા છે.

વ્યક્તિત્વના આ વિરોધાભાસ વચ્ચે હકીકત એ છે કે, તેમનું કદ ઉત્તરોત્તર વધતું રહ્યું છે. દાયકામાં તેમના પ્રખર ટીકાકારો હતા એવા અનેક વિચારકો-વિરોધીઓ વાડ ઓળંગીને આજે તેમના સમર્થક બની ચૂક્યા છે. ભારતીય રાજકારણમાં તેમનાથી ખાસ્સા અનુભવી, વિદ્વત્તાની દૃષ્ટિએ વિશિષ્ટ લાયકાત ધરાવતા, વહીવટી શક્તિઓનો પરિચય આપનાર બીજા અનેક રાજકારણીઓ હાજર હોવા છતાં, આજે હવામાન એવું બંધાયું છે કે, તેમની ટક્કર લઈ શકે તેવો જાણે કોઈ હરીફ જ ન હોય. સોસિયલ નેટવર્ક હોય કે પછી જાહેરસભા, તેઓ નવા નવા રેકોર્ડ સર્જતા રહે છે. ટૂંકમાં અત્યારે ભારતના ભાવિ રાજકારણના અત્યંત પ્રભાવક રાજકારણી તરીકે આજે તેમને નિહાળવામાં આવી રહ્યા છે.

આવા બહુમુખી રાજનીતિજ્ઞ નરેન્દ્ર મોદીના જીવન, વ્યક્તિત્વ અને રાજનીતિ, તેમની સફળતાનાં કારણોનું સામાજિક, રાજકીય અને મનોવૈજ્ઞાનિક પૃથક્કરણ અહીં ગુજરાત અને દેશના રાજકીય-સામાજિક પ્રવાહોના અભ્યાસુ, પત્રકાર અને લેખક દેવેન્દ્ર પટેલની કલમે કરાયું છે.

વડનગરથી વડા પ્રધાનપદના દાવેદાર સુધીની નરેન્દ્ર મોદીની સફરની થ્રિલ તો પુસ્તકમાં છે જ, પણ સાથોસાથ 'મેકિંગ ઑફ નરેન્દ્ર મોદી'ની સાહિજક કથાગૂંથણી છે. 'નરેન્દ્ર મોદી' બનવામાં ક્યારે કઈ ઘટનાએ કેવી ભૂમિકા ભજવી, તેમનામાં

ક્યારે કયો ગુણ વિકસ્યો, તેમના વિચારોનો ફલક ક્યારે કોના પ્રભાવથી કેવો વિસ્તર્યો, તેની બારીકાઈ આ પુસ્તકની ખૂબી છે. નરેન્દ્ર મોદીના વ્યક્તિત્વના ઘડતરમાં કઈ કઈ વ્યક્તિઓની ભૂમિકા હતી, નાની ઉંમરે જ પરિવારથી દૂર થઈ ગયા પછી સંઘની નિશ્રામાં કેવી રીતે પહોંચ્યા, ત્યાં તેમનું કયું ઘડતર થયું તેની વાત અહીં કરાઈ છે. રાજકારણમાં તેમના પ્રવેશ, આરંભથી જ વિરોધ વચ્ચે તેમણે કરેલી આગેકૂચ, હરીફોને હંફાવી-મિટાવી દેવાના તેમના મિજાજ, તેમણે દર્શાવેલી અદ્‌ભુત આયોજનશક્તિ, હરીફ-વિરોધી ગમે તેવા અનુભવી હોય, કદમાં મોટા હોય કે ગમે તેટલા તાકાતવર, ટક્કર લઈને તેમણે આપેલા રાજકીય પરચા અને આ તમામને અંતે કુટિલ રાજનીતિજ્ઞ તરીકે ચાણક્ય જેવી ઊભી કરેલી પોતાની પ્રતિભાનું રાજકીય, સામાજિક અને મનોવૈજ્ઞાનિક વિવરણ આ પુસ્તકમાં છે. આ પુસ્તક નરેન્દ્ર મોદીનું જીવનવૃત્તાંત નથી, પરંતુ તેમનાં વ્યક્તિત્વને 'લાર્જર ધેન લાઈફ' બનાવવા માટે કયાં પરિબળો, કઈ કઈ વ્યક્તિઓએ ભૂમિકા ભજવી તેનું અત્યંત સાહજિક અને રસાળ આલેખન દેવેન્દ્ર પટેલે કર્યું છે.

દેવેન્દ્ર પટેલ પોતે પણ સરળ છે, સાહજિક છે. તેઓ કોઈ વાત કહેતા હોય કે લખે ત્યારે ક્યાંય દંભ નીતરતો ન જણાય. ખૂબ રિસર્ચ કરે, ખૂબ અભ્યાસ કરે પણ વિદ્વત્તા ઠાલવવાનો પ્રયાસ ક્યાંય ન દેખાય અને એટલે જ નરેન્દ્ર મોદીના વ્યક્તિત્વનું વિશ્લેષણ કરતી આ કથા પણ એટલી જ રસાળ બની રહી છે.

દેવેન્દ્ર પટેલે છેલ્લાં ૪૦ વર્ષથી ગુજરાતના મુખ્યમંત્રીઓને નિકટથી નિહાળ્યા છે, તેમની કાર્યપદ્ધતિને જોઈ છે. અનેક રાજકીય નેતાઓ સાથે તેમનો ઘરોબો રહ્યો છે, તેમનો વિશ્વાસ સંપાદન કર્યો છે. આમ છતાં લખતી વખતે તેમણે લખવા જેવું જ લખ્યું છે. ઘણી વસ્તુઓ, ઘણી વાતો તેમણે પોતાના દિલમાં બંધ જ રાખી છે. ન લખવાની વાતો લખી સનસનાટી પેદા કરવાનો મર્યાદાભંગ તેમણે કદી કર્યો નથી. આ રાજકારણીઓ અને તેમની કામગીરીનું મૂલ્યાંકન તેઓ સતત પોતાની કટારોમાં કરતા આવ્યા છે અને એટલે જ તેમની સમીક્ષામાં, તેમનાં અવલોકનોમાં એક આગવી અને વિશિષ્ટ દૃષ્ટિ જોવા મળે છે. આ ઉપરાંત દેવેન્દ્ર પટેલમાં તમને એક વિશિષ્ટ ગુણ જોવા મળે છે. 'સંદેશ' માટે તેઓ કૉલમ લખતા હોય કે પછી નાના કોઈ સમાચાર, તેઓ પોતાનું લખાણ પાનાં પર બરોબર રીતે લાગે છે કે નહીં તેની છેક સુધી ચીવટ રાખતા જોવા મળે છે. લખ્યા પછી મેટરને કમ્પોઝમાં આપવું, કમ્પોઝ થયા પછી તેનું પ્રૂફરીડિંગ કરવું, તેને લગતું ચિત્ર તૈયાર કરાવવું, પેજમેકર પાસે પેજ પર મેટર યોગ્ય રીતે મુકાવવા સુધીની બધી જ પ્રક્રિયા તેઓ જાતે જ કરે. ક્યાંય કોઈ ચૂક ન રહી જાય, નાની સરખી ય ભૂલ ન જાય તેની આવી ઝીણવટ, ચોકસાઈ બહુ ઓછા લેખક, પત્રકાર, સાહિત્યકારમાં જોવા મળે.

ચાર દાયકામાં તેમણે કભી-કભી, રેડરોઝ, ચીની કમ જેવી ઘણી લોકપ્રિય કટારો આપી છે. આગવી રાજકીય સમીક્ષાઓ, વાર્તાઓ, નવલકથામાં તેમનું પ્રદાન રહ્યું છે. 'પદ્મ શ્રી' સહિતનાં અનેક માન-અકરામથી નવાજાય છે. છતાં વાણી-વર્તનમાં તેમની સાહજિકતા કોઈનેય સ્પર્શી જાય તેવી છે.

કોઈ પણ વિષય પર લખવાની ચર્ચા નીકળે-પછી વિષય ભલે રાજકારણનો હોય, વિજ્ઞાનનો હોય, શિક્ષણનો હોય કે ફિક્શન-તેઓ ચર્ચાને તંદુરસ્ત રીતે આગળ ધપવા દે. પોતાના વ્યૂ પોઈન્ટ્સ પણ સ્પષ્ટ રીતે મૂકે. જો કોઈ ભિન્ન મત ઊભો થાય તો દલીલોથી તેને રૂંધી દેવાનો તેમના તરફથી કોઈ પ્રયાસ ન થાય. તેમની હાજરીમાં ચર્ચા સાહજિકતાથી આગળ વધે અને લોજિકલ એન્ડ સુધી પહોંચે. ઘટનાનું આવું 'ઓપન માઈન્ડેડ' મૂલ્યાંકન જ તેમને અન્ય પત્રકારોથી આગવા અને વિશિષ્ટ બનાવી દે છે.

લેખક તરીકે જેમ તેમણે ક્યાંય મર્યાદાલોપ ન થાય તેની તકેદારી રાખી છે. તેવી જ રીતે અખબારમાં તેમણે અખબારની નીતિને સમર્પિત રહીને જ લખ્યું છે. જે અખબારમાં કામ કરતા હોય એ અખબારની નીતિને સંપૂર્ણ વફાદાર રહ્યા છે અને લોકપ્રિયતાનાં કીર્તિમાનો હાંસલ કર્યા છે.

આ પુસ્તકમાં પણ કેટલાકને લેખક 'મર્યાદા' અંગે વધુ સભાન બની ગયા હોય એવું લાગી શકે. નરેન્દ્ર મોદી લોકપ્રિયતાની દૃષ્ટિએ હવે વૈશ્વિક સેલિબ્રિટીઝ, નેતાઓ સાથે હોડમાં પહોંચી ચૂક્યા છે. આ વૈશ્વિક નેતાઓની ખૂબીઓ સાથે ખામીઓની એટલી જ જાહેર ચર્ચા, એટલા જ એનાલિસિસ થતાં રહે છે. દેવેન્દ્રભાઈ મોદીની ખામીઓ અંગે ક્યાંય વધુ પડતાં શિસ્તમાં બંધાઈ ગયા હોય એવું કેટલાકને લાગી શકે.

– ફાલ્ગુન પટેલ

તંત્રી 'સંદેશ'

પ્રસ્તાવના

માનનીય શ્રી નરેન્દ્ર મોદી વડાપ્રધાન બન્યા તે પહેલાં મેં 'રાજનીતિજ્ઞ' નામના ટાઇટલથી એક પુસ્તક લખ્યું હતું. એ પુસ્તક હિન્દીમાં 'રાજનીતિ'ના નામે, મરાઠીમાં 'પંત પ્રધાન'ના નામે અને અંગ્રેજીમાં 'ધી પ્રાઇમ મિનિસ્ટર'ના નામે આવ્યું. તે તમામ પુસ્તકો ખૂબ લોકપ્રિય થયાં.

લોકસભાની છેલ્લી ચૂંટણીઓ વખતે પણ તેઓ આખા દેશમાં છવાઈ ગયા. રોમના સમ્રાટ જુલિયસ સિઝરની જેમ તેઓ વિજયી નીવડ્યા. He came, he saw and he qunqared છે. આ જીત અને પછીની ઘટનાઓ દ્વારા તેમનું વ્યક્તિત્વ લાર્જર ધેન લાઇફ બની ગયું.

એ પછી ત્રણ વર્ષ વીતી ગયાં. શ્રી નરેન્દ્રભાઈ મોદી વડાપ્રધાન બન્યા પછી આ દેશની રાજનીતિમાં અને વહીવટીક્ષેત્રે ૩૬૦ ડિગ્રીનો ફરક આવ્યો. પરંપરાગત રાજનીતિ અને વહીવટી પ્રણાલિકાને તેમણે જડમૂળથી બદલી નાખ્યાં. મંત્રીઓને તથા અધિકારીઓને કામ કરતા કરી દીધા.

તે પછી આવેલી રાજ્યોની ચૂંટણીઓ પણ તેઓ જીતતા ગયા. ઉત્તર પ્રદેશમાં તો કમાલ કરી દીધી. અખિલેશ-મુલાયમસિંહ યાદવ અને અને માયાવતીના કિલ્લાને ધ્વસ્ત કરી દીધો.

આંતરરાષ્ટ્રીય રાજનીતિમાં પણ તેઓ મેદાન મારી ગયા. નોટબંધી અને સર્જિકલ સ્ટ્રાઇક દ્વારા તેઓ એક્શન લેનારા લીડર સાબિત થયા. અમેરિકા અને યુરોપ જેવા દેશોના પ્રવાસો દરમિયાન તેઓ રૉકસ્ટારની જેમ છવાઈ ગયા. ઠેરઠેર તેમનું ભવ્ય સ્વાગત થયું. એમણે એવા અનેક દેશોની મુલાકાત લઈ ભારતના મિત્રો વધાર્યા જ્યાં દેશના વડાપ્રધાનો અગાઉ કદી ગયા નહોતા. એશિયન દેશો માટે તેમણે સેટેલાઇટ પણ ઉપલબ્ધ કરાવી આપ્યો. દેશને વિજ્ઞાન અને ટેક્નોલૉજીની રાહ પર લઈ ગયા અને તેઓ પૂર્વ વડાપ્રધાન શ્રી જવાહરલાલ નેહરુની જેમ એક શ્રેષ્ઠ સ્ટેટ્સમેન અર્થાત્ શ્રેષ્ઠ રાજપુરુષ સાબિત થયા.

આજે દેશ પાસે અને ખુદ ભારતીય જનતા પાર્ટી માટે વડાપ્રધાન શ્રી નરેન્દ્ર મોદીનો કોઈ જ વિકલ્પ નથી.

આ પુસ્તકમાં આ બધી જ વાતોની છણાવટ કરવામાં આવી છે.

– દેવેન્દ્ર પટેલ

તા. ૧૫ મે, ૨૦૧૭
એ-૧૦૧, અભિલેખ વિલા,
આર્યમાન બંગ્લોઝની સામે,
શીલજ, અમદાવાદ - ૩૮૦૦૫૯

લેખકનાં અન્ય પુસ્તકો

૧. આંતરક્ષિતિજ	૨૫. ના ! તમે મારાં મમ્મી છો
૨. મહાજાતિ પાટીદાર	૨૬. રૂપકુંવર
૩. રાતરાણી	૨૭. ચિત્તવન
૪. ચીનીકમ	૨૮. મન સોનાનાં, તન રૂપાનાં
૫. અમદાવાદ-૬૦૦	૨૯. અંતરનાં એકાંત
૬. પાર્લામેન્ટ સ્ટ્રીટ	૩૦. ’૬૨ની નાતાલ
૭. ઍરિસ્ટોક્રેટ્સ	૩૧. કંકાલ
૮. ડોનને પીસ પ્રાઇઝ	૩૨. કેમ્પફાયર
૯. ચાઈનીઝ ડ્રેગન	૩૩. લવિંગિયું
૧૦. સિમલામાં બરફવર્ષા	૩૪. ધ પ્લોટ
૧૧. ઠાકોરભાઈ માય ફ્રેન્ડ	૩૫. મિસ્ટરીઝ ઑફ મોદી
૧૨. સાક્ષી	૩૬. શ્રેષ્ઠતાની ખોજ – સં. માસુંગ ચૌધરી
૧૩. તુલસી	૩૭. અમદાવાદ ૬૦૦
૧૪. ઈઝરાયેલ : ધ લેન્ડ ઑફ ધ બાઈબલ	૩૮. રેશમ, અંધારું કેમ છે ?
૧૫. પારિજાત	૩૯. ગલ્ફવૉર
૧૬. કોહિનૂર	૪૦. કેવડાનું અત્તર
૧૭. ચાલ, તને સાડી અપાવું	૪૧. લોહી નીતરતો ઊગશે સૂરજ
૧૮. અંત્તરની સુગંધ	૪૨. આવિર્ભાવ
૧૯. હેનાની સૂટકેસ	૪૩. પુષ્પ એક પલાશનું
૨૦. વૈદેહી	૪૪. સુવર્ણઆગ
૨૧. ઉદય અને પતન : સદ્દામ હુસેન	૪૫. રૂપલે મઢી છે સારી રાત
૨૨. મારિયા	૪૬. ભંવરી દેવી
૨૩. મૃણાલ	૪૭. સેલિબ્રિટીસ
૨૪. ઑપરેશન ઈન્ડિયા	

અનુક્રમણિકા

"મોટા કુટુંબમાં જન્મ લેવાથી મનુષ્ય કદી મોટો ગણાતો નથી. મહાન તે છે જેની પાસે ગુણો છે, વિદ્યા છે. એ લોકોને કદી નાના ના સમજો જેઓ નાના તેમજ ગરીબ કુટુંબમાં જન્મેલા છે. જેઓ બુદ્ધિમાન છે, ગુણવાન છે, સુશિક્ષિત છે, કોઈને કોઈ વિશેષતા છે, વિવેક છે તેઓ ગરીબ પરિવારમાં જન્મ્યા હોય તો પણ મહાન છે."

— ચાણક્ય

પ્રકરણ ૧

રાજકારણ એ પૂર્ણ સમયની રમત છે

"બરાક ઓબામા – બદલાતા વિશ્વનો સક્સેસ પાસવર્ડ" - "પુસ્તકના લેખક સંજય આવટેએ તેમના પુસ્તકની શરૂઆતમાં જ લખ્યું છે : "જેઓ સફળ થવા ઈચ્છતા જ નથી અને જેઓ પોતાનામાં કોઈ ફેરફાર કરવા ઈચ્છતા નથી એવા લોકો માટે આ પુસ્તક નથી. આ પુસ્તક એવા લોકો માટે છે, જે વિશ્વમાં ઊંચે છલાંગ ભરવાની આશા સેવે છે. આ પુસ્તક એમના માટે છે, જેમને પોતાનું નવું વિશ્વ ઘડવું છે. એમના માટે આપણી સમક્ષ છે અમેરિકાના પ્રેસિડેન્ટ બરાક હુસેન ઓબામા. શ્વેત માતાની કૂખે જન્મેલો આ અશ્વેત માણસ ઈતિહાસનો શિલ્પકાર બન્યો છે. જેને ગોરાઓ કાળો સમજતા અને કાળાઓ ગોરો સમજતા. જે આ બંનેયના રોષનું અને અવિશ્વાસનું પાત્ર બન્યો અને છતાં એ માણસ વ્હાઈટ હાઉસમાં ગયો છે. આજે કાળાઓએ એને પોતાનો માન્યો છે અને ગોરાઓએ પણ. જેની ઉમેદવારી 'પોલિટિકલી કરેક્ટ' નહોતી, જે દુન્યવી અર્થમાં યોગ્ય ઉમેદવાર નહોતો, છતાં સમગ્ર વિશ્વે તેને સ્વીકૃતિ આપી છે, કારણ વિશ્વને એણે નવાં સ્વપ્ન આપ્યાં, જે એણે વર્ષો પહેલાં નિહાળ્યાં હતાં."

એક મરાઠી લેખક દ્વારા કહેવાયેલી આ વાત નરેન્દ્ર મોદીને પણ કેટલેક અંશે લાગુ પડે છે. ઉત્તર ગુજરાતના નાનકડા ગામમાં જન્મેલો આ બાળક વય વધતાં સતત પરિવર્તનશીલ રહ્યો છે. વસ્ત્રપરિધાનથી માંડીને પ્રકૃતિમાં સતત ફેરફાર લાવતો રહ્યો

છે. સંઘના એક સ્વયંસેવક તરીકે કારકિર્દી શરૂ કરનાર યુવાન ઊંચે છલાંગ ભરવાની આકાંક્ષા સેવતો રહ્યો છે. એને પોતાનું વિશ્વ ઘડવું છે. ભવિષ્યમાં રચાનારા ઇતિહાસનો તે શિલ્પકાર બન્યો છે. મીડિયા અને સમાજના એક વર્ગના રોષ અને અવિશ્વાસનું પાત્ર રહ્યો છે, પરંતુ હવે તમામ કોમોના યુવા વર્ગને અને ખાસ કરીને શિક્ષિતોને પણ હવે તે પોતાનો લાગે છે. એનું ગુજરાત માટે એક સ્વપ્નું હતું. આજે રાષ્ટ્ર માટે એક સ્વપ્ન છે. વિવિધ પ્રદેશના નેતાઓને બાદ કરીએ તો રાષ્ટ્રના સામાન્ય માનવીમાં નરેન્દ્ર મોદીની સ્વીકૃતિ વધી છે.

'બરાક ઓબામા' અંગેના એ પુસ્તકમાં લખવામાં આવ્યું છે કે, "ઓબામાની સફળતા એમના એટિટ્યૂડ - અભિગમમાં છુપાયેલી છે. એમના જે વ્યક્તિત્વ માટે તેમને રંજાડવામાં આવ્યા એ જ વ્યક્તિત્વ તેમને બીજા બધાથી અલગ પાડે છે. એમનું "એબ્નોર્મલ" હોવું એ જ એમની "આઉટસ્ટેન્ડિંગ" ગુણવત્તાનું કારણ બની રહ્યું છે." - આ વાત મોદીને પણ લાગુ પડે છે. ઘણાને મોદીનો અભિગમ ગમતો નથી, પરંતુ એમનો એ અભિગમ જ એક લાયકાત બન્યો છે. ગોધરાકાંડ પછી અંગ્રેજી મીડિયાએ તેમને રંજાડવામાં કાંઈ જ બાકી રાખ્યું નથી, પણ ગોધરકાકાંડ પછીનું મોદીનું ચારિત્ર્ય અને વ્યક્તિત્વ જ એમની લાયકાત બની ગયાં છે. કેટલાક તેમને 'એબ્નોર્મલ' માને છે, પરંતુ એ જ વાત હવે તેમને બીજાથી અલગ પાડે છે, એ જ વાત તેમને "આઉટસ્ટેન્ડિંગ"ની કક્ષામાં મૂકી દે છે.

પુસ્તકમાં લખ્યું છે કે, "ઓબામાએ ભૂલો કરી નથી એવું નથી, પણ દરેક વખતે તેમણે નવી ભૂલો કરી છે." — મોદી માટે પણ એવું જ છે. નરેન્દ્ર મોદી રાજનીતિજ્ઞ હોવા છતાં માનવી છે. એમણે માનવસહજ ભૂલો કરી પણ છે. મોદી ભગવાન નથી. તેમની પોતાની એક માનસિકતા છે. તેમના પોતાના ગમા અને અણગમા છે. દા.ત. પોતાની ટીકા અને વિરોધીઓને સહન કરી શકતા નથી, તેમ છતાં એક પછી એક વિજય તેઓ હાંસલ કરતા જ ગયા છે. પ્રતિકૂળ સંજોગોમાં પણ તેઓ સજ્જડ રહ્યા છે.

બરાક ઓબામા અને નરેન્દ્ર મોદીના જીવન વચ્ચે કેટલીક સામ્યતાઓ છે અને કેટલીક નથી. દા.ત. બરાક ઓબામાને શાળામાં 'ઢોલુ' કહીને ચીડવવામાં આવતા હતા. તરુણાવસ્થામાં સિગારેટ, દારૂ અને ડ્રગ્સના શિકાર બન્યા હતા. યુવાન બન્યા પછી તેઓ હૉસ્ટેલમાં રહ્યા અને હૉસ્ટેલને જ ગુફા સમજી ચિંતન કરવા લાગ્યા હતા. એ વખતે ભણવાનો આશય તેમને સમજાયો. એમનું પરોઢ જીમખાનામાં ઊગવા લાગ્યું. મધ્યાહ્ન કાયદાના અભ્યાસમાં અને સાંજ સમાજિક કાર્યોમાં. વાંચન, લેખન ગમવા લાગ્યાં. હવે તેમની પાસે સ્વપ્ન હતાં. સૂક્ષ્મ આયોજન કરવા લાગ્યા. આળસને ખંખેરી નાંખી. સતત કામ કરવાની તેમને ટેવ પડી ગઈ. માણસો આળસુ નથી હોતા,

પણ તેમની પાસે સ્વપ્નો હોતાં નથી. માણસો કામચોર નથી હોતા, પણ તેમની પાસે પ્રયોજન હોતું નથી. રાજકારણમાં બીજાં કામો હોઈ શકે, પણ બીજા ક્રમાંકની 'પોઝિશન' હોતી નથી. હવે નરેન્દ્ર મોદીની વાત. નાનકડા નરેન્દ્રને સ્કૂલમાં કોઈ 'ઢોલુ' કહીને બોલાવતું નહોતું. તેઓ કદી સિગારેટ, દારૂ કે ડ્રગ્સને સ્પર્શ્યા પણ નથી. હા, તેઓ ચિંતન કરવા હૉસ્ટેલના બદલે હિમાલયની ગુફાઓમાં ગયા છે. જીમખાનામાં જવાને બદલે સંઘની શાખામાં ગયા છે. કામ કરતાં કરતાં રાજનીતિશાસ્ત્રનો અભ્યાસ કર્યો છે. સંગઠનમાં પ્રવેશ્યા બાદ સૂક્ષ્મ આયોજનના કુશળ સંગઠક રહ્યા છે. તેમની પાસે સર્જનાત્મક સ્વપ્નો હોવાથી આળસુ રહ્યા નથી. જીવનમાં કોઈ ને કોઈ પ્રયોજન રહેવાથી કામચોર રહ્યા નથી. રાજકારણમાં બીજાં કામ કર્યાં છે, પરંતુ બીજા 'ક્રમાંક'ની પોઝિશન તેમણે રાખી નથી. આવો માણસ વિજય મેળવ્યા સિવાય રહી જ ના શકે.

રાજકારણીઓ માટે હંમેશા કોઈ ને કોઈ વાત ચર્ચાતી રહે છે. બરાક ઓબામા પુસ્તકના લેખક કહે છે : "કેટલાક લોકોને ઓબામા ક્રાંતિકારી લાગે છે, કેટલાકને ધૂર્ત રાજકારણી લાગે છે, પણ મને 'મોટિવેશન ગુરુ' લાગે છે.' – આ વાત નરેન્દ્ર મોદીને પણ લાગુ પડે છે. કેટલાકને મોદી સ્વપ્નદ્દષ્ટા લાગે છે, કેટલાકને મોદી ક્રાંતિકારી લાગે છે, કેટલાકને વિકાસપુરુષ લાગે છે, કેટલાકને લોખંડી પુરુષ લાગે છે, કેટલાકને કુટિલ રાજકારણી લાગે છે. મારી દૃષ્ટિએ મોદી એક 'રાજનીતિજ્ઞ' છે. એક સ્વપ્નદ્દષ્ટા પણ છે. એક 'સમર્થ રાજકારણી' પણ છે. એક સફળ 'નેતા' પણ છે. હા, રાજનીતિજ્ઞ તરીકે તેઓ અસંવેદનશીલ છે, પરંતુ લેખક તરીકે તેઓ સંવેદનશીલ છે. તેમણે ટૂંકી વાર્તાઓ પણ લખી છે. પરંતુ રાજનીતિના એ કઠોર પ્રભાવમાં અસંવેદનશીલતા ક્યારેક સંવેદનશીલતા પર પ્રભાવી બની જાય છે.

ઈ.સ. ૨૦૦૪માં અમેરિકાની ચૂંટણીઓ પૂર્વેના એકપક્ષીય અધિવેશન બાદ એક શુભેચ્છકે બરાક ઓબામાને પૂછ્યું હતું : "તમારા જીવવાની મૂળભૂત પ્રેરણા કઈ ?"

ઓબામાએ કહ્યું : "એક નદીની જેમ આપણે જીવતા જવું અને આસપાસનો પ્રદેશ લીલોછમ કરવાની આપણી ક્ષમતા વધારતા જવું."

એ સાંભળી એમના મિત્રએ કહ્યું : "અરે ! તમારા રાજકારણમાં આવવાથી અમે એક સારો લલિત લેખક ગુમાવ્યો."

બરાક ઓબામાએ હસીને કહ્યું : "ચિંતા કરશો નહીં. તમારા આ લેખક રાજકારણના કારણે અધિક સમૃદ્ધ થનાર છે."

બરાક ઓબામાના જવાબમાં સાહિત્ય પણ હતું અને સ્વપ્ન પણ. તેમના જવાબમાં લાલિત્ય પણ હતું અને ઊંડો આત્મવિશ્વાસ. મને ઘણી વાર લાગે છે કે નરેન્દ્ર મોદી

સાહિત્યના ક્ષેત્રમાં ના આવ્યા તે સારું થયું. જો તેઓ સાહિત્યના ક્ષેત્રમાં આવ્યા હોત તો ઘણા સાહિત્યકારોનો છેદ તેમણે ઉડાડી દીધો હોત, કારણ કે મોદી સાહિત્યકાર પણ છે અને રાજનીતિજ્ઞ પણ છે. સારું છે કે, તેઓ અત્યારે માત્ર રાજકારણીઓના જ હરીફ છે.

બરાક ઓબામા કહે છે : "રાજકારણ એક પૂર્ણ સમયની રમત છે. એને અધવચ્ચે છોડી શકાય નહીં. તેમાં રહેલી મજા જોતા રહેવાથી પણ ચાલતું નથી. થોડી તડજોડ કરવી પડે છે. પરંતુ મેદાન પર તો આખરે પરફોર્મ કરવું જ પડે છે. માત્ર સાચું એ છે કે એ માટે ખેલાડીવૃત્તિ અર્થાત્ સ્પોર્ટ્સમેનશિપ જોઈએ અને જીતવા માટે સબળ વ્યૂહરચના જોઈએ. જીતવા માટે વધુ કાંઈ કરવું પડતું નથી.'

ઓબામા એ એક સફળ રાજનીતિજ્ઞ માટે આપેલી વ્યાખ્યાના મોટા ભાગના અંશ નરેન્દ્ર મોદીને લાગુ પડે છે. મોદી પણ રાજકારણને પૂરા સમયની રમત માને છે. તેઓ સ્વયં પૂર્ણકાલીન રાજકારણી છે. જાગતાં, ઊંઘતા અને સ્વપ્નમાં પણ તેઓ રાજનીતિનાં સોગઠાં ગોઠવતા રહે છે. તેઓ માત્ર તેમાં રહેલી મજા જોઈને બેસી રહેવામાં માનતા નથી. તેઓ રાજનીતિના મેદાનમાં પરફોર્મ કરવામાં માને છે અને જીતવા માટેની સબળ વ્યૂહરચના પણ તેમની પાસે છે. બરાક ઓબામા સાચું જ કહે છે : "જીતવા માટે વધુ કાંઈ કરવું પડતું નથી."

બરાક ઓબામાની એક સુંદર વાત પણ મારે અહીં ટાંકવી જોઈએ. અમેરિકાના પ્રમુખપદની ચૂંટણીઝુંબેશ દરમિયાન તેઓ એક સભામાં બોલ્યા હતા, "જે વિશ્વમાં હું જન્મ્યો એ વિશ્વને હું વધુ સુંદર બનાવવા માગું છું. જેમણે અન્યાય કર્યો અને જેમણે અન્યાય સહન કર્યો, એ બંનેય સમય અને સંજોગોના ગુલામ હતા. હું એવો સમય લાવવા માગું છું જ્યાં આ બંનેય પોતાને અપરાધી ના માને. હું એવો સમય લાવવા માગું છું જ્યાં આ બંનેને આ વિશ્વ સુંદર લાગે. છેવટે પૂર્વે અન્યાય કરનારાઓ અને પૂર્વે અન્યાય સહન કરનાર રહેશે નહિ, બલ્કે એક થઈ જશે. આપણે એક જ છીએ અને એ જ તેમનો આદર્શવાદ જણાશે."

મોદી પણ ભૂતકાળના અન્યાયકર્તાઓને અને અન્યાય સહન કરનારાઓને એક કરીને ભારતને સુંદર બનાવી શકે તેમ છે. હા, તે માટે તેમણે કેટલાંક 'પ્રાઇડ' અને 'પ્રેજ્યુડાઈસ' છોડવા પડશે અને તેઓ તેમ કરી શકે તેમ છે. તેઓ ઇચ્છે તો પોતાના જીવનને એક એવી નદી બનાવી શકે તેમ છે કે તે જ્યાં જ્યાં વહેતી જાય તેની આસપાસનો પ્રદેશ લીલોછમ થતો જાય. એ ક્ષમતા જ એમની સમૃદ્ધિ હશે.

•

"જેવા નેતા હોય છે, અનુયાયી પણ તેવા જ હોય છે. રાજા જો ધર્માત્મા હોય તો પ્રજા પણ ધાર્મિક હોય છે. રાજા પાપી હોય તો પ્રજા પણ પાપાચાર કરતી થઈ જાય છે. રાજાના ધર્મ-અધર્મ, પુણ્ય-પાપથી ઉદાસીન થવાથી પ્રજા પણ કર્તવ્ય-અકર્તવ્યથી ઉદાસીન અને ધર્મથી વિમુખ થઈ જાય છે. સિદ્ધાંત : નિષ્કર્ષ એ છે કે, પ્રજા એવી જ બની જાય છે, તેથી રાજાએ સદૈવ ધર્માનુયાયી હોવું આવશ્યક છે."

– ચાણક્ય

પ્રકરણ ૨

'આવનારા દિવસોમાં અમે તેમને હરાવીશું'

સાબરકાંઠા જિલ્લામાં આંબલિયારા નામનું એક ગામ છે. હવે એ વિસ્તાર અરવલ્લી જિલ્લામાં આવે છે. આંબલિયારા મારા વતન આકરૂન્દ નજીક આવેલું ગામ છે. આંબલિયારા પાસે થઈ માઝુમ નામની નદી વહે છે. આ નદી પર ગુજરાત સરકાર દ્વારા બાંધવામાં આવનાર ચેકડેમનો શીલાન્યાસ કરવા મુખ્યમંત્રી નરેન્દ્ર મોદી જઈ રહ્યા હતા. એ ગામ તરફથી મને પણ એ પ્રસંગે હાજર રહેવા આમંત્રણ હતું. હું અને મુખ્યમંત્રી નરેન્દ્ર મોદી સાથે જ એક કારમાં સવારે ૯-૦૦ વાગે ગાંધીનગરથી આંબલિયારા જવા નીકળ્યા. ગાંધીનગરથી આંબલિયારા એક કલાકનો રસ્તો છે.

વર્ષો પછી હું અને નરેન્દ્રભાઈ નિરાંતે વાત કરી શકીએ તેવો અવકાશ હતો. રસ્તામાં જ મને કેટલોક ભૂતકાળ યાદ આવી ગયો. પહેલાં તેઓ જ્યારે ગુજરાત ભાજપના મહામંત્રી હતા ત્યારે અવારનવાર મળવાનું થતું. સાદો લેંઘો અને ઝભ્ભો તથા કાળી દાઢી તેમની ઓળખ હતી. એ વખતે મારી ઑફિસની નજીકની ગુજરાત ભાજપાની કચેરી પણ હતી. એ વખતે પત્રકારો નરેન્દ્રભાઈને જ મળે. દરેકને વ્યક્તિગત નામથી ઓળખે. ચા પીવડાવે. ખુલ્લા દિલે હસે. જોક્સની પણ આપ-લે કરે. એ વખતે તેઓ મણિનગરમાં આવેલા રાષ્ટ્રીય સ્વયં સેવક સંઘના કાર્યાલયમાં જ રહે. સંઘના પ્રચારક તરીકે સ્ટેટ ટ્રાન્સપોર્ટની બસમાં બેસી ગામેગામ ફરે. દરેક ગામમાં તેમનો કોઈ ને કોઈ પરિવાર સાથે નાતો. બાયડ નામના ગામમાં મારા એક સંબંધી માધુભાઈના ઘેર

ઊતરે. રાતે કોઈના મેડા ઉપર યુવાનોની મીટિંગ કરે. હિન્દુત્વ અને રાષ્ટ્રવાદ પર વાતો કરે. એ વખતે ભાજપા કોઈ મોટી રાજકીય પાર્ટી નહોતી. છતાં તેમણે સામે પૂરે તરતા હોય તેમ હિન્દુત્વ અને રાષ્ટ્રવાદની વિચારસામગ્રી પીરસવાની શરૂઆત કરી હતી. એ વખતે હું પણ યુવા પત્રકાર હતો. મને શંકા હતી કે શું આ માણસ સંઘની વિચારધારા પ્રસરાવવામાં સફળ થશે ? મને પોતાને પણ સંઘ સામે કેટલાક સંદેહ રહ્યા છે. સંઘની વિચારસરણી અને તેના ડ્રેસકોડ અંગે મારા અભિપ્રાયો અલગ રહ્યા છે. ભારત એક બહુભાષી, બહુધર્મી અને વૈવિધ્યસભર સંસ્કૃતિ ધરાવતો દેશ હોઈ સંઘના એક પ્રચારકના પુરુષાર્થ અને તેમની સફળતા અંગે પણ મને સંદેહ હતો. અલબત્ત, નરેન્દ્રભાઈનો એ પુરુષાર્થ હું શાંતિપૂર્વક નિહાળી રહ્યો હતો. એ પછી ઘણી રાજકીય ઊથલપાથલ થઈ. ગુજરાત ભાજપાના સંગઠનનું નેટવર્ક મજબૂત બન્યું. તેનું ખરું કારણ નરેન્દ્ર મોદી હતા.

કેશુભાઈ મુખ્યમંત્રી બન્યા એ પહેલાં ચીમનભાઈ પટેલ ગુજરાતના મુખ્યમંત્રી હતા. ચીમનભાઈ પટેલ મારા અંગત મિત્ર હતા. એ વખતે કેશુભાઈ પટેલ ગુજરાત વિધાનસભામાં વિપક્ષના નેતા હતા અને નરેન્દ્ર મોદી પક્ષના મહામંત્રી હતા. મારા પુત્ર શીતલના લગ્નપ્રસંગે મેં એ બધા જ નેતાઓને નિમંત્રણ પાઠવ્યું હતું. સત્કાર સમારંભમાં રાત્રે બધા જ નેતાઓ એક શમિયાણા હેઠળ એકત્રિત થઈ ગયા. ગુજરાતના મુખ્યમંત્રી ચીમનભાઈ પટેલ કડક અને આક્રમક સ્વભાવના હતા. વિપક્ષના નેતા કેશુભાઈ પટેલ સૌમ્ય પ્રકૃતિના હતા. વી.આઈ.પી. કક્ષમાં ભોજન લેતી વખતે ઉગ્ર રાજકીય ચર્ચાઓ થઈ રહી હતી. કોઈકે મારું ધ્યાન દોર્યું. એટલે હું એ તરફ દોડ્યો. મેં જોયું તો યુવાન નરેન્દ્ર મોદી મુખ્યમંત્રી ચીમનભાઈ પટેલને પડકારી રહ્યા હતા : ''આવનારી ચૂંટણીમાં અમે તમને હરાવીશું અને ગુજરાતમાં ભાજપાનું રાજ હશે.'

સામે ચીમનભાઈ પટેલ પણ કડક જવાબ આપી રહ્યા હતા : ''આવી જાવ મેદાનમાં. તાકાત હોય તો અજમાવી લો શક્તિ. મુખ્યમંત્રી તો હું જ રહેવાનો છું.''

એ વખતે બીજા અનેક વરિષ્ઠ મંત્રીઓ સ્તબ્ધ થઈ એ ઉત્તેજનાપૂર્ણ સંવાદોથી ગભરાઈ રહ્યા હતા. મેં પહેલી જ વાર નરેન્દ્ર મોદીની વાક્છટા અને ઊંડો આત્મવિશ્વાસ જોયાં. અલબત્ત, એમની ઘણીબધી ભીતરી તાકાતથી હું હજુ અજાણ હતો. મેં બધાંને શાંત પાડ્યા અને હવે જમી લેવા વિનંતી કરી. થોડી વાર પછી ચીમનભાઈ પટેલ અને નરેન્દ્ર મોદીને મેં સાથે જમતાં જોયા. એ વખતે ચીમનભાઈ પટેલ મુખ્યમંત્રી હોઈ તેમની પાસે લાલ લાઇટવાળી ગાડી હતી. કેશુભાઈ પટેલ ગુજરાત વિધાનસભામાં વિપક્ષના નેતા હોઈ તેમની પાસે પણ લાલ લાઇટવાળી ગાડી હતી. એકમાત્ર નરેન્દ્ર મોદી પાસે જ શાયદ પોતાની કોઈ મોટરકાર નહોતી. તેની તેમને પરવાહ પણ નહોતી.

એ પછી ગુજરાત વિધાનસભાની ચૂંટણીઓ આવી. નરેન્દ્ર મોદીની આગાહી સાચી પડી. પાછળથી ગુજરાતમાં ભારતીય જનતા પાર્ટીનું શાસન આવ્યું. કેશુભાઈ પટેલ મુખ્યમંત્રી બન્યા. એ વખતે હું ગુજરાત વિધાનસભાની લૉબીમાં મિત્રોને મળી રહ્યો હતો. મેં જોયું તે કેશુભાઈ પટેલ મુખ્યમંત્રી હતા, પરંતુ લોકો તો નરેન્દ્ર મોદીની આસપાસ જ વીંટળાયેલા હતા. નરેન્દ્ર મોદી ના તો કોઈ ધારાસભ્ય હતા કે ના તો મંત્રી. એમનાં એ જ સાદાં વસ્ત્રોમાં. એનું એ જ ખડખડાટ હાસ્ય. એનો એ જ ઉમળકો. એ દિવસે મેં મારા અખબારમાં લખ્યું : "કેશભાઈ પટેલ મુખ્યમંત્રી છે, પણ નરેન્દ્ર મોદી સુપર ચીફ મિનિસ્ટર છે." મારો એ વૃત્તાંત ના તો કેશુભાઈ પટેલને ગમ્યો કે ના તો નરેન્દ્ર મોદીને. કેશુભાઈ પટેલને પોતાના કરતાં કોઈ સવાયું હોય એ સ્વાભાવિક રીતે ના ગમે. એ જ રીતે કારણ વગર એક મુખ્યમંત્રી સાથે મતભેદો થાય એવા ખ્યાલથી નરેન્દ્ર મોદીને પણ આવા અહેવાલથી સંકોચ થાય તે સ્વાભાવિક હતું. અલબત્ત, મારો અહેવાલ સત્ય અને વાસ્તવિકતા પર આધારિત હતો. એ અહેવાલ પ્રગટ થયો તે પછી એ જ સાંજે નરેન્દ્ર મોદીએ મને ફોન કરીને કહ્યું : "મેં ખૂબ વિચાર કરીને તમને ફોન કર્યો છે... તમે જે લખ્યું છે તેવું કાંઈ નથી." એમણે લાંબી વાત કરી હતી. આ વાતનો સાર એ હતો કે ફરી આવું ના લખાય તો સારું.' અલબત્ત, એ વાત મૈત્રીભાવે હતી.

સમય બદલાતો ગયો. ગુજરાત ભાજપાના જ એક વરિષ્ઠ નેતા શંકરસિંહ વાઘેલાએ મુખ્યમંત્રી કેશુભાઈ પટેલ સામે બળવો કર્યો. ૪૦થી વધુ ધારાસભ્યોને લઈ શંકરસિંહ વાઘેલા ચાર્ટર્ડ વિમાન દ્વારા ખજૂરાહો ગયા. કેશુભાઈ પટેલની સરકારનું પતન થયું. કેશુભાઈ પટેલના સાથીઓએ એમની સરકારના પતન માટે અને શંકરસિંહ વાઘેલાને નારાજ કરવા માટે નરેન્દ્ર મોદીને ખાનગીમાં જવાબદાર ઠેરવ્યા. પરંતુ નરેન્દ્ર મોદીને તેવા આરોપોની કોઈ ચિંતા નહોતી. તેઓ પહેલાંથી જ કેટલીક સાફસૂફીમાં માને છે, તેમ હું માનું છું. બીજા શબ્દોમાં એવું કહી શકાય કે પહેલાં તો પક્ષમાં જ રહેલા વિપક્ષની સાફસૂફી કરો, પછી વિરોધી રાજકીય પક્ષની, એ તેમની ચાણક્ય નીતિ છે.

એ પછી અનેક રાજકીય ઘટનાઓ ઘટતી રહી. કેશુભાઈ પટેલ ફરી મુખ્યમંત્રી બન્યા. કેશુભાઈ પટેલે સહુથી પહેલું કામ તેમના કથિત વિરોધી નરેન્દ્ર મોદીને ગુજરાતમાંથી હટાવવાનું કામ કર્યું. નરેન્દ્ર મોદીને તેમની ઇચ્છા વિરુદ્ધ દિલ્હી લઈ જવામાં આવ્યા. અહીં તેઓ કેટલાંક રાજ્યોના પ્રભારી બન્યા, એમાં તેમને બે લાભ થયા. એક તો તેમનું હિન્દી અતિ શુદ્ધ અને અણીદાર બની ગયું અને બીજું એ કે અટલ બિહારી બાજપાઈથી માંડીને લાલકૃષ્ણ અડવાણી જેવા દિગ્ગજ નેતાઓ સાથે

તેમણે ઘરોબો કેળવી લીધો. એ વર્ષો દરમિયાન મારો અને નરેન્દ્ર મોદીનો સંપર્ક સાવ ઓછો થઈ ગયો. ગુજરાત પણ તેમને ભૂલી ગયું હોય એમ લાગ્યું. પરંતુ ખરેખર એમ નહોતું. કોઈ એક પ્રસંગ ટાગોર હૉલ, અમદાવાદમાં યોજાયો હતો. એ કાર્યક્રમમાં નરેન્દ્ર મોદી દિલ્હીથી આવ્યા હતા. એલ. કે. અડવાણી મુખ્ય મહેમાન હતા. એ વખતે અડવાણી મોટા ગજાના નેતા હતા અને નરેન્દ્ર મોદી હજુ યુવાન નેતા હતા. નરેન્દ્ર મોદી જ્યારે બોલવા ઊભા થયા ત્યારે આખો હૉલ તાળીઓના ગડગડાટથી ગૂંજી ઊઠ્યો. નરેન્દ્ર મોદીએ હજુ બોલવાનું તો શરૂ કર્યું જ નહોતું છતાં તાળીઓનો ગડગડાટ અટકતો નહોતો. અડવાણી પણ નરેન્દ્ર મોદીની લોકચાહના જોઈ સ્તબ્ધ થઈ ગયા, થોડા શરમાયા પણ ખરા અને તે દિવસથી અડવાણીનો નરેન્દ્ર મોદી માટેનો ભાવ અને પ્રેમ વધ્યાં. અલબત્ત, ભાવિના ગર્ભમાં શું છુપાયેલું છે તે વાતની અડવાણીને ખબર નહોતી.

ફરી એક વાર મૂળ વાત પર આવીએ. હું અને મુખ્યમંત્રી નરેન્દ્ર મોદી આંબલિયારા નજીક માઝુમ નદી પર બનનારા ચેકડેમના શિલાન્યાસ કાર્યક્રમમાં હાજરી આપવા જઈ રહ્યા હતા અને એ બધો જ ફ્લેશબેક મારી નજર સમક્ષ જાણે કે હમણાંની જ ઘટના હોય તેમ તરવરી રહ્યો હતો. રસ્તામાં મેં પૂછ્યું : “નરેન્દ્રભાઈ ! ઘણાં વર્ષો પછી આપણે નિરાંતે મળ્યા. તમારા જીવનમાં – લાઇફ સ્ટાઇલમાં શું ફરક પડ્યો ?”

મુખ્યમંત્રીએ કહ્યું : “દેવેન્દ્રભાઈ ! હજુ પણ હું મારી કારમાં ચણા-મમરા અને ગોળ સાથે રાખું છું. ભૂખ લાગે ત્યારે ચણા-મમરા જ ખાઈ લઉં છું.”

હું આશ્ચર્ય સાથે એમને સાંભળી રહ્યો.

●

સફળતાનો એક જ મંત્ર છે - "અણીના વખતે સાચો નિર્ણય લો."

– શેલ્ડન એડેલ્સન

(વેનેશિયન કેસીનો રિસોર્ટ)

પ્રકરણ ૩

હિન્દુઓના 'ગોડફાધર'નો રાજકીય ઉદય

મારા વતન આકરૂન્દની નજીક આવેલી એક નદી પર ચેકડેમ માટેના શિલાન્યાસ માટે મુખ્યમંત્રી નરેન્દ્ર મોદી આંબલિયારા જઈ રહ્યા હતા. કારમાં હું પણ નરેન્દ્ર મોદીની સાથે હતો. ગાંધીનગરથી આંબલિયારા જતાં રસ્તામાં દહેગામ નામનું નગર આવે છે. અમે રાજકીય ચર્ચાઓ કરતા હતા. કોઈ વિશેષ પોલીસ બંદોબસ્ત નહોતો. દહેગામ આવતાં પહેલાં એવી સૂચના હતી કે, થોડાક કાર્યકરો રસ્તામાં જ મુખ્યમંત્રીનું સ્વાગત કરવા માગે છે. ખ્યાલ એવો હતો કે, બે મિનિટ માટે રસ્તામાં કાર થોભાવવામાં આવશે અને કાર્યકરોના ફૂલહાર સ્વીકારી આગળ જવાશે.

દહેગામ આવ્યું. પરંતુ પાંચ-દસ કાર્યકરોના બદલે ૪૦૦ થી વધુ ગામલોકોનું ટોળું હતું. તેમાં માત્ર પક્ષના કાર્યકરો જ નહીં પરંતુ સ્વયંભૂ ઊમટેલી આમજનતા હતી. બધા 'નરેન્દ્ર મોદીની જય'ના નારા પોકારતા હતા. મુખ્યમંત્રીની કાર ઊભી રહી. નરેન્દ્રભાઈ બહાર નીકળ્યા. જોતજોતામાં તો લોકોએ તેમને ઘેરી લીધા. કોઈ તેમને ફૂલહાર આપતા હતા તો કોઈ તેમની સાથે હાથ મીલાવવા પડાપડી કરતા હતા. એ બધાને નિયંત્રિત કરવા પૂરતી પોલીસ નહોતી. મોદી આવ્યા છે તેવી જાણ

થતાં બીજા સેંકડો લોકો આવી ગયા. કોઈ હીરોનું સ્વાગત કરતા હોય તેવો લોકોનો ભાવ હતો, ટ્રાફિક જામ થઈ ગયો. લોકોએ તેમને સંબોધન કરવા આગ્રહ કર્યો. તેઓ માઈક્રોફોન વગર જ થોડું બોલ્યા. લોકો તાળીઓ પાડતા રહ્યા. મારા માટે આશ્ચર્ય એ વાતનું હતું કે મોદીને સાંભળવા કરતાં તેમને જોવામાં વધુ રસ હતો. એ વીરોચિત સ્વાગતનું કારણ હું જાણતો હતો. ૨૦૦૨ની ગોધરાની ઘટના બાદ સામાન્ય લોકોમાં તેઓ નાયક બનીને ઊભર્યા હતા. બે મિનિટના રોકાણના બદલે પૂરી ૨૦ મિનિટ સુધી દહેગામ અમારે ઊભા રહેવું પડ્યું. મુખ્યમંત્રીએ તેમના અંગત સચિવને કહ્યું : “હવે આપણે નિર્ધારિત સમય કરતાં વહેલાં નીકળવું પડશે.”

દહેગામ છોડ્યા બાદ રસ્તામાં અનેક ગામો આવ્યાં. હાઈવે પર દરેક ગામના પાટિયા પાસે લોકોનાં ટોળાં મુખ્યમંત્રીનું સ્વાગત કરવા ઊભાં હતાં. દરેકના હાથમાં ફૂલોની માળા હતી. આ બધાં જ રોકાણો વખતે લોકોનો આગ્રહ હતો કે મોદી કાંઈક બોલે. દરેક સ્થળે પાંચ-પાંચ મિનિટ ઊભા રહ્યા. એ બધાં રોકાણોના કારણે બીજો અડધો કલાક વધુ વ્યતીત થયો. મારા માટે આશ્ચર્ય એ વાતનું હતું કે, નરેન્દ્રભાઈને જોવા ઉમટેલી માનવમેદની કોઈ એક જ્ઞાતિની નહોતી. દહેગામ મતવિસ્તારને હું સારી રીતે જાણું છું. દહેગામમાં બક્ષીપંચ હેઠળ આવતા ક્ષત્રિયોની વસ્તી વધુ છે. તેઓ અન્ય પછાત જાતિમાં આવે છે. અત્યાર સુધી એવો ખ્યાલ હતો કે ભારતીય જનતા પાર્ટી એ વાણિયા, બ્રાહ્મણ અને પાટીદારોની જ પાર્ટી છે, પરંતુ અહીં એથી ઊલટું હતું. ગામડાના ક્ષત્રિયો મોટી સંખ્યામાં નરેન્દ્ર મોદીનું સ્વાગત કરવા ઊમટ્યા હતા. તેમાં વૃદ્ધો હતા, ગરીબો હતા, અશિક્ષિતો હતા, ક્ષત્રિય મહિલાઓ પણ હતી. એ બધાં મોદીને જોઈ ભાવવિભોર હતાં. એ માહોલ જોઈને જ મને ખ્યાલ આવી ગયો કે નરેન્દ્ર મોદી હિન્દુઓના હૃદયસમ્રાટ બની ચૂક્યા છે અને ટૂંક સમયમાં સમગ્ર ગુજરાત તેમનું આ પ્રકારે જ સ્વાગત કરશે. રસ્તામાં ઠેરઠેર થતું તેમનું સ્વયંભૂ સ્વાગત ખુદ તેમના માટે પણ આશ્ચર્યજનક હતું. એ વખતે મને અમેરિકાના સુપ્રસિદ્ધ લેખક મારિયો પુઝોની નવલકથા - “ગૉડફાધર” યાદ આવી ગઈ. ‘ગૉડફાધર’નો નાયક વિટ્ટો કોર્લિઓન એક સામાન્ય અને નમ્ર વસાહતી હતો. ઈટાલીથી એક વહાણમાં બેસી રોજી રળવા ન્યૂયોર્ક આવ્યો હતો. ન્યૂયોર્કની એક સ્ટ્રીટમાં સામાન્ય જીવન જીવતો હતો. એ વિસ્તારમાં એક માથાભારે માણસ લોકોને અને દુકાનદારોને ભારે પરેશાન કરતો હતો. નાનામાં નાના

દુકાનદારને તથા શાકભાજી કે ફળો વેચતાં વેન્ડરને પણ તેને હપ્તો આપવો પડતો હતો. એક દિવસ સરળ સ્વભાવના વિટ્ટો કોર્લિઓનને તે કનડે છે અને અનાયાસે જ વિટ્ટો કોર્લિઓન એ ગુન્ડાને પતાવી દઈ લોકોને એ અસામાજિક તત્ત્વથી મુક્તિ અપાવે છે. બીજા દિવસે વિટ્ટો કોર્લિઓન બજારમાં કંઈ ખરીદવા નીકળે છે તો કોઈ તેની પાસે પૈસા માગતું નથી. વિટ્ટો કોર્લિઓનને આશ્ચર્ય થાય છે. બીજા દિવસથી અન્યાયનો ભોગ બનેલા લોકો તેની મદદ માંગવા તેના ઘરે આવવા માંડે છે. તે લોકોને મદદ તોળે છે. તેનો શબ્દ હુકમ બની જાય છે. અન્યાયનો ભોગ બનેલા લોકોનો તે ન્યાય હોય છે. એક દિવસ આખા ન્યૂયોર્કમાં તેની હાક વાગે છે. તેને પોતાને જ ખબર પડતી નથી કે તે ક્યારે 'ગૉડફાધર' બની ગયો. બસ, એવું જ કાંઈક નરેન્દ્ર મોદીની બાબતમાં થયું. ફરક એટલો હતો કે, વિટ્ટો કોર્લિઓન ક્રાઈમ સિન્ડિકેટના 'બૉસ' હોઈ તે ડૉન બની ગયો જ્યારે નરેન્દ્ર મોદી આરએસએસ જેવા સાંસ્કૃતિક સંગઠનની ઊપજ અને રાજકીય ક્ષેત્રના નેતા હોઈ તેઓ સામાન્ય લોકોના 'ઉદ્ધારક' બની ગયા. જાણે-અજાણે તેઓ સમગ્ર હિન્દુ સમાજના હૃદયસમ્રાટ બની ગયા. આવનારા દિવસોમાં તેઓ એક શક્તિશાળી નેતા તરીકે ઊભરવાના છે તે વાતનો અણસાર મારા મનમાં સ્પષ્ટ હતો.

અમે નિર્ધારિત સમય કરતાં એક કલાક મોડા આંબલિયારા પહોંચ્યા. સેંકડો લોકો અહીં પણ રાહ જોતા હતા. વિશાળ સભામંડપ બાંધવામાં આવ્યો હતો. નજીકમાં જ માઝુમ નદી વહેતી હતી. માઝુમ નદી મારા માટે પરિચિત હતી. મારા વતન આકરૂન્દમાં મારું બચપણ ગુજર્યું હતું. મારી સ્કૂલના મિત્રો સાથે આ નદીમાં જ હું તરતાં શીખ્યો હતો. બપોરના સમયે ધોમધમતા તાપમાં પગે ખાખરાનાં પાન બાંધી એ નદીમાં નહાવા જતા રહેતા હતા. એ માટે અનેક વાર ઘેર માર પણ ખાધો હતો. હવે એ જ માઝુમ નદી પર મુખ્યમંત્રી ચેકડેમ માટે શિલાન્યાસ કરી રહ્યા હતા. શિલાન્યાસ પછી અમે સભામંડપમાં મંચ પર આવ્યા. મુખ્યમંત્રી અને અન્ય મહેમાનોના સ્વાગત બાદ ગામલોકોએ મને પણ અતિથિ ગણીને ફૂલોની માળા અર્પણ કરી. મેં કહ્યું, "ભાઈ ! હું તો અહીંનો વતની છું. મને ફૂલોનો હાર ના હોય."

એ વખતે નરેન્દ્ર મોદીએ મારી સામે જોઈ હસતાં હસતાં કહ્યું, "અમારી સાથે આવવામાં કોઈ વાર ફૂલોનો હાર પણ મળી શકે છે અને કોઈ વાર પથ્થરોથી પણ સ્વાગત થઈ શકે છે."

નરેન્દ્રભાઈની વાત સાચી હતી. ભૂતકાળમાં મેં કેટલાયે નેતાઓના મંચ પર પથ્થરો તો નહી; પણ જૂતાં ફેંકાતાં નિહાળ્યાં છે. એક વાર સાબરકાંઠાની સાબર ડેરીના કાર્યક્રમમાં સેંકડો લોકોને મંચ પર બેઠેલા એક પૂર્વ મુખ્યમંત્રી, ડેરીના ચૅરમૅન અને બીજા મહેમાનોની ઉપર ચંપલો ને જૂતાં ફેંકાતાં જોયાં હતાં. એ સભામાં શ્વેત ક્રાંતિના પ્રણેતા ડૉ. વર્ગિસ કુરિયન પણ હાજર હતા. કાર્યક્રમ જલદી સમેટી લેવો પડ્યો હતો. સદ્ભાગ્યે હું મંચ પર નહીં, પરંતુ પત્રકારના કક્ષમાં હતો. મેં તો એ દૃશ્યને ખૂબ માણ્યું હતું.

•

"હું નસીબદાર નહોતો, પણ ધ્યેય સુધી પહોંચવા મેં ખૂબ પરિશ્રમ કર્યો."

– લી કા શીંગ

(હચિનસન વ્હામપો કંપની)

પ્રકરણ ૪

મોદીનું 'ફેમિલી', પણ રાજનીતિથી દૂર

નામ : નરેન્દ્ર મોદી

માતા : હીરાબહેન

પિતા : દામોદરદાસ મોદી

ભાઈઓ : સોમાભાઈ મોદી, અમૃત મોદી, પ્રહ્લાદ મોદી, પંકજ મોદી.

બહેન : વાસંતી

એક વાર હું પોરબંદર ખાતે મારા અંગત મિત્ર રામભાઈ માકેરિયાના પુત્રના લગ્નસમારંભમાં ગયો ત્યારે મને કોઈએ કહ્યું કે, મુખ્યમંત્રી નરેન્દ્ર મોદીના મોટાભાઈ સોમાભાઈ મોદી પણ લગ્નમાં આવ્યા છે. હું પહેલી જ વાર સોમાભાઈ મોદીને મળ્યો. કોઈને ભાગ્યે જ લાગે કે, દેશના એક શક્તિશાળી રાજકારણીના ભાઈ અહીં બેઠા છે. ના કોઈ સત્તાનો ઠાઠ કે ના કોઈ દબદબો. પોતે નરેન્દ્ર મોદીના ભાઈ છે એવો સામેથી પરિચય આપવાનો કોઈ પ્રયાસ પણ નહીં. આખા દેશના કૉર્પોરેટ વર્લ્ડના ઉદ્યોગપતિઓ, પક્ષના અન્ય નેતાઓ અને બ્યૂરોક્રેટ્સ જેમની મીઠી નજર પ્રાપ્ત કરવા જેમની કદમબોસી કરે છે એવા શક્તિશાળી નેતાના ભાઈ સોમાભાઈ આરોગ્ય ખાતામાં સેનેટરી ઇન્સ્પેક્ટરની નોકરી કરતા હતા. બીજા ભાઈ અમૃત મોદી એક ખાનગી ફેક્ટરીમાં ટર્નર. પંકજ મોદી માહિતીખાતામાં નોકરી કરે. પ્રહ્લાદભાઈ મોદી એક નાનકડી દુકાન ચલાવે છે. એ

બધામાં નરેન્દ્ર મોદી જ શરૂઆતમાં વીસનગરની કૉલેજમાં ભણ્યા અને તે પછી દિલ્હી યુનિવર્સિટીમાં એક્સટર્નલ વિદ્યાર્થી તરીકે પ્રવેશ મેળવી ગ્રેજ્યુએટ થયા. તેમનો મુખ્ય વિષય રાજનીતિશાસ્ત્ર હતો. એ જ વિષય સાથે એમ.એ. પણ થયા.

પહેલાં થિયરી અને પાછળથી પ્રેક્ટિકલ રાજનીતિમાં સફળતા મેળવી ચૂકેલા નરેન્દ્ર મોદી તેમનાં પ્રવચનોમાં હંમેશાં પરિવારવાદ પર આક્રમક ભાષામાં બોલે છે. નરેન્દ્ર મોદીનો પોતાનો પરિવાર વિશાળ હોવા છતાં તેમણે કદીયે પોતાના પરિવારના એક પણ સભ્યને ધારાસભાની કે લોકસભાની ટિકિટ આપી નથી. દૂરના કોઈ સગાને પણ નહીં. નરેન્દ્ર મોદી ઇચ્છે તો પોતાના જ પરિવારના કોઈ સભ્યને રાજ્યસભામાં લઈ જઈ શકે છે. મોદી ઇચ્છે તો પોતાના જ પરિવારના કોઈ પણ સભ્યને પક્ષના પ્રમુખ કે બોર્ડ કોર્પોરેશનના ચૅરમૅન બનાવી શકે છે, પરંતુ તેમણે એવું કાંઈ જ કર્યું નહીં. પોતાના પરિવારના જ સભ્યોને કોઈ 'કામ' લઈને પણ સચિવાલયમાં કે સીએમ બંગલોમાં પ્રવેશવા પર પ્રતિબંધ છે. નરેન્દ્ર મોદીના નામે ઘણા અન્ય લોકો રાજનીતિમાં ઉચ્ચ સ્થાને બેઠા છે, પરંતુ મોદીએ પોતાના જ પરિવારને સત્તાના ભાગીદાર બનવાથી દૂર રાખ્યો છે.

આજે આખા દેશની રાજનીતિ પરિવારવાદ પર ચાલે છે. તેમાં એકમાત્ર નહેરુ-ગાંધી પરિવારને જ દોષ દેવો તે ઠીક નથી. દક્ષિણનાં રાજ્યોથી ચાલુ કરીએ તો ડીએમકેના સુપ્રીમો કરુણાનિધિ, તેમનો પુત્ર સ્ટેલિન, પુત્રી કની મોઝી અને પરિવારના સભ્ય દયાનિધિ મારન કોઈ ને કોઈ પદ પર છે. બીજું ઓરિસ્સાના પૂર્વ કેન્દ્રીયમંત્રી પટનાયકના પુત્ર નવીન પટનાયક મુખ્યમંત્રી છે. આંધ્રના પૂર્વ મુખ્યમંત્રી એન.ટી. રામારાવના ભાઈ પણ આંધ્રના મુખ્યમંત્રી તરીકે રહી ચૂક્યા છે. ડાબેરીઓના પ્રકાશ કરાત અને તેમનાં પત્ની વૃંદા કરાત રાજનીતિમાં છે. મહારાષ્ટ્રના નેતા અને કેન્દ્રીય મંત્રી શરદ પવારનાં પુત્રી સુપ્રિયા સાંસદ છે. પૂર્વ સાંસદ સુનીલ દત્તનાં પુત્રી પ્રિયા દત્ત સાંસદસભ્ય છે. શિવસેનાના સુપ્રીમો બાલ ઠાકરેના પુત્ર ઉદ્ધવ ઠાકરે હવે પિતાના રાજકીય વારસદાર છે. બાલ ઠાકરેના ભત્રીજા રાજ ઠાકરે કાકાનો વારસો ના મળતાં અલગ પક્ષ રચીને બેઠા છે. દિલ્હીમાં સ્વ. સંજય ગાંધીનાં પત્ની મેનકા ગાંધી અને વરૂણ ગાંધી બેઉ રાજનીતિમાં છે. ગ્વાલિયરનાં પૂર્વરાજમાતા વિજ્યા રાજે સિંધિયા કે જેઓ ભાજપાની સ્થાપનાના મુખ્ય સ્તંભ હતાં, તેમના પુત્ર સ્વ. માધવરાવ સિંધિયા, કોંગ્રેસમાં જોડાઈ કેન્દ્રીય મંત્રી બન્યા હતા. રાજમાતાનાં પુત્રી વસુંધરારાજે રાજસ્થાનમાં મુખ્યમંત્રીપદે રહી ચૂક્યા છે. સ્વ. માધવરાવ સિંધિયાના પુત્ર જ્યોતિરાદિત્ય સિંધિયા કેન્દ્રીય મંત્રી છે. ગુજરાતના કેટલાક મુખ્યમંત્રીઓના પુત્રો પણ ગુજરાત વિધાનસભામાં ધારાસભ્ય કે કેન્દ્રમાં મંત્રી છે. પરંતુ આ બધામાં એક

માત્ર નરેન્દ્ર મોદી જ અપવાદ છે. પરિવારને રાજનીતિમાં આવતાં રોકવું એ અઘરું છે. એમ કરવા માટે જબરદસ્ત નૈતિક તાકાત જોઈએ અને તે નરેન્દ્ર મોદી પાસે છે.

બચપણથી જ નરેન્દ્રભાઈ નોખી માટીના રહ્યા છે. તેઓ મનસ્વી, સ્વૈરવિહરી અને સતત ભ્રમણકર્તા રહ્યા છે. તેમણે શાળાના અભ્યાસ બાદ ૧૭ વર્ષની વયે ગૃહત્યાગ કર્યો હતો. પરિવારને પણ ત્યજી દીધું હતું. એવી ઓછી વયે અધ્યાત્મની ખોજમાં હિમાલય ભ્રમણ કરવા નીકળી પડ્યા હતા. એ પછી તેઓ કદી પોતાના પરિવાર સાથે રહ્યા નથી. બે વર્ષ સુધી ભ્રમણ કર્યા બાદ તેમણે પોતાની જિંદગીનો માર્ગ પસંદ કરી લીધો હતો. તેમના જીવન પર સ્વામી વિવેકાનંદની ભારે અસર થઈ છે. પૂરાં બે વર્ષ બાદ હિમાલયમાં ભ્રમણ કરીને એક નાનકડી બૅગ સાથે તેઓ પાછા આવ્યા ત્યારે તેમનાં માતા હીરાબા તો ગાડાંઘેલાં થઈ ગયાં હતાં. એ પ્રસંગને યાદ કરતાં તેમનાં માતા કહે છે : "બે વર્ષ સુધી નરેન્દ્રના કાંઈ જ સમાચાર નહોતા. એ દિવસે હું રસોડામાં હતી. મારી દીકરી અચાનક બોલવા માંડી, 'ભાઈ આવ્યા, ભાઈ આવ્યા.' હું તો રડવા લાગી. મેં નરેન્દ્રને પૂછ્યું : 'તું ક્યાં ગયો હતો ?'

તો એણે કહ્યું : 'હિમાલય.'

મેં કહ્યું : "મેં રોટલા ને શાક બનાવ્યાં છે. તું બે વર્ષે પાછો આવ્યો છે. લાવ થોડીક સેવ રાંધી લઉં." પરંતુ એણે ના પાડતાં કહ્યું : "મને રોટલા ને શાકમાં જ આનંદ આવશે." એ પછી નરેન્દ્ર ગામમાં લટાર મારવા નીકળ્યો. ઘરમાં હું અને મારી દીકરી જ હતાં. એની બૅગમાં તે શું લઈને આવ્યો છે તે જાણવાની મને ઈન્તેજારી હતી. મેં એની બૅગ ખોલી. એમાંથી મને એક જોડ કપડાં જ મળ્યાં. એક અડધું પેન્ટ, અડધી બાંયનું પહેરણ, ભગવા રંગની શાલ અને મારો ફોટો. બસ, એ વખતે નરેન્દ્ર એક જ રાત રહ્યો અને તે પછી જતો રહ્યો."

વડનગર છોડી નરેન્દ્ર અમદાવાદ પહોંચ્યા. સ્ટેટ ટ્રાન્સપોર્ટની ઑફિસમાં તેમના મામા કેન્ટિન ચલાવતા હતા. યુવા નરેન્દ્રએ અહીં મામાને મદદરૂપ થવાનું કામ કર્યું. આવો સંઘર્ષ વેઠનાર યુવા નરેન્દ્ર માટે જાણે કે હવે રાષ્ટ્રીય સ્વયંસેવક સંઘ સ્વયં ઈન્તજાર કરી રહ્યું હતું અને સંઘમાં જવું એટલે પરિવારનો ત્યાગ કરવો. સંઘમાં જવું એટલે સાંસારિક સુખોનો ત્યાગ કરવો. સંઘમાં જવું એટલે કુટુંબથી સંન્યાસ લેવો અને એ કારણે જ નરેન્દ્રભાઈએ સત્તાની રાજનીતિથી પોતાના પરિવારને આજ સુધી દૂર રાખ્યો અને એ જ કારણે નરેન્દ્ર મોદીના પરિવારના એક પણ સભ્યને મેં લાખ્ખોની કિંમતની લક્ઝુરિયસ મોટરકારોમાં ફરતાં કદી જોયા નથી, વિમાનના બિઝનેસ ક્લાસમાં મુસાફરી કરતાં કદી જોયા નથી, ફાઈવ સ્ટાર હોટલોમાં ઊતરતા મેં કદી જોયાં નથી. નરેન્દ્રભાઈનાં માતા હીરાબા ખુદ તેમના બીજા એક પુત્રના મધ્યમવર્ગને પોસાય તેવા

સામાન્ય મકાનમાં રહે છે. અહીં મને સરદાર સાહેબના પરિવારનો એક પ્રસંગ યાદ આવે છે. એ વખતે દેશને આઝાદી મળી ચૂકી હતી. સરદાર સાહેબ દેશના નાયબ વડાપ્રધાન હતા. એક દિવસ સરદાર સાહેબના પૌત્ર બિપીનભાઈ વ્યવસાયની શોધમાં દિલ્હીથી મુંબઈ ગયા હતા. એ વખતે તેઓ દાદાજીના આશીર્વાદ લેવા ગયા. ત્યારે સરદાર સાહેબે પોતાના જ પૌત્રને સલાહ આપી હતી : "...જગતમાં ભાતભાતના લોકો મળશે, રોટલા ના મળે તો અહીં આવજો, પણ સરદારના નામે કમાશો નહીં. સરદારના નામનો ઉપયોગ કરશો નહીં, સરદારના નામની લાગવગ વાપરશો નહીં. હું દિલ્હીમાં છું ત્યાં સુધી દિલ્હીથી દૂર રહેશો."

આજે નરેન્દ્ર મોદીના પરિવારને પણ નરેન્દ્ર મોદીના નામે કમાવાનો કોઈ અધિકાર નથી.

•

"નેતા બનવું હોય તો નિર્ણય લેવાની જવાબદારી પણ તમારે જ લેવી પડશે. તમારે જ નિશાન તાકવું પડે અને બંદૂક ફોડવી પડે."

– ટી. બોન પિન્કસ

(બી.પી. કેપિટલ મૅનેજમેન્ટ)

પ્રકરણ ૫

માર્ટિન લ્યુથર કિંગે કહ્યું હતું : 'મને એક સ્વપ્ન છે !'

તા.૧૦મી ડિસેમ્બર, ૧૯૬૪.

૩૫ વર્ષનો એક શ્યામરંગી યુવાન શાંતિ માટેનો નોબલ પુરસ્કાર સ્વીકારી રહ્યો હતો. તે બોલી રહ્યો હતો : "હું શાંતિ માટેનું આ નોબલ પ્રાઇઝ એ ઝુંબેશ માટે સ્વીકારું છું કે જે અમેરિકામાં વસતા ૨૨ મિલિયન નિગ્રોઝ વંશીય ભેદભાવથી થતા અન્યાયના અંત માટે વર્ષોથી સર્જનાત્મક સંઘર્ષ કરી રહ્યા છે."

૧૬મી સદીમાં બ્રિટિશરો અને યુરોપના દેશોના ગોરાઓના અમેરિકામાં આગમન બાદ કાળા રંગના લોકોને ગુલામ બનાવવાની અમાનુષી પ્રથાના અંત માટે એક કાળા યુવાને સ્વપ્ન જોયું હતું. એ યુવાન માર્ટિન લ્યુથર કિંગ હતા. અગાઉ એક સભામાં તેઓ બોલ્યા હતા : 'I have a dream...' જે પ્રતીકાત્મક છાયામાં આજે આપણે ઊભા છીએ એ મહામાનવે (અબ્રાહમ લિંકને) ૧૦૦ વર્ષ પહેલાં એક જાહેરનામા પર સહી કરી લાખો નિગ્રો ગુલામોના મનમાં આશાની જ્યોત જગાવી હતી, પરતુ આજે ૧૦૦ વર્ષ બાદ પણ નિગ્રો મુક્ત નથી. આપણી જ ભૂમિ પર આપણે પારકા છીએ. આ શરમજનક હાલત વિશ્વ સમક્ષ રજૂ કરવા આપણે એકત્ર થયા છીએ."

જે સભામાં ડૉ. માર્ટિન લ્યુથર કિંગે ભાષણ કર્યું એ વખતે અમેરિકાના હાલના પ્રેસિડેન્ટ બરાક ઓબામા માત્ર બે વર્ષના હતા. ડૉ. કિંગ જાણતા હતા કે તેમની હયાતીમાં એ સ્વપ્ન પૂરું થઈ શકશે નહીં. એથી તેઓ ભાવિ પેઢીનો ઉલ્લેખ કરતા

હતા. બરાક ઓબામાએ પણ એ સ્વપ્ન નિહાળ્યું. તેમનું સ્વપ્નું હતું અમેરિકાના પ્રેસિડેન્ટ બનવાનું અને એક દિવસ જે અમેરિકા કાળા રંગના માણસોને ગુલામ તરીકે રાખતું હતું તે જ અમેરિકાના પ્રેસિડેન્ટ તરીકે એક અશ્વેત વ્યક્તિ આવ્યો. માર્ટિન લ્યુથર કિંગનું સ્વપ્ન બરાક ઓબામાએ સાકાર કર્યું.

ડૉ. માર્ટિન લ્યુથર કિંગના 'I have a dream...' જેવા વિધાનથી બરાક ઓબામાને નવાં સ્વપ્નો મળ્યાં. એ સ્વપ્નોનો પીછો કરતા તેઓ દોડતા રહ્યા. ગોરી માતાની કૂખે જન્મેલું એક કાળું બાળક અમેરિકાનો પ્રેસિડેન્ટ કેવી રીતે બન્યો તેની એક સ્વતંત્ર કહાણી છે, તેવી જ કહાણી ગુજરાતના વડનગર નામના નાનકડા નગરના પછાત ગણાતા વર્ગમાં જન્મેલા, ચા વેચતા અને જિંદગીભર તેઓ જે વિચારધારાને માનતા રહ્યા તે રાષ્ટ્રીય સ્વયંસેવક સંઘના દફતરમાં જ સૂઈ જતા અને જ્યાંથી જે મળ્યું તે ખાઈ લેતા, એવા એક સ્વપ્નશીલ માણસ નરેન્દ્ર મોદીની પણ છે. આઝાદી પછી આ દેશને અનેક નેતાઓ મળ્યા. પંડિત જવાહરલાલ નહેરુથી માંડીને અટલ બિહારી બાજપાઈ જેવા અનેક નેતાઓ લાખોની જનમેદનીને મંત્રમુગ્ધ કરતા રહ્યા, પરંતુ નરેન્દ્ર મોદી અને એ નેતાઓ વચ્ચે ફરક એ છે કે, દેશના કરોડો શિક્ષિત અને અશિક્ષિત બેકાર યુવાનોને નરેન્દ્ર મોદીમાં એક આશા જણાઈ છે. મંદીથી બેહાલ વેપારીઓ અને કૉર્પોરેટ વર્લ્ડને મોદીમાં એક આશા દેખાઈ છે. સરહદપારથી આવતા આતંકવાદીથી ત્રસ્ત ભારતીયોને મોદીમાં એક આશા દેખાઈ છે. બ્યૂરોક્રેટ્સ અને ડિપ્લોમેટ્સને કામ કરતી સરકાર લાવવા મોદીમાં એક આશા દેખાઈ છે. નિષ્ણાતોને ભારત વિશ્વમાં એક શક્તિશાળી દેશ તરીકે ઊભરવા માટે મોદીમાં એક આશા દેખાઈ છે. પાકિસ્તાન જેવો આર્થિક રીતે બેહાલ થઈ ગયેલ દેશ ભારતને બરબાદ કરી નાખવા અનેક ષડ્યંત્રો કરે છે, ત્યારે પાકિસ્તાન સામે સંરક્ષણાત્મક નીતિ અપનાવવાના બદલે આક્રમક-પ્રોએક્ટિવ નીતિ લાવવા માંગતા ભારતીયોને મોદીમાં એક આશા દેખાઈ છે. શાયદ મોદીનું પણ એ જ સ્વપ્ન છે. ડૉ. માર્ટિન લ્યુથર કિંગ બોલ્યા હતા : 'I have a dream...'

અને એ સ્વપ્ન સાકાર કરવા સત્તા હાથમાં લેવી પડે. એ સ્વપ્ન માત્ર વાતો કરવાથી કે વિચારવાથી પૂરું ના થાય એ વાત મોદી બરાબર જાણે છે. નરેન્દ્ર મોદીનાં પ્રવચનોથી પ્રભાવિત થનારા લોકોએ એ વાત જાણી લેવી જોઈએ કે તેઓ માત્ર પ્રવચનો કરનારા નેતા નથી. એક્શન ઓરિએન્ટેડ નેતા છે. કદાચ આ બાબતમાં તેઓ તેમની વિરોધી પાર્ટી કોંગ્રેસનાં શક્તિશાળી ને લોખંડી મહિલા ઇન્દિરા ગાંધીની વધુ નજીક છે. ઇન્દિરા ગાંધી પણ આક્રમક પગલાં લેનારાં નેતા હતાં. એમણે રાતોરાત બૅન્કોનું રાષ્ટ્રીયકરણ કરી નાંખી રાષ્ટ્રીયકૃત બૅન્કોને સામાન્ય માણસો માટે

ખુલ્લી મૂકી દીધી હતી. ઇન્દિરા ગાંધીએ રાતોરાત રાજાઓના સાલિયાણાં અને વિશેષ અધિકારો નાબૂદ કરી રાજાઓની સાન ઠેકાણે લાવી દીધી હતી. ઇન્દિરા ગાંધીએ પાકિસ્તાનના બે ટુકડા કરી બાંગ્લાદેશને આઝાદી અપાવી હતી. ભારતમાં પહેલી જ વાર અણુધડાકાનો પ્રયોગ કરી વિશ્વને સ્તબ્ધ કરી દીધું હતું. મોદી પણ એક એક્શન ઓરિએન્ટેડ નેતા છે.

બરાક ઓબામાએ પોતાની ચૂંટણી પ્રચારયાત્રાનો આરંભ એક સામાન્ય પછાત વસ્તીથી કર્યો હતો. શ્રમજીવી સ્ત્રી-પુરુષોએ બાંધેલી એ પછાતોની વસાહતમાં તેમને ફાળો પણ મળ્યો હતો જે પાંચ, દસ કે વીસ ડૉલર જ હતો. પણ એ નાનકડી રકમે જ એમને બળ પૂરું પાડ્યું હતું. ધીમે ધીમે તેમને પ્રચંડ આવકાર મળ્યો. અભૂતપૂર્વ પ્રતિસાદ મળ્યો. નરેન્દ્ર મોદીનું રાજકીય જીવન પણ આ રીતે જ શરૂ થયેલું છે. આરંભનાં વર્ષોમાં તેઓ ગામેગામ ખૂંદી વળ્યા છે. જ્યાં રહેવાનું મળ્યું ત્યાં રહ્યા છે. જ્યાં ખાવાનું મળ્યું તે ખાધું છે. એસ.ટી. બસ અને મોટરસાઈકલ પર માઈલોના માઈલો સુધી સફર કરી છે. એમણે ધરતીને નજીકથી જોઈ છે. ગામડાં, ખેડૂતો, ગરીબો, બેકારો અને લોકોના સંઘર્ષને નજીકથી નિહાળ્યા છે. તેઓ કોઈ શ્રીમંતના ઘરે કે ઉચ્ચકુળમાં જન્મ્યા નથી. તેમનું જન્મસ્થાન વડનગર પ્રાચીન મંદિરો માટે જાણીતું છે. ઈ.સ. ૬૪૦માં ચીનનો મુસાફર ચ્યુ-એન-શાંગ પણ વડનગર આવ્યો હતો. વડનગરની પ્રજા સુસંસ્કૃત અને બુદ્ધિમાન ગણાતી રહી છે. વડનગર તાના-રીરી નામથી અને સુપ્રસિદ્ધ બહેનોની ગાયકી માટે પણ જાણીતું છે. અકબર બાદશાહના ગાયક તાનસેને 'દીપક' રાગ ગાયો અને તેના દેહમાંથી અગ્નિજ્વાળાઓ પ્રગટવા લાગી ત્યારે વડનગરની બે બહેનોએ તાના-રીરીએ રાગ 'મલ્હાર' ગાઈને વર્ષા વરસાવી હતી અને તાનસેનને એ વર્ષાની ઠંડકથી રાહત બક્ષી હતી. આવા વડનગરમાં જન્મેલા નરેન્દ્ર મોદી પાસે પણ અનેક પ્રકારની આગથી પ્રજ્વલિત દેશના લોકોને કોઈ શીતળતાની આશા છે.

અમેરિકાના પ્રેસિડેન્ટ તરીકે ચૂંટાયા બાદ બરાક ઓબામા બોલ્યા હતા : "હું જાણું છું કે, તમે કેવળ ચૂંટણી જીતાડવા આ કર્યું નથી. તમે આ મારા માટે પણ કર્યું નથી. તમે આ એટલા માટે કર્યું કે, તમારી સમક્ષ એક મોટો પડકાર છે. તમને આવતીકાલની સમસ્યાઓની ચિંતા છે. અમેરિકામાં આજે પણ એવાં કેટલાંય માતા-પિતા છે જે રાત્રે બાળકોને ઊંઘાડી દીધા બાદ પણ તેમના ઓશીકા પાસે બેસીને ચિંતા કરતાં હોય છે. એ ચિંતા ડૉક્ટરના બિલની કે તેમના બાળકના શિક્ષણની ફીની હોય છે. એ માટે આપણે નવી રોજગારી ઊભી કરવી પડશે. નવી શાળાઓ બાંધવી પડશે. નવા ઉપાયો કરવા પડશે."

આ ઉદ્‌ગારો કેવળ અમેરિકા માટે જ નહીં, પરંતુ સમગ્ર વિશ્વ માટે બોલાઈ રહ્યા હોય એમ ઘણાને લાગ્યું હતું. નરેન્દ્ર મોદી પણ શાયદ હવે વિશ્વમાનવની ભાષા તરફ સરકવાની નજીક જઈ રહ્યા હોય. એવી એક અભીપ્સાનો હવે જન્મ થયો છે. આ દેશના ૧૨૦ કરોડ લોકોના દિલમાં પડેલાં દુઃખો સાથે તેઓ તાદાત્મ્ય અનુભવી રહ્યા હોય એવું એક સ્વપ્ન તેમણે કરોડોના દિલમાં પેદા કર્યું છે.

અને તેથી જ ડૉ. માર્ટિન લ્યુથર કિંગને ફરી એક વાર યાદ કરવા જરૂરી છે. જાન્યુઆરીનો ત્રીજો સોમવાર ડૉ. માર્ટિન લ્યુથર કિંગનો જન્મદિવસ હતો. તેમની વિચારધારાના કારણે કોઈકે તેમની હત્યા કરી નાખી હતી, તેથી તેમનું સ્વપ્ન અધૂરું હતું. ડૉ. માર્ટિન લ્યુથર કિંગના જન્મદિવસે એ સમારંભમાં ડૉ. કિંગનાં વિધવા પત્ની શ્રીમતી કોરાટે હતા. કોરાટેએ પ્રેસિડેન્ટ બરાક ઓબામાને અતિથિ સવિશેષ તરીકે બોલાવ્યા હતા. બરાક ઓબામાએ પણ ડૉ. માર્ટિન લ્યુથર કિંગના 'I have a dream...'વાળું વાક્ય યાદ કરી વક્તવ્ય આપ્યું. તે પછી શ્રીમતી કોરાટેએ ઓબામાને કહ્યું : "બરાક ! માર્ટિનનો દીવો હવે તારા હાથમાં છે. એ અંધારું તારે દૂર કરવાનું છે. જીવનભર અમે ઝઝૂમ્યા પણ કાંઈ થયું નહીં. હવે, એ તારે કરવાનું છે."

આઝાદીના છ દાયકા બાદ પણ ભારતે હજુ ગરીબી, બેકારી, જ્ઞાતિવાદ, મોંઘવારી અને ધનવાનોના શોષણથી મુક્ત થવાનું બાકી છે. એ અંધકાર હજુ દૂર થયો નથી. ૧૯૫૦ની ૧૭મી સપ્ટેમ્બરે નરેન્દ્ર મોદી ઈંટ અને માટીથી બનેલા સામાન્ય મકાનમાં જન્મેલા છે. સૂવા, બેસવા અને જમવા તેમના પિતા પાસે એક જ ઓરડો હતો. ખૂણામાં પાણીનું માટલું અને એક જ ચોકડી. તેની આડે એક કપડું બાંધી તે ચોકડી નાહવા માટે વપરાતી. ઘરમાં છાણાં અને ખેતરોમાંથી લાવેલાં લાકડાંના બળતણથી રસોઈ બનતી. ઘરમાં રાત્રે કેરોસીનનો દીવો સળગતો. વર્ષો પહેલાં મોદીએ જે સંઘર્ષ વેઠ્યો હતો એવો જ સંઘર્ષ દેશના કરોડો લોકો આજે પણ વેઠી રહ્યા છે. બિહાર અને ઝારખંડના કેટલાક વિસ્તારોમાં આજે પણ વીજળી નથી. કેટલાક આદિવાસીઓ જીવ-જંતુ ખાઈને પેટ ભરે છે. દેશના વડાપ્રધાન કોણ છે તેની તેમને ખબર નથી. આઝાદી મળી પરંતુ ગરીબી અને લાચારીમાંથી તેમને આઝાદી મળી નથી. મોદીએ આવા લાખ્ખો કરોડો લોકોના જીવનના અંધકારને દૂર કરવા પ્રયાસ કરવો પડશે. મોદી ઇચ્છે તો તેમ કરી શકે છે. નરેન્દ્ર મોદી તો બરાક ઓબામા બોલ્યા એ પહેલાં જ એક સભામાં બોલ્યા હતા : "Yes... We can."

•

"તમારો સમય મર્યાદિત છે. બીજાના અભિપ્રાયના આધારે જાણવાનું બંધ કરી દો. અન્યના વિચારોના કોલાહલને તમારા અંતરાત્માના અવાજ પર હાવી થવા ના દો. તમારા આત્માના અવાજને અનુસરો. તમે જ તમારી જાતને તારી શકો. તમારા કામના પ્રેમમાં પડી જાવ, મજા આવશે."

– સ્ટીવ જોબ્સ

(એપલ કોમ્યુનિકેશનના સ્થાપક)

પ્રકરણ ૯

સફળતા સહુને દેખાય, શ્રમ કોઈને દેખાતો નથી

હું પત્રકારત્વમાં આવ્યો તે પહેલાં રાષ્ટ્રીય સ્વયંસેવક સંઘની પ્રવૃત્તિઓથી બહુ વાકેફ નહોતો. એક વાર યુવા પત્રકાર તરીકે મને રાષ્ટ્રીય સ્વયંસેવક સંઘના વડાના અમદાવાદમાં કાંકરિયા તળાવ પાસે આવેલી ફૂટબૉલના મેદાન પર સંઘના કાર્યક્રમના કવરેજની કામગીરી સોંપવામાં આવી. શાયદ ગોળવલકરજી સ્વયંસેવકોને સંબોધતા હતા. આખા મેદાનમાં ખાખી ચડ્ડી અને શર્ટમાં અનેક સ્વંયસેવકો બેઠેલા હતા. તેમનું શિસ્ત અને કતારબદ્ધ બેસવાની પદ્ધતિ જોઈ હું પ્રભાવિત થયો હતો. એ પછી મોરબી નામના શહેરમાં પ્રચંડ પૂર આવ્યું અને બંધ તૂટી જતાં સેંકડો લોકો મૃત્યુ પામ્યા હતા. કીચડમાં ખૂંપી ગયેલાં, ના ઓળખાય તેવાં, વિકૃત થઈ ગયેલાં માનવશબોને કોઈ સ્પર્શવા પણ માગતું નહોતું. એ વખતે મેં સંઘના કાર્યકર્તાઓને એ દુર્ગંધિત લાશો ઊંચકતાં જોયા અને એ માનવશબોનાં સામૂહિક અંતિમસંસ્કાર કરતાં સંઘના કાર્યકર્તાઓને જોયા ત્યારે હું ફરી વિચારમાં પડી ગયો. હું સંઘની તમામ વિચારધારાનો સમર્થક ના હોવા છતાં એ રાષ્ટ્રવાદી સંગઠન પ્રત્યે આદર ધરાવતો રહ્યો. સંઘના વડાઓની સાદગીથી હું હંમેશાં પ્રભાવિત રહ્યો. ૧૯૫૮માં ગુજરાત આર.એસ.એસ.ના પહેલાં પ્રાંત પ્રચારક લક્ષ્મણરાવ ઈનામદારે યુવાન નરેન્દ્ર મોદીને સંઘના સ્વયંસેવક બનાવ્યા. સ્વયંસેવક બનતાં જ યુવાન નરેન્દ્રએ મીઠું અને

તેલ ખાવાનું બંધ કરી દીધું. આ વાતની ખબર પડતાં માતા અને ભાઈએ ચોંકી જતાં પૂછ્યું : “મીઠું (નમક) અને તેલ ખાવાનું કેમ બંધ કરી દીધું ?”

યુવાન નરેન્દ્રએ જવાબ આપ્યો : “હું દેશની સેવા કરવા માગું છું. આજે દેશને મારી જરૂર છે.”

“દેશને તારી જરૂર છે એ વાત તો ઠીક છે પરંતુ મીઠું અને તેલ ના ખાવા સાથે દેશની સેવાને શું સંબંધ છે ?” ભાઈએ પૂછ્યું.

નરેન્દ્રએ જવાબ આપ્યો : “એક પ્રચારક સ્વાદિષ્ટ પકવાનની કલ્પના કેવી રીતે કરી શકે ? દેશસેવા માટે તો ભૂખ્યા અને તરસ્યા પણ રહેવું પડે.”

– અને તે પછી તેઓ સંઘના ચુસ્ત પ્રચારક બની ગયા. પ્રચારક તરીકેના જીવન દરમિયાન અત્યંત સાદગીપૂર્વક જીવનયાત્રાની શરૂઆત કરી. વહેલી સવારે ઊઠીને દૂધ લેવા જવું, અન્ય સાથીઓ માટે ચા બનાવવી, ગુજરાતના આર.એસ.એસ.ની કચેરી ‘હેડગેવાર’ ભવનના કમરાઓની સાફસૂફી કરવી – એ બધું જ કામ યુવાન નરેન્દ્ર કરી લેતા. એ બધું પતી જાય એટલે તેઓ પ્રાંત પ્રચારક લક્ષ્મણરાવ ઈમાનદારનાં વસ્ત્રો પણ ધોઈ નાખતા હતા. પ્રાંત-પ્રચારક ઈનામદાર ‘વકીલ સાહેબ’ તરીકે પણ ઓળખાતા હતા. વકીલ સાહેબે જ તેમને ઉત્તમ સ્વયંસેવક બનવાની તાલીમ આપી. યુવાન નરેન્દ્ર તેમના ‘માનસપુત્ર’ બનીને રહ્યા.

૧૯૭૧માં પૂર્વ બંગાળમાં મુસ્લિમો તેમ જ હિન્દુઓ પર થતા અત્યાચાર તથા પાકિસ્તાનના લશ્કર દ્વારા આચરવામાં આવતા જાતિસંહારના વિરોધમાં ૨૧ વર્ષની વયે નરેન્દ્ર મોદીએ ધરપકડ વહોરી. તેમને દિલ્હીની તિહાડ જેલમાં રાખવામાં આવ્યા. ૧૯૭૨માં તેમણે સંઘના-પ્રચારક તરીકે વિધિપૂર્વકનું કામ શરૂ કર્યું. સંઘના સ્વયંસેવક તરીકે જોડાયા બાદ તેઓ સંઘની ઑફિસમાં જ બીજા ૧૨ થી ૧૫ જણ સાથે રહેતા હતા. બપોરે કોઈ ને કોઈ સ્વયંસેવકના ઘેર જમી લેતા હતા. એ પછી તેમણે સંઘની વિચારધારાના પ્રચાર માટે એસ.ટી.બસમાં બેસી ગુજરાતનાં ગામડાં ખૂંદવાનું શરૂ કર્યું.

આમ તો ગાંધીજીની હત્યા પછી સરદાર સાહેબે આર.એસ.એસ. પર પ્રતિબંધ મૂકી દીધો હતો, પરંતુ ગાંધીજીની હત્યામાં સંઘનો કોઈ રોલ હોવાના પુરાવા ના મળતાં સરદાર સાહેબે એ પ્રતિબંધ ઉઠાવી લીધો હતો. ૧૯૪૮માં આર.એસ.એસ. પર પ્રતિબંધ હતો ત્યારે હિન્દુવાદી નેતા બલરાજ મધોકે સંઘની એક શાખા રૂપે અખિલ ભારતીય વિદ્યાર્થી પરિષદની શરૂઆત કરી હતી. તા. ૨૧ ઑક્ટોબર, ૧૯૫૧માં જનસંઘની રચના થઈ. તેનાં ઘણાં વર્ષો બાદ વસંત ગજેન્દ્ર ગડકરે

ગુજરાતમાં જનસંઘની ધુરા સંભાળી હતી. એ પછી ગુજરાતમાં ઘણુંબધું બદલાતું રહ્યું. દુકાળ પડ્યો. એ વખતના મુખ્યમંત્રી ચિમનભાઈ પટેલની વિરુદ્ધ નવનિર્માણનું આંદોલન આવ્યું. જયપ્રકાશ નારાયણ પણ અમદાવાદ આવ્યા. યુવાન નરેન્દ્ર તેમનાથી પ્રભાવિત થયા. ચિમનભાઈ પટેલે રાજીનામું આપ્યું, પણ વિધાનસભા સ્થગિત કરી દેવાઈ. વિધાનસભાના વિસર્જન માટે મોરારજી દેસાઈ ઉપવાસ પર ઊતરી ગયા. એ વખતે હું આંદોલનનું રિપોર્ટિંગ કરતો હતો. છેવટે ગુજરાત વિધાનસભાનું વિસર્જન થતાં મોરારજીભાઈએ પારણાં કર્યાં. પરંતુ નાટ્યાત્મક ઘટનાઓનો અંત ના આવ્યો. તા. ૨૬ જૂન ૧૯૭૫ના રોજ ઈન્દિરા ગાંધીએ દેશમાં કટોકટી લાદી દીધી. અખબારો પર સેન્સરશિપ આવી. જયપ્રકાશ નારાયણ, મોરારજી દેસાઈ, ચરણસિંહ, એલ. કે. અડવાણીને ગિરફતાર કરવામાં આવ્યા.

હવે રાષ્ટ્રીય સ્વયંસેવક સંઘે કટોકટીનો વિરોધ કરવા લોકસંઘર્ષ સમિતિની રચના કરી, સંઘના ક્ષેત્ર પ્રચારક લક્ષ્મણરાવ ઈનામદારના નેતૃત્વ હેઠળ ભૂગર્ભ આંદોલન શરૂ થયું. બીજા કાર્યકર્તાઓની સાથે નેતા નરેન્દ્ર મોદી પણ ભૂગર્ભમાં જતા રહ્યા. એક દિવસ તેમણે ખાનગીમાં પ્રભુદાસ પટવારીના ઘરે જ્યોર્જ ફર્નાન્ડીઝ સાથે મીટિંગ કરી. ફર્નાન્ડીઝે વેશપલટો કરેલો હતો. બેઉ એકબીજાને મળ્યા અને સમાચારોની આપ-લે કરી. નરેન્દ્ર મોદીએ પોલીસને શક ના જાય તેવી સેંકડો પુસ્તિકાઓ છપાવીને ગુપ્તતાથી દિલ્હી મોકલાવી. એ સિવાય બીજી અનેક ગુપ્ત કામગીરીઓ એમણે સંભાળી લોકસંઘર્ષ સમિતિની ભૂગર્ભ મીટિંગ માટે કોડવર્ડનો ઉપયોગ થયો. "લગ્નની તારીખ નક્કી થઈ ગઈ છે" અને તે સાંકેતિક શબ્દના આધારે ૧૮મી નવેમ્બર, ૧૯૭૫ના રોજ સમિતિની ગુપ્ત મીટિંગ મળી. આ બધી કામગીરી દરમિયાન નરેન્દ્ર મોદી વેશપલટો કરતા રહ્યા. કોઈ વાર સાધુ જેવાં કપડાં પહેરી લેતા તો કોઈ વાર દાઢી વધારી માથે સાફો પહેરી લેતા. એક વાર તો દાઢી વધારી માથે શીખ પાઘડી પહેરી સરદારજી બની ગયા હતા. એ બધું એક થ્રિલર જેવું લાગે છે. જે કાર્યકર્તાઓ જેલમાં હતા તેમના પરિવારોની સહાય માટે ભંડોળ ભેગું કરીને એમના ઘેર સહાય કરવાનું કામ પણ તેઓ કરતા. પૈસાદારો પોલીસના ડરથી મદદ કરતાં ગભરાતા ત્યારે નરેન્દ્ર મોદી નાના માણસો પાસેથી ફંડ એકત્ર કરી જરૂરિયાતવાળાઓને એ રકમ પહોંચાડતા. એ બધા દિવસો કપરા હતા, પરંતુ નરેન્દ્ર મોદીએ ધીરજથી બધી જ કામગીરી નિભાવી. તા. ૨૬ જૂન, ૧૯૭૫થી લદાયેલી કટોકટીને તા. ૨૨ માર્ચ ૧૯૭૭ના રોજ અંત આવ્યો. પરંતુ હવે નરેન્દ્ર મોદી એક પક્વ આંદોલનકારી અને

શક્તિશાળી નેતા તરીકે બહાર આવી રહ્યા હતા. એ પછી સંઘ તેમને સંગઠનના મહત્ત્વપૂર્ણ હોદ્દાઓ પર બઢતી આપતો જ ગયો. સંઘના નેતાઓ નરેન્દ્ર મોદીની કામગીરીથી સંતુષ્ઠ જ નહીં, પરંતુ પ્રભાવિત પણ હતા, આવનારા સમયમાં સંઘ હવે તેમને રાષ્ટ્રની અત્યંત મહત્ત્વપૂર્ણ જવાબદારી સોંપવા સજ્જ થઈ રહ્યો હતો.

નરેન્દ્ર મોદીને ચા વેચવાવાળા કહેનાર સમાજવાદી પાર્ટીના નેતા નરેશ અગ્રવાલને ખબર નથી કે નરેન્દ્ર મોદીએ આજની કક્ષાએ પહોંચવા કેટલો સંઘર્ષ કર્યો છે, કેટલી વિપરીત પરિસ્થિતિનો સામનો કર્યો છે અને કેટલાં જોખમો ઉઠાવ્યાં છે ! કોઈએ સાચું જ કહ્યું છે, સફળતા સહુને દેખાય છે પણ શ્રમ કોઈને દેખાતો નથી.”

●

"લોકો મને કઈ યાદ કરશે, તે વિચારીને જીવન જીવવામાં હું માનતો નથી. જે દિવસે અન્યના અભિપ્રાયો માટે જીવન જીવવા લાગશો, તે દિવસે તમારું મૃત્યુ નિશ્ચિત માનજો."

– વોરન બફેટ

(વિશ્વના બીજા નંબરના શ્રીમંત બિઝનેસમૅન)

પ્રકરણ ૭

હિસાબ ચૂકતે કરવાનો ઇન્તજાર

નરેન્દ્ર મોદી રાજનીતિમાં પ્રવેશ્યા તે પહેલાં તેઓ સંગઠનના માનવી રહ્યા. આમ જોવા જઈએ તો 'યાત્રા'ની વિચારધારા મૂળ તો ગાંધીજીની હતી. આઝાદીના જંગ વખતે અંગ્રેજો દ્વારા મીઠા પર કર નાખવાના વિરોધમાં ગાંધીજીએ દાંડીયાત્રાનું આયોજન કર્યું હતું અને એ યાત્રાએ અંગ્રેજોને ધ્રુજાવી નાંખ્યા હતા. એ યાત્રા અમદાવાદના સાબરમતી આશ્રમથી નીકળતી હતી. સાબરમતી આશ્રમ પાસે આજેય પણ ચંદ્રભાગા નદી પરનો પુરાણો બ્રિજ દાંડીબ્રિજ તરીકે ઓળખાય છે. લાગે છે કે યાત્રાઓ દ્વારા જનઆંદોલન ઊભો કરવાનો ગાંધીજીનો મૂળ વિચાર વર્ષો બાદ નરેન્દ્ર મોદીએ અપનાવી લીધો. એંશીના દાયકાઓમાં દેશમાં ઘણી મહત્ત્વની ઘટનઓ ઘટી. એ દશ્યો નરેન્દ્ર મોદી નિહાળતા રહ્યા, પરંતુ ૧૯૮૭ના વર્ષે ગુજરાતમાં ન્યાયયાત્રા કાઢવાનો તેમને વિચાર આવ્યો. તેમણે ચાર નેતાઓની પસંદગી કરી. એ ચારેય જણાએ રાજ્યના ચાર ખૂણાઓમાંથી યાત્રા કાઢી. વિવિધ જિલ્લાઓના ૧૧૫ જેટલા દુષ્કાળગ્રસ્ત તાલુકાઓનાં ૧૫,૦૦૦ ગામોમાં યાત્રા ફરી વળી. દુષ્કાળપીડિતોને ભાજપાને સહાનુભૂતિ મળી.

એ પછી લોકશક્તિ રથયાત્રા કાઢી. તેનું નેતૃત્વ કેશુભાઈ પટેલે સંભાળ્યું. અનેક ગામોના એક કરોડ લોકો સાથે સીધો સંપર્ક સાધવામાં આવ્યો. એ દ્વારા જનતા ભંડોળ એકત્ર કરવામાં આવ્યું. એનું આયોજન પણ નરેન્દ્ર મોદીનું હતું.

એ પછી તેમણે બીજી બે યાત્રાઓનું આયોજન કર્યું. તા. ૨૩ સપ્ટેમ્બર ૧૯૯૦ના રોજ તેમણે સોમનાથથી અયોધ્યાની યાત્રા કાઢી જેનું નેતૃત્વ એલ.કે. અડવાણીએ કર્યું. બીજી યાત્રા કન્યાકુમારીથી કાશ્મીર સુધીની કાઢવામાં આવી, જેને એકતાયાત્રા નામ આપવામાં આવ્યું. એકતાયાત્રાનું નેતૃત્વ મુરલી મનોહર જોશીએ સંભાળ્યું, પરંતુ તેની પાછળનું અસલી ભેજું તો નરેન્દ્ર મોદી જ હતા. એકતાયાત્રા તા. ૧૨ ડિસેમ્બર, ૧૯૯૧ના રોજ શરૂ થઈ. તા. ૨૬ જાન્યુઆરી, ૧૯૯૨ના રોજ એ યાત્રા શ્રીનગર પહોંચી. કાશ્મીર સુધી ભાજપાની યાત્રા કાઢવી એ અત્યંત જોખમી હતું. એક તરફ આતંકવાદીઓનો ડોળો અને બીજી તરફ કઠિન રસ્તો. મિસાઈલ હુમલાનો ભય અને આતંકવાદીઓની રોજબરોજની ધમકી છતાં નરેન્દ્ર મોદી યાત્રાનાં નિશ્ચિત સ્થળોનું અગાઉ જઈ નિરીક્ષણ કરી આવતા. કોઈપણ બૉડીગાર્ડસની મદદ વિના, બૂલેટપ્રૂફ જેકેટ પહેર્યાં વગર જ તેઓ આગળ વધતા. પૂરા ૪૬ દિવસે યાત્રા શ્રીનગર પહોંચી, શ્રીનગરના લાલ ચોકમાં ભારતનો ત્રિરંગો લહેરાવવામાં આવ્યો. એક કાર્યદક્ષ અને મક્કમ નેતા તરીકે તેઓ હવે ઊપસી રહ્યા હતા. લાલચોકમાં જ્યારે ત્રિરંગો ફરકાવવામાં આવ્યો ત્યારે એ દૃશ્યોને મેં પણ ટેલિવિઝન પર નિહાળ્યાં હતાં. એ જ વખતે મને લાગ્યું હતું કે, એકતાયાત્રાના અસલી હીરો તો નરેન્દ્ર મોદી જ છે. એ યાત્રાની સફળતા બાદ તા. ૩૦ જાન્યુઆરી, ૧૯૯૨ના રોજ તેઓ પાછા આવ્યા. લોકોએ એમનો ભવ્ય સત્કાર કર્યો. પરંતુ તેઓ તેમના પક્ષના કેટલાક આગેવાનોની ઈર્ષ્યાનો ભોગ બન્યા. ભાજપાના નવા અધ્યક્ષે નરેન્દ્ર મોદીને તેમની ટીમમાંથી બાકાત રાખ્યા.

એ પછી કેટલોક સમય 'સંસ્કારધામ' નામની તેમની શૈક્ષણિક સંસ્થામાં મન પરોવ્યું. અલબત્ત, દિલ્હીના નેતાઓ તેમની તાકાતને પિછાણી ગયા હતા. તેમણે યુવાન મોદીને દિલ્હી બોલાવી પક્ષના મહામંત્રી તરીકે નિયુક્ત કર્યા. એમને પાંચ રાજ્યોની વિધાનસભાની ચૂંટણીઓની જવાબદારી સોંપવામાં આવી. દરમિયાન સમય ઝડપથી વહેતો ગયો. ગુજરાતમાં કાશીરામ રાણા ત્યારે પ્રદેશ પ્રમુખ બન્યા. ત્યારે તેમણે નરેન્દ્ર મોદીને પ્રદેશ મહામંત્રી તરીકે નીમવા ઈન્કાર કરી દીધો. પરંતુ સંઘે મોદીને મહામંત્રી પદે નીમવા ફરજ પાડી. એ કારણે ભાજપના વરિષ્ઠ નેતાઓ શંકરસિંહ વાઘેલા, સુરેશ મહેતા અને કાશીરામ રાણા નારાજ થઈ ગયા. સમયાંતરે ગુજરાત વિધાનસભાની ચૂંટણીઓ આવી અને ભાજપાને બહુમતી મળી. તા. ૧૪મી માર્ચ ૧૯૯૫ના રોજ કેશુભાઈ પટેલે મુખ્યમંત્રી તરીકે શપથ લીધા. અલબત્ત

પ્રધાનમંડળની રચનાથી માંડીને બીજા અનેક મુદ્દાઓ પર કેશુભાઈ પટેલ અને શંકરસિંહ વાઘેલા વચ્ચે સંબંધો વણસ્યા. શંકરસિંહ વાઘેલાએ બળવો કર્યો. એ બળવો પાછળથી ગુજરાતના રાજકારણી 'ખજૂરાહો પ્રકરણ' તરીકે ઓળખાયો. એ પછી દુઃખી થઈ નરેન્દ્ર મોદીએ પક્ષના મહામંત્રી પદેથી રાજીનામું આપ્યું. ગુજરાતમાં સરકારો બદલાતી રહી. ફરી કેશુભાઈ પટેલ ગાદીએ આવ્યા. એ પછી પણ નરેન્દ્ર મોદીને ગુજરાતમાંથી દૂર કરવા પ્રયાસ થતો રહ્યો. તા. ૨૦ નવેમ્બર, ૧૯૯૫ના રોજ નરેન્દ્ર મોદીને ભાજપના રાષ્ટ્રીય મહામંત્રી બનાવવામાં આવ્યા. ૧૯૯૬માં એલ. કે. અડવાણીએ નરેન્દ્ર મોદીને હરિયાણા, હિમાચલ પ્રદેશ, પંજાબ, ચંદીગઢ અને જમ્મુ કાશ્મીરમાં ભાજપાને સંગઠિત કરવાની જવાબદારી સોંપી. આ બધાં રાજ્યોમાં ભાજપાને ઝળહળતી ફતેહ મળી.

ગુજરાત છોડીને દિલ્હી આવી જવાનો તેમને આદેશ મળ્યો ત્યારે પણ ખચકાટ વિના નરેન્દ્ર મોદી એક શિસ્તબદ્ધ સ્વયંસેવકની જેમ એક બૅગ લઈને ટ્રેનમાં બેસી ગયા હતા અને દિલ્હીમાં એક સાથીના જ બંગલાના એક ઓરડાને તેમણે પોતાનું નિવાસસ્થાન બનાવી દીધું હતું. એ પછી લાંબા સમય સુધી તેઓ પક્ષ માટે દેશભરમાં ફરતા રહ્યા અને સંગઠન માટે જ કામ કરતા રહ્યા.

એમના જીવનમાં તેમને પછાડવાની પણ એટલી જ રાજકીય કોશિશો થઈ. આ સમય દરમિયાન ગુજરાતમાંથી વનવાસ ભોગવી રહેલા નરેન્દ્ર મોદી એક સમારંભમાં હાજરી આપવા અમદાવાદ આવ્યા. કટોકટીના સમયગાળા દરમિયાન જે આગેવાનોને જે 'મિસા' હેઠળ જેલમાં પૂરવામાં આવ્યા હતા તેમનું સન્માન કરવાનો એ સમારંભ હતો. એ પ્રસંગે જ્યારે નરેન્દ્ર મોદીના નામની ઘોષણા થઈ ત્યારે લોકોએ ઊભા થઈ તાળીઓના ગડગડાટથી તેમને વધાવી લીધા. અલબત્ત, એ સમારંભમાં મંચ પર નરેન્દ્ર મોદીને છેલ્લી ખુરશીમાં સ્થાન આપવામાં આવ્યું હતું. વાત એમ હતી કે, ભાજપાના કેટલાક નેતાઓ નરેન્દ્ર મોદીને એ સમારંભમાં આમંત્રિત કરવા જ માંગતા નહોતા, પરંતુ અનિચ્છાએ જ તેમણે તેમ કરવું પડ્યું હતું. શાલ અને સન્માનપત્ર જ્યારે નરેન્દ્ર મોદીને આપવામાં આવ્યું ત્યારે પાંચ મિનિટ કરતાં યે વધુ સમય માટે ભાજપાના કાર્યકરો તથા લોકોએ તાળીઓના ગડગડાટ ચાલુ રાખ્યા હતા. એ દૃશ્ય જોઈને એ વખતના મુખ્યમંત્રી કેશુભાઈ પટેલ, ગુજરાત ભાજપાના પ્રમુખ રાજેન્દ્રસિંહ રાણા અને એલ. કે. અડવાણી પણ અવાક રહી ગયા હતા.

અલબત્ત, નરેન્દ્ર મોદી એક કુશળ રાજકારણી પણ છે. ચાણક્યએ દર્શાવેલા તમામ નીતિ-નિયમો ઉપરાંત તેમણે પોતાના પણ કેટલાક કાયદા-કાનૂન બનાવ્યા છે. આવનારાં વર્ષોમાં નરેન્દ્ર મોદી તેમને પરેશાન કરનાર, તેમને દિલ્હી હટાવનાર તમામ તેમના સાથીઓ સાથે હિસાબ ચૂકતે કરવાનો ઈન્તજાર કરી રહ્યા હતા.

●

"જે શત્રુ અને મિત્રમાં અને માન અને અપમાનમાં સમ છે, તથા ઠંડી-ગરમીમાં, સુખ-દુઃખમાં સમ છે અને આસક્તિ વિનાનો છે, જે નિંદા કે પ્રશંસાને સમાન સમજે છે એ સ્થિર બુદ્ધિનો માનવી મને પ્રિય છે."

– ભગવાન શ્રીકૃષ્ણ

પ્રકરણ ૮

મ્યુનિસિપલ કોર્પોરેશનમાં પોતાનાં વિરોધીઓને ઠેકાણે પાડ્યા

'સંદેશ'ના વરિષ્ઠ પત્રકાર અને મારા મિત્ર બિપીનકુમાર શાહે વર્ષો સુધી અમદાવાદ મ્યુનિસિપલ કોર્પોરેશનથી માંડીને વિવિધ રાજકીય પક્ષોનું રિપોર્ટિંગ કર્યું છે. નરેન્દ્ર મોદીની રાજકીય કારકિર્દીની શરૂઆત પણ તેમણે જોઈ છે. મોદીએ શરૂઆતમાં અમદાવાદ મ્યુનિસિપલ કોર્પોરેશનમાં ભાજપાને કેવી રીતે મજબૂત કર્યું અને વિરોધીઓને કેવી રીતે હાંસિયામાં ધકેલ્યા તેની સવિસ્તર વાત બિપીનકુમાર શાહના શબ્દોમાં : "બળવો અને નરેન્દ્ર મોદી એ એકબીજાના પર્યાય બની ગયાં છે. અમદાવાદ મ્યુનિ. કોર્પોરેશનમાં સત્તા હાંસલ કરવી એ ભાજપ માટે એક સ્વપ્ન સમાન વાત હતી. પરંતુ ભાજપમાંના સંઘ પરિવારના વડાઓ નાથાલાલ ઝઘડા અને બંસીલાલ (કાકા) જેવાઓએ સને ૧૯૮૭માં નક્કી કરી લીધું હતું કે, ઈસ પાર યા ઉસ પારની લડાઈ લડીને પણ કોંગ્રેસને મ્યુનિ. કોર્પોરેશનનો દરવાજો દેખાડી દેવો અને એ માટે અમદાવાદના નાગરિકોને બે વચન આપવામાં આવ્યાં કે, એક તો મ્યુનિ. પ્રોપર્ટી ટેક્ષની રકમ જે મતદાતાઓ સમયસર ભરતા નથી તેમની પાસેથી વસૂલ કરવામાં આવતી મ્યુનિ. ટેક્ષની રકમ પરની ૧૮ ટકા દંડની વ્યાજની રકમ માફ કરીશું તેવું વચન આપ્યું અને બીજું વચન આપ્યું : વેપારીઓનો અમે ઑક્ટ્રોય માફ કરીશું.

આ બંને વચનોની શહેરીઓ પર એવી જબરદસ્ત અસર ઊભી થઈ કે, મ્યુનિ. કોર્પોરેશનની ચૂંટણીમાં કોંગ્રેસનો સફાયો થયો અને ભાજપનો ભવ્ય વિજય થયો. પરિણામે મ્યુનિ. કોર્પોરેશનમાં માત્ર બે જ બેઠક ધરાવતો ભાજપ સત્તાનશીન થયો.

આ વેળા નરેન્દ્ર મોદી સંઘના એક કાર્યકરમાંથી ગુજરાત ભાજપમાં મંત્રી તરીકે નિયુક્ત થયા હતા. એટલે ભાજપના પ્રદેશ વરિષ્ઠોએ મ્યુનિ. ભાજપ પક્ષના પ્રભારી તરીકે નરેન્દ્ર મોદીની નિયુક્તિ કરી. કેમ કે નાથાલાલ ઝગડાની તબિયત નાદુરસ્ત રહેતી હતી. પ્રભારી નરેન્દ્ર મોદીએ સૌથી પહેલાં નાથાલાલ ઝઘડાને નિષ્ક્રિય કરી દીધા. મોદીએ એકબીજા સંઘના વરિષ્ઠોનો અને ભાજપના પ્રદેશ વરિષ્ઠોનો સંયુક્ત ઉપયોગ કર્યો હતો. સત્તાના સિંહાસનમાં પ્રવેશ કરવાની એક રમતમાં સફળ થયા એટલે મોદીએ બીજી રમત માટે પક્ષના કોર્પોરેટરો પર પ્રભાવ જમાવવાંનો દોર શરૂ કર્યો. મોદી રોજ બપોરે બે-ત્રણ વાગે દાણાપીઠ સ્થિત મ્યુનિ. કોઠામાં આવી પહોંચે અને પક્ષમાંના વરિષ્ઠોને એટલે કે, મૅયર જયેન્દ્ર પંડિતને, ડેપ્યુટી મૅયર ગોપાળદાસ સોલંકીને, મ્યુનિ. સમિતિઓના ચૅરમૅન, ડેપ્યુટી ચૅરમૅનોની ચૅમ્બરમાં જઈને બેસે અને એવી પૃચ્છા કરે કે, 'લાવો, તમારી સમિતિના એજન્ડા... એ એજન્ડામાં કયાં કયાં કામ છે અને કોને કોને કોન્ટ્રાક્ટ આપવાના છે અને પક્ષે તમને કોના કામનો મેન્ડેડ આપ્યો છે.' ચૅરમૅન ડે. ચૅરમેનોએ મોદીની આ નીતિ થોડો વખત ચલાવી. તેમને એમ થયું કે, મોદી અમને બધાને શંકાની દૃષ્ટિએ જુએ છે અને ભ્રષ્ટાચારી સમજે છે. એક દિવસ આ શંકાનો અંત લાવવા ભાજપના આ ચૅરમૅનોએ નિર્ણય કર્યો અને તેની આગેવાની વરિષ્ઠ ચૅરમૅનો ડૉ. મુકુલ શાહ, પ્રફુલ્લ બારોટ, હરિન પાઠક અને જગરૂપ રાજપૂત અને ઘનશ્યામ મહેતાએ લીધી. એ વખતના ભાજપના પ્રમુખ અશોક ભટ્ટનો ટેકો મળ્યો. મા.જે. પુસ્તકાલયના એક રૂમમાં મીટિંગ મળી અને બધાએ મોદી સામે બળવો પોકારીને મોદી હઠાવોની સહીઝુંબેશ શરૂ કરી. એ ઝુંબેશમાં પક્ષના બધા જ કોર્પોરેટરો જોડાયા અને સહી સાથેનું આવેદનપત્ર ભાજપના પ્રદેશ નેતાઓને સુપ્રત કર્યું. છેવટે મોદીની મ્યુનિ. ભાજપના પ્રભારીપદેથી હકાલપટ્ટી કરવામાં આવી અને તેમની જગ્યાએ ભાજપના પ્રદેશ કોષાધ્યક્ષ પ્રહ્લાદભાઈ પટેલની નિમણૂક કરવામાં આવી હતી.

બળવાની આ વાત મોદી ભૂલ્યા ન હતા. બીજી તરફ ધીમે ધીમે તેમણે પક્ષમાં પગદંડો જમાવીને પોતાની સ્થિતિ મજબૂત બનાવી દીધી હતી. જેથી તેઓ મંત્રીપદેથી સીધા મહામંત્રીપદે પહોંચ્યા હતા. આ બઢતી દરમિયાન સને ૧૯૯૫માં મ્યુનિ. કોર્પોરેશનની ચૂંટણી યોજાતાં ફરી ભાજપે સત્તાના સિંહાસન પર કબજો યથાવત્

રાખ્યો હતો. એ વેળા પ્રથમ વર્ષ મૅયરપદ મહિલા માટેનું હતું. આ પદ માટે મોદીએ તેમની સામે બળવો પોકારનારને ઠેકાણે પાડવાની વ્યૂહરચના પ્રદેશમંત્રી તરીકે શરૂ કરી. એ વેળા ડૉ. મુકુલ શાહના કોર્પોરેટર પત્ની ડૉ.દીપ્તિબહેન શાહ સિનિયર મહિલા સભ્ય હતાં, પરંતુ તેમણે ડૉ. દીપ્તિબહેનની અવગણના કરીને વિશ્વ હિન્દુ પરિષદની ભગિની સંસ્થા દુર્ગાવાહિનીના માધ્યમથી ભાજપના કોર્પોરેટરપદે પ્રથમવાર ચૂંટાઈ આવેલાં ભાવનાબહેન દવેની પસંદગી કરી અને ડૉ. મુકુલ શાહ તથા પેલા બળવાખોરોને બરાબરનો પાઠ ભણાવ્યો. આ વેળા મુખ્યમંત્રીપદે કેશુભાઈ પટેલ હતા એટલે બળવાખોરોએ રજૂઆત કરી તોયે કશો ફરક પડ્યો ન હતો. કેમ કે મોદીએ કેશુભાઈના રાજકીય વિભાગનો કબજો લઈ લીધો હતો. આ બનાવ બાદ મોદી વિરુદ્ધ અન્યાયનિવારણ સમિતિ રચાઈ. એ સમિતિએ બહુ જોર કર્યું હતું, પરંતુ સફળતા સાંપડી ન હતી.

જો કે, આ સ્થિતિ વચ્ચે ફાયદો એ વેળાના મ્યુનિ. રીક્રિએશન કમિટીના ચૅરમૅન હરેન પંડ્યાને થયો હતો. હરેન પંડ્યા મોદીના સમર્થક હતા એમ ન હતું, પરંતુ મોદીની પંડ્યા તરફ મીઠી નજર હતી. એ વેળા વિધાનસભાની ચૂંટણી આવી. અમદાવાદ શહેરની બધી બેઠકો પર ભાજપના ઉમેદવારો નક્કી થઈ ગયા હતા. માત્ર એલિસબ્રિજ મતક્ષેત્ર જ બાકી હતું. પક્ષમાં એવી રજૂઆતો થઈ કે, એલિસબ્રિજની બેઠક પર કોઈ જૈન ઉમેદવારને જ મૂકો, કેમ કે કોંગ્રેસના ઉમેદવાર બાબુભાઈ વાસણવાળા જૈન છે અને એલિસબ્રિજમાં જૈનની વધુ વસ્તી છે. પક્ષમાં ખૂબ ચર્ચા ચાલી. બહુમતી સભ્યોએ કહ્યું : "ડૉ. મુકુલ શાહની પસંદગી કરો. એ ભલે જૈન નથી, પરંતુ વૈષ્ણવ વાણિયા તો છે ને ?"

આ રજૂઆત થતાં જ મોદીએ ફરી પેલો બળવો યાદ કર્યો અને ધીમે રહીને ડૉ. મુકુલ શાહના હાથમાં આવલો રાજકીય બઢતીનો કોળિયો ઝૂંટવી લીધો અને ડૉ. મુકુલની જગ્યાએ ડૉ. હરેન પંડ્યાના કપાળ પર ઉમેદવારનું તિલક લગાવી દીધું. પક્ષમાં ભારે હોબાળો થયો. એલિસબ્રિજમાં બ્રાહ્મણ ઉમેદવાર ના ચાલે. વણિક જ જોઈએ એવી વાત થઈ. પરંતુ મોદીએ કોઈનીયે વાત ન સાંભળી, દાદ ન આપી, એટલું જ નહીં ચૂંટણીમાં સખત મહેનત કરીને હરેન પંડ્યાને ભારે મોટી સરસાઈથી વિજયી બનાવ્યા. પરંતુ અહ્‌મના ટકરાવના કારણે ધીમે ધીમે મોદી અને હરેન પંડ્યા વચ્ચે મતભેદો થયા. હરેન પંડ્યા કેશુભાઈ સરકારમાં મહેસૂલમંત્રી બની ચૂક્યા હતા. કાળક્રમે મોદી-પંડ્યા એકબીજાની સામે આવી ગયા અને મોદી જ્યારે ૨૦૦૧માં દિલ્હીથી આવીને મુખ્યમંત્રીપદે પસંદગી પામી ગાંધીનગર આવ્યા ત્યારે એલિસબ્રિજની બેઠક પર ચૂંટણી લડવા મોદીએ પસંદગી ઉતારી તેને હરેન પંડ્યાએ ઠુકરાવી દીધી

હતી, જેથી એક રાજકીય દંગલ મચ્યું હતું. છેવટે મોદીએ રાજકોટની બેઠક પરથી ચૂંટણી લડીને મુખ્યમંત્રી પદની ખુરશી સાચવી હતી. જો કે, હરેન પંડ્યાને ટિકિટ મળી હતી, પરંતુ તેમણે પોતાના સાથી ભાવિન શેઠને એલિસબ્રિજ બેઠકની ટિકિટ અપાવી હતી. આ રીતે પક્ષમાં જ રહેલા પોતાના વિરોધીઓને પરાસ્ત કરી તેમને તેમની જાત બતાવી દેવાની શરૂઆત તેમણે કરી દીધી હતી. જેમણે તેમની સામે બળવો કર્યો તે બધાને શરૂઆતથી જ ડામવા તેમની રાજનીતિ રહી છે અને તેમાં તેમને સફળતા પણ મળી છે.

•

તમે અંદરથી ગમે તે અનુભૂતિ કરતા હોવ, પરંતુ બહારથી હંમેશાં વિજેતા જેવા દેખાવાની કોશિષ કરો.

– આર્થર એશ

પ્રકરણ ૯

ગુજરાતમાંથી વનવાસ આપનારને વનવાસ આપ્યો

જીવનમાં ઘણી ઘટનાઓ નાટ્યાત્મક હોય છે.

ગુજરાતમાં માધવસિંહ સોલંકીને હટાવવા માટે કૉંગ્રેસ હાઈકમાન્ડે નિર્ણય લીધો તે પછી ગુજરાતના મુખ્યમંત્રીપદ માટે કામદાર આગેવાન નટવરલાલ શાહનું નામ નક્કી થયું હતું. મેં પણ નટવરલાલ શાહને રાત્રે અભિનંદન આપી દીધાં હતાં. સવાર સુધીમાં નામ બદલાઈ ગયું અને માધવસિંહ સોલંકીના વિકલ્પે આદિવાસી નેતા અમરસિંહ ચૌધરીને ગુજરાતના મુખ્યમંત્રી તરીકે દિલ્હીથી જાહેર કરાયા હતા. છેક છેલ્લી ઘડી સુધી અમરસિંહ ચૌધરીને પોતે ગુજરાતના મુખ્યમંત્રી તરીકે ઘોષિત થશે તેની ખબર નહોતી.

એવું જ ૨૦૦૧ની સાલમાં બન્યું. એ વખતે કૉંગ્રેસના નેતા માધવરાવ સિંધિયાનું વિમાન તૂટી પડતાં તેમનું અવસાન નીપજ્યું હતું. માધવરાવ સિંધિયાના વિમાનમાં કેટલાક પત્રકારો પણ હતા. તેમના એક એવા 'આજ તક'ના કૅમેરામૅન ગોપાલ પણ હતા. ગોપાલનું પણ અવસાન થયું હતું. ગોપાલ નરેન્દ્ર મોદીના મિત્ર હોઈ દિલ્હીના સ્મશાનગૃહમાં તેમના અંતિમ સંસ્કાર વખતે હાજરી આપવા નરેન્દ્ર મોદી પણ ગયા હતા. એ વખતે ભારતના વડાપ્રધાન અટલ બિહારી બાજપાઈની ઑફિસમાંથી મોદી પર ફોન આવ્યો : "અટલજી બાત કરના ચાહતે હૈં."

મોદીએ કહ્યું : "જી."

અટલજીએ પૂછ્યું : 'ક્યા કર રહે હો ?"

મોદીએ કહ્યું : "મૈં સ્મશાનગૃહમેં હૂં."

અટલજીએ કહ્યું : "શામ કો મિલને આ જાવ.'

સાંજે નરેન્દ્ર મોદી અટલજીને મળવા ગયા. અટલજીએ કહ્યું, "તુમ યહાં પંજાબી ખાના ખાકર મોટે હોતે જા રહે હો. અબ દિલ્હી છોડો ઔર યહાં સે જાવ."

"કહાં ?" મોદીએ પૂછ્યું : "અબ યહાં સે ભલા કહાં જાના હૈ. મુઝે આદેશ કરેં."

અટલજી બોલ્યા : "ગુજરાત જાઓ ઔર કુશલતાપૂર્વક ચુનાવ લડો."

મોદી બોલ્યા : "મૈં ગુજરાત સે છ સાલ દૂર રહા હૂં, ગુજરાત કે તમામ મુદ્દોં સે દૂર હૂં. યહ કૈસે હોગા ?"

"ક્યોં નહીં હોગા ?" અટલજી બોલ્યા : "મૈં તુમ્હે ગુજરાત કા ભાગ્યવિધાતા બનાના ચાહતા હૂં."

અત્યાર સુધી તો મોદીને એમ હતું કે અટલજી તેમને ગુજરાત મોકલી કોઈ બીજા રાજ્યની જવાબદારી સોંપવા માંગતા હતા, પણ તેમને ખ્યાલ આવી ગયો કે કેશુભાઈ પટેલના સ્થાને હવે તેમને ગુજરાતના મુખ્યમંત્રી બનાવવામાં આવી રહ્યા હતા. મોદીએ અટલજીને કહ્યું : "ઇતને સાલોં સે મૈં દિલ્હી રહા, મૈં ગુજરાત સે દૂર હૂં. વહાં કી સમસ્યાઓ ભી જાનતા નહીં હૂં. મૈંને તો વિધાનસભાગૃહ ભી નહીં દેખા. મૈં વહાં કિસી કો જાનતા નહીં હૂં."

અટલજીએ કહ્યું : "મૈં જબ દિલ્હી આયા તબ કિસ કો જાનતા થા ? આજ રાત કો અડવાણીજી કો મીલો."

રાત્રે નરેન્દ્ર મોદી એલ. કે. અડવાણીને મળ્યા. અડવાણીજીએ મોદીને પૂછ્યું : "આપને અટલજી કો ક્યા કહા ?"

મોદીએ પૂછ્યું : "ક્યોં કિસ બાત કે લિયે ?"

અડવાણીજીએ કહ્યું : "દેખો, હમને એક નિર્ણય લે લિયા હૈ, આપકો ગુજરાત કા મુખ્યમંત્રી બનના હૈ."

મોદીએ આનાકાની ચાલુ રાખી. આ વાત પાંચ-છ દિવસ સુધી ચર્ચાતી રહી. છેવટે નરેન્દ્ર મોદીએ અટલ બિહારી બાજપાઈ અને એલ.કે. અડવાણીની ઇચ્છા

પ્રમાણે દિલ્હી છોડ્યું અને કેશુભાઈ પટેલને ગુજરાતના મુખ્યમંત્રી પદેથી હટાવી નરેન્દ્ર મોદીને મુખ્યમંત્રી બનાવી દેવાયા. એ શપથવિધિ વખતે હું હાજર હતો. ઑક્ટોબર, ૨૦૦૧માં મોદીએ ગુજરાતની ધુરા સંભાળી. શપથવિધિ દરમિયાન મેં જોયું તો કેશુભાઈ પટેલના વફાદારોના ચહેરા પડી ગયેલા હતા. જ્યારે નરેન્દ્ર મોદીના સાથીઓ ખુશખુશાલ હતા. સોગંદવિધિ બાદ નરેન્દ્ર મોદીએ કેશુભાઈ પટેલ અને ભાજપાના રાષ્ટ્રીય અધ્યક્ષ કુશાભાઈ ઠાકરેના ચરણસ્પર્શ કર્યાં. એ અગાઉ ભાજપાના ધારાસભ્યોના નવા નેતા ચૂંટી કાઢવા માટે મળેલી મીટિંગમાં પણ કેશુભાઈ પટેલે જ હાઈકમાન્ડના આદેશથી મુખ્યમંત્રી તરીકે નરેન્દ્ર મોદીના નામની ભલામણ કરી હતી. એ બેઠકમાં મદનલાલ ખુરાના અને ગુજરાત ભાજપાના અધ્યક્ષ રાજેન્દ્રસિંહ રાણા પણ હાજર હતા. તા. ૭મી ઑક્ટોબર, ૨૦૦૧ના રોજ નરેન્દ્ર મોદી ગુજરાતના મુખ્યમંત્રી બન્યા. તે પછી તેમણે કદી પાછું વળીને જોયું નથી.

આરંભમાં કેશુભાઈ પટેલે હાઈકમાન્ડને સમજાવવા ઘણી કોશિશ કરી. તેઓ અનેક વાર બોલ્યા હતા : "ભાઈ ! મારો વાંક શું ? ગુનો શું ?"

પણ તેમની વાત કોઈએ સાંભળી જ નહીં. વાત એમ હતી કે, એ વખતે ગુજરાત વિધાનસભાની એક જ બેઠક પર પેટાચૂંટણી હતી, તેમાં ભાજપા હારી જતાં કેશુભાઈ પટેલને તે પરાજય માટે જવાબદાર ઠરાવી તેમને હટાવી દેવાયા હતા. કેશુભાઈના બળાપાને કોઈએ સાંભળ્યો નહીં. ગુજરાતનું મુખ્યમંત્રીપદ સંભાળતાં પહેલાં ગુજરાતમાં જે કાંઈ બની રહ્યું હતું તે બધું જ તેમની ડિઝાઈન પ્રમાણે જ હતું.

મને બરાબર યાદ છે. એક વાર દિલ્હીમાં મેં કોઈ કારણસર નરેન્દ્ર મોદીને તેમના દિલ્હીના નિવાસ દરમિયાન ફોન કર્યો હતો. તે વખતે તે બોલ્યા હતા : "તમને તો ખબર છે ને કે મારા અટલજી અને અડવાણીજી સાથેનાં સમીકરણો કેવાં છે ?"

એ વખતે જ મને ખ્યાલ આવી ગયો હતો કે, નરેન્દ્ર મોદીને ગુજરાતમાંથી હટાવવાનું પગલું કેશુભાઈને ભારે પડી જશે. મોદી એક ચતુર રાજનીતિજ્ઞ છે. દિલ્હીમાં રહી અટલ બિહારી બાજપાઈ અને એલ.કે. અડવાણી સાથે એવો ઘરોબો કેળવી લીધો કે તેઓ તેમના પ્રિય પાત્ર બની ગયા. ભૂતકાળમાં કાઢેલી યાત્રાઓથી આ બંને વરિષ્ઠ નેતાઓ મોદીથી પ્રભાવિત હતા. લાગણીપૂર્વક સંબંધોનો તેમણે ભરપૂર ઉપયોગ કર્યો અને દિલ્હીમાં બેઠાં બેઠાં પરિસ્થિતિ જ એવી પેદા કરી કે અટલજી અને અડવાણીજી તેમને સામેથી બોલાવે અને ગુજરાતનું મુખ્યમંત્રીપદ બક્ષે. કેશુભાઈ પટેલે નરેન્દ્ર મોદીને ગુજરાતમાંથી વનવાસ અપાવ્યો હતો. હવે મોદીએ કેશુભાઈ પટેલને ગુજરાતના અરણ્યવાસમાં ધકેલી દીધા.

હિસાબ ચૂકતે થઈ ગયો.

કોઈ સંઘપ્રચારક મુખ્યમંત્રી બને તેવો આ પહેલો પ્રસંગ હશે. મોદીને સંગઠનનો અનુભવ હતો, પરંતુ સરકારમાં વહીવટનો અનુભવ નહોતો. તેઓ કોઈપણ જાતના સંકોચ વિના શીખવા તૈયાર થઈ ગયા. મુખ્યમંત્રી બન્યાના પહેલા બે મહિના સુધી કોઈપણ સન્માન સમારંભમાં જવા તેમણે ઈન્કાર કરી દીધો એના બદલે તેમણે અધિકારીઓ સાથે બેસી રાજ્યની સમસ્યાઓ અને ઉપાયને સમજવા પ્રયાસ કર્યો. રાજ્યની સમસ્યાઓના ઉકેલ માટે પ્રોફેશનલ દૃષ્ટિકોણથી ચર્ચાઓ થવા લાગી. પહેલી જ વાર સચિવાલયમાં અધિકારીઓને કામ કરતા કરી દીધા. સચિવાલયમાં મોડી રાત સુધી દીવા સળગાવતા જોવા મળ્યા. એમણે એક નવું સૂત્ર આપ્યું : "આપણું ગુજરાત, આગવું ગુજરાત."

નરેન્દ્ર મોદી મુખ્યમંત્રી બન્યા પછી ગાંધીનગર ખાતે તેમની ઑફિસમાં હું પહેલી જ વાર મળ્યો. ચા પીતા પીતાં અમે હળવી વાતો કરી. મેં તેમને એક જોક કહી. તેઓ ખડખડાટ હસ્યા. પરંતુ આવનારા સમયમાં તેમના વ્યક્તિત્વમાં પણ ઘણો બદલાવ આવવાનો હતો અને તે અપેક્ષિત જ હતું. તેમને મીડિયા માટે કેટલાંક 'રિઝર્વેશન્સ' હતાં અને હું મીડિયાનો માણસ જ હતો.

●

સાચું કહુ, "મને નરમ સરમુખત્યારશાહી ગમે છે... જો હું ખુદ સરમુખત્યાર હોઉં તો જ."

– રિચર્ડ બ્રાન્સન

('વર્જિન' ગ્રુપના સ્થાપક)

પ્રકરણ ૧૦

ગુજરાતમાં મોદીનું ઓપરેશન ક્લિન-અપ

ગુજરાતના પૂર્વ મુખ્યમંત્રી ચીમનભાઈ પટેલ ઘણી વાર કહેતા : "હું મુખ્યમંત્રી છું. રાજનીતિમાં છું. સાધુમંડળી ચલાવતો નથી."

ચીમનભાઈ પટેલ અને નરેન્દ્ર મોદીમાં ફરક એટલો જ છે કે ચીમનભાઈ પટેલ બોલી નાખતા હતા, જ્યારે નરેન્દ્ર મોદી બોલ્યા વિના જ રાજનીતિમાં જે કરવું પડે તે કરે છે. રાષ્ટ્રીય કક્ષાએ તેમના પ્રતિસ્પર્ધીઓની સાફસૂફી પહેલાં તેમણે ગુજરાતમાં તેમના હરીફોને બાજુએ હડસેલી પોતાનો માર્ગ સરળ કરી દીધો હતો. શરૂઆત તેમણે શંકરસિંહ વાઘેલાથી કરી હતી. તેમણે પરિસ્થિતિ જ એવી ઊભી કરી કે શંકરસિંહ વાઘેલાને પક્ષ છોડી બળવો કરવો પડ્યો.

શંકરસિંહ વાઘેલાના બળવા બાદ મોદીને દિલ્હી જવું પડ્યું. ગુજરાતના રાજકારણમાં ભાજપામાં કેશુભાઈ અને સંજય જોષીની ધરી રચાઈ. સંગઠનમાં મોદીના કાર્યકરોને હડસેલી કેશુભાઈ અને સંજય જોષીના વફાદારોને સ્થાન અપાયું. ૧૯૯૮માં ફરી કેશુભાઈ મુખ્યમંત્રી બન્યા ત્યારે સરકાર-બોર્ડ-નિગમોમાં મોદીના સમર્થકોનો સફાયો થયો. જેથી મોદીએ ધીમી અને મક્કમ ગતિથી આગળ વધી, કેશુભાઈ વિરોધી કાશીરામને સી.એમ.નાં સપનાં બતાવી કેશુભાઈ વિરુદ્ધ દિલ્હીમાં રજૂઆતો કરાવી કેશુભાઈનું સ્થાન ખાલી કરાવ્યું. મુખ્યમંત્રી બન્યા પછી પ્રથમ પગલું સંજય જોષીને દિલ્હી મોકલી દીધા અને કેશુભાઈને ખૂણામાં ધકેલી દીધા.

૨૦૦૨ના તોફાનો સુધી વી.એચ.પી.ના પ્રવીણ તોગડિયા અને નરેન્દ્ર મોદી વચ્ચે ઘનિષ્ઠ સંબંધ હતા. બંને નેતાઓના સ્વભાવમાં એક સમાનતા એ હતી કે બંને હિન્દુ હૃદયસમ્રાટ તરીકે પોતાની છબી ઉપસાવવા સતત પ્રયત્નશીલ હતા અને આજે પણ છે. કેટલાક સમય બાદ નરેન્દ્ર મોદી અને તોગડિયા વચ્ચે મતભેદો થયા અને મોદીએ તેમનો આ દબદબો છીનવી લીધો અને તોગડિયા મોદીના વિરોધી બની ગયા.

કાશીરામ રાણાનો બે વખત મુખ્યમંત્રીની ખુરશીનો કોળિયો ઝૂંટવાઈ ગયો. પ્રથમ શંકરસિંહ વાઘેલાના ખજૂરાહ કાંડ વખતે થયેલા સમાધાનમાં કેશુભાઈના સ્થાને કાશીરામ રાણાને સી.એમ. બનાવવાનું નક્કી થયું હતું. પરંતુ ચીમનભાઈ શુક્લએ ચક્કર ચલાવ્યું અને સુરેશ મહેતા મુખ્યમંત્રી બની ગયા. ફરી જ્યારે ૧૯૯૮માં કેશુભાઈ સી.એમ. બન્યા ત્યારે મોદીએ કાશીરામ રાણાને મુખ્યમંત્રી બનવાનું સપનું બતાવી કેશુભાઈ વિરુદ્ધ દિલ્હીમાં રજૂઆતો કરાવી. કેશુભાઈને ખસેડવાનું નક્કી થયું ત્યારે નાગપુરનો ઉપયોગ કરી સંઘના આદેશથી મોદીને મુખ્યમંત્રી પદે પસંદ કરાયા. જેથી કાશીરામને લપડાક પડતાં તેઓ મોદીની સામેની છાવણીમાં જતાં રહ્યા. મોદી મુખ્યમંત્રી બન્યા ત્યારે સુરેશ મહેતાને નાણામંત્રી તરીકે પસંદ કર્યા હતા. તેમણે પ્રારંભમાં વિરોધ કર્યો કે મારા જુનિયરના હાથ નીચે કામ કરી શકું નહીં પરંતુ આખરે તેમને મનાવી લેવાયા. ૨૦૦૨ની ચૂંટણીમાં મોદીએ તેમને માંડવી બેઠકના બદલે ભૂજ કે અબડાસા બેઠક પરથી લડવા જણાવ્યું. સુરેશ મહેતા સમજી ગયા કે મોદી તેમને હરાવવા માંગે છે. સુરેશ મહેતા માંડવી બેઠક જ લડ્યા, છતાં જુનિયર છબીલ પટેલ સામે હાર ખાવી પડી. આ પરાજય પછી તેઓ સરેઆમ મોદીવિરોધી કેશુભાઈ છાવણીમાં આવી ગયા.

મુખ્યમંત્રી બન્યા પછી નરેન્દ્ર મોદીએ ધારાસભાની ચૂંટણી લડવી જરૂરી હતી. અમદાવાદની એલિસબ્રિજ બેઠક સલામત બેઠક હોવાથી મોદીએ આ બેઠક પસંદ કરી પરંતુ હરેન પંડ્યાએ મોદી માટે પોતાની બેઠક ખાલી કરવાનો ઈન્કાર કર્યો. કેશુભાઈના વફાદાર હરેન પંડ્યા મોદીની સામે પડ્યા. જેથી મોદીએ રાજકોટ બેઠક પરથી વજુભાઈવાળાને બેઠક ખાલી કરાવી તે બેઠક લડ્યા હતા. ૨૦૦૨ની ચૂંટણીમાં મોદીએ હરેન પંડ્યાને ટિકિટ ના આપવાની જીદ પકડી. આખરે રાષ્ટ્રીય નેતાઓએ હરેન પંડ્યાને ચૂંટણી ન લડવા સમજાવ્યા અને રાષ્ટ્રીય મંત્રી તરીકેની જવાબદારી સોપવાનું નક્કી કર્યું. પરંત હરેન પંડ્યાનું અચાનક અવસાન થયું. ગોરધન ઝડફિયા ડૉ. પ્રવીણ તોગડિયાના માણસ તરીકે જ ઓળખ ધરાવતા હતા, જે ઓળખ આજે પણ યથાવત્ છે. ડૉ. પ્રવિણ તોગડિયા અને કેશુભાઈ પટેલ મોદી વિરોધી બન્યા, તેમની સાથે ઝડફિયા પણ મોદીવિરોધી છાવણીમાં રહ્યા. આ ઉપરાંત કેશુભાઈ જૂથમાં ગણાતા અને કેશુભાઈએ તેમને બોર્ડ-નિગમોમાં જવાબદારી સોપી હતી એવા ડૉ. જેસ્વાણી, ડૉ. એ.કે. પટેલ, ફકીરભાઈ, કાશીરામ રાણા, સુરેશ મહેતા, ગોરધન ઝડફીયા, સંજય જોષી, દામલેજી વગેરેનું રાજકારણ પણ કેશુભાઈ પટેલ સાથે જ પૂરું થઈ ગયું.

•

અસંતોષ ક્રાંતિની જનેતા છે,
આદર્શ તેનો પિતા છે,
અને કલમ તેમાં ચિનગારી પેટાવવાનું કામ કરે છે.

– પ્રો. હેરલ્ડ લાસ્કી

03

પ્રકરણ ૧૧

મેં મુખ્યમંત્રીપદની ગરિમા પ્રસ્થાપિત કરી છે

અખબાર અને ઈલેક્ટ્રોનિક્સ મીડિયા સાથેના નરેન્દ્ર મોદીના સંબંધો ક્યારેક ખાટા, ક્યારેક મીઠા, ક્યારેક કડવા અને ક્યારેક સુમધુર પણ રહ્યા છે. મોદીની રાજ્ય કે રાષ્ટ્રીય સ્તર પર આજના જેટલી પહેચાન નહોતી અને તેઓ જ્યારે ભાજપાના મહામંત્રી તરીકે અમદાવાદમાં ખાનપુર ખાતેની ઑફિસમાં બેસતા હતા, તે વખતે પત્રકારો સાથે તેઓ એક પ્રેમાળ મિત્રની જેમ વાતો કરતા જોવા મળતા હતા. ખુલ્લા દિલે હસતા અને જોક્સની પણ આપ-લે કરતા.

હા, તેઓ શરૂઆતથી જ મીડિયાની પરવા ના કરવાનો મિજાજ ધરાવતા હતા. શરૂઆતનાં જ વર્ષોમાં મેં ગુજરાતના એક જાણીતા અખબારના માલિક-તંત્રીની ઑફિસમાં તેમનો એક સંવાદ સાંભળ્યો હતો. હું પણ એ વખતે હાજર હતો. તેમને ના ગમે તેવો કોઈ અહેવાલ છપાયો હતો. તેની પર ચર્ચા કરતાં તેઓ બોલ્યા હતા : "તમે જે કંઈ છાપો છો તે બધું જ વીસ મિનિટ પછી તો પસ્તી થઈ જાય છે." અલબત્ત, આ વાત તેમણે હસતાં હસતાં કરી હતી. અખબારોના માલિકો સાથે આવી વાત કરવાની ભાગ્યે જ કોઈ હિંમત કરી શકતું. અખબારોમાં તેમની વિરુદ્ધ કાંઈ પણ છપાય તો તેને સહન ના કરી શકવાની તેમની પ્રકૃતિ છે. ટીકાઓને તેઓ હળવાશથી લઈ શકતા નથી. પરંતુ એનો અર્થ એવો પણ નથી કે પત્રકારો સાથે તેઓ કટુતા રાખતા હતા. ભાજપાના મહામંત્રી તરીકે તેમની છાપ 'મીડિયા સેવી' પોલિટિશ્યનની

હતી. 'સંદેશ' અખબારના માલિક અને તંત્રી ચીમનભાઈ પટેલનું અવસાન થયું ત્યારે એમના યુવાન પુત્ર ફાલ્ગુનભાઈ પટેલ માટે એક મોટો આંચકો હતો. એ વખતે નરેન્દ્રભાઈએ ફાલ્ગુનભાઈને ફોન કરીને કહ્યું હતું : "હું મારા સંઘના સ્વયંસેવકોને લઈને આવું છું. તમે કોઈ જ બાબતની ચિંતા કરતા નહીં. પપ્પાની અંતિમક્રિયાની બધી જ વ્યવસ્થા હું ગોઠવી દઈશ" અને નરેન્દ્રભાઈ તેમના કાર્યકર્તાઓની ફોજ સાથે સ્વ. ચીમનભાઈ પટેલના બંગલે પહોંચી ગયા હતા અને બધી જ વ્યવસ્થા સંભાળી લીધી હતી.

કેશુભાઈ પટેલ સાથે મતભેદ થતાં નરેન્દ્ર મોદીને કેટલાંક વર્ષો સુધી દિલ્હી રહેવું પડ્યું. એ પછી ગુજરાતના મુખ્યમંત્રીપદેથી કેશુભાઈ પટેલને હટાવી તેઓ ગુજરાતના મુખ્યમંત્રીપદે આવ્યા. અત્યાર સુધી એવી પરંપરા હતી કે, ગુજરાતના મુખ્યમંત્રી તરીકે જે કોઈ વ્યક્તિ શપથ લે તે જ સાંજે નવા મુખ્યમંત્રી ગુજરાતના અમદાવાદથી પ્રગટ થતા તમામ અખબારોની કચેરી પર જાય. તંત્રી અને માલિકોને મળે અને શુભેચ્છા મુલાકાત લેતા. નરેન્દ્રભાઈએ મુખ્યમંત્રી તરીકેના શપથ લીધા બાદ એવું કાંઈ કર્યું નહીં. એમણે અખબારોના માલિક-તંત્રીઓને પહેલા જ દિવસે મળવા જવાની પરંપરા બંધ કરી દીધી.

આ વાતના કેટલાક દિવસો બાદ ગુજરાતનાં અખબારોમાં નરેન્દ્ર મોદી વિરુદ્ધ કેટલાક અહેવાલ પ્રગટ થયા. ખાસ કરીને નરેન્દ્ર મોદી જે રીતે કેશુભાઈ પટેલ જેવા સિનિયર નેતાને હટાવીને આવ્યા હતા તેથી કેશુભાઈ પટેલના વફાદાર ધારાસભ્યોમાં ઉગ્ર રોષ હતો, કેટલાક તો દિલ્હી જઈને રાજીનામાં આપી દેવા માંગતા હતા. આ ઘટનાઓના સંદર્ભમાં ગુજરાતનાં અખબારોમાં મોદી વિરુદ્ધ કડક લખાણો આવતાં હતાં. એ જોયા બાદ મને એવી લાગણી થઈ કે ગુજરાતનાં પ્રમુખ અખબારો અને મુખ્યમંત્રી નરેન્દ્ર મોદીની વચ્ચેના સંબંધો સુધરે તો સારું. મેં મુખ્યમંત્રીને ફોન કરી મળવાનો સમય નક્કી કર્યો. સર્કિટ હાઉસમાં અમારી મીટિંગ નક્કી થઈ. હું નિયત સમય પ્રમાણે સર્કિટ હાઉસ પહોંચ્યો. બહાર ૨૦૦થી વધુ માણસો ઊભા હતા. મુખ્યમંત્રીએ સૂચના આપી કે, "હું અને દેવેન્દ્રભાઈ બેઠા હોઈએ ત્યારે કોઈએ અંદર આવવું નહીં અને ફોન પણ આપવાનો નહીં."

મેં વાત શરૂ કરી, "નરેન્દ્રભાઈ, તમે અખબારોના માલિકો અને તંત્રીઓ સાથે વાત કેમ કરી લેતા નથી ?"

એમણે હસીને મને પૂછ્યું : "શા માટે ?"

મેં કહ્યું : "તમારી વિરુદ્ધ કેશુભાઈ પટેલ ઝુંબેશ ચલાવે છે. એ છપાય છે તો હવે તમારી વાત તો અખબારો સમક્ષ મૂકો."

મુખ્યમંત્રીએ કહ્યું : "જેમને જે છાપવું હોય તે છાપે. હું પરવા કરતો નથી."

મેં પૂછ્યું : "નરેન્દ્રભાઈ ! તમે મુખ્યમંત્રી તરીકે શપથ લીધા એ પછી અગાઉના મુખ્યમંત્રીઓની જેમ ગુજરાતનાં પ્રતિષ્ઠિત અખબારોના માલિકો-તંત્રીઓની શુભેચ્છા મુલાકાત કેમ ના લીધી ?"

નરેન્દ્રભાઈને ખૂબ જ સહજતાથી કહ્યું : "જુઓ દેવેન્દ્રભાઈ ! મેં મુખ્યમંત્રીપદની ગરિમા પ્રસ્થાપિત કરી, એમાં ખોટું શું કર્યું ?"

હું એમની સામે જોઈ રહ્યો. ચા પીતાં પીતાં મેં કહ્યું : "પરંતુ પત્રકારો તો તમારા મિત્રો છે ?"

મુખ્યમંત્રીએ કહ્યું : "હું પત્રકારોના ઘેર જમવા પણ જવા તૈયાર છું."

એમનો ઇશારો સ્પષ્ટ હતો કે હું અખબારોના માલિકોને તાબે નહીં થાઉં. એમની એ મક્કમતા એમના ચહેરા પર હું જોઈ શકતો હતો. એ પછી અમે બીજી કેટલીક હળવી વાતો કરી. પૂરી ૪૫ મિનિટ સુધી અમે વાતો કરતા રહ્યા, પરંતુ નરેન્દ્રભાઈ મુખ્યમંત્રીપદની ગરિમાના મુદ્દે કાંઈ જ સમાધાનના મૂડમાં નહોતા.

એ પછી અવારનવાર તેમની સાથે ફોન પર વાત થઈ રહી. હા, એ ઘટનાનો હું સાક્ષી છું કે, 'ગુજરાત સમાચાર' અખબારના માલિક-તંત્રી શાંતિભાઈ શાહ ગુજરી ગયા તે વખતે મુખ્યમંત્રી નરેન્દ્ર મોદી બધાં જ કામ પડતાં મૂકીને 'ગુજરાત સમાચાર' કાર્યાલય પર આવ્યા હતા. સદ્‌ગતને ફૂલોથી અને શબ્દોથી શ્રદ્ધાંજલિ પણ અર્પણ કરી હતી. મારો એવો અનુભવ રહ્યો છે કે નાનામાં નાનો પત્રકાર પણ એમના બંગલે કે ઑફિસમાં ફોન કરીને સંદેશો મૂકે તો તે દરેકનો તેઓ વળતો ફોન કરીને જવાબ આપતા રહ્યા છે. પત્રકારોના પરિવારમાં કોઈ સામાજિક પ્રસંગ હોય તોપણ તેઓ હાજરી આપતા રહ્યા છે.

મને એક પ્રસંગ યાદ છે. ગુજરાતના લોકપ્રિય નવલકથાકાર પ્રિયકાન્ત પરીખ તેમના છેલ્લા એક પુસ્તકનું લોકાર્પણ મુખ્યમંત્રી નરેન્દ્ર મોદી કરે તેવું ઇચ્છતા હતા. પરંતુ પ્રિયકાન્ત પરીખ ગંભીર બીમારીમાં પટકાયા. તેમને કેન્સર હતું. તેઓ પથારીવશ થઈ ગયા. કોઈ હૉલમાં તેમના પુસ્તકના લોકાર્પણનો કાર્યક્રમ યોજી શકાય તેમ નહોતો. મુખ્યમંત્રીએ સાહિત્યકાર પ્રિયકાન્ત પરીખના ઘેર જઈ તેમના સ્નેહીઓ અને મિત્રોની હાજરીમાં તેમના પુસ્તકનું લોકાપર્ણ કર્યું અને પ્રિયકાન્તભાઈની છેલ્લી ઇચ્છા પૂરી કરી. હા, પત્રકારોને લાગેવળગે છે ત્યાં સુધી તેમની પસંદગીના અને નાપસંદગીના પત્રકારો છે. રતન તાતાની નેનો કારના પ્રોજેક્ટને સિંગુરમાં તકલીફ થતાં એ પ્રોજેક્ટ ગુજરાત આવ્યો તે પછી હું મુખ્યમંત્રીની મુલાકાત લેવા ગયો હતો. મારી અને તેમની

એ છેલ્લી અખબારી મુલાકાત હતી. હા, મને ભારતના મહામહિમ રાષ્ટ્રપતિશ્રી દ્વારા "પદ્મ શ્રી"નો ઍવોર્ડ મળ્યો ત્યારે તેમણે છેક ડાંગથી ફોન કરીને મને અભિનંદન આપ્યાં હતાં. એ ઔપચારિકતા હતી કે ઉમળકાની લાગણી એ હું આજ સુધી નક્કી કરી શક્યો નથી. હું પોઝિટિવ થિંકિંગ કરનારો જ માનવી છું. તેથી તે તેમની ખુશી જ હશે એમ જ હું માનું છું, એ વખતે ફોન પર વાત કરતાં એમણે મારા અને તેમના ગાંધીનગરથી આંબલિયારા સુધીના સાથે કરેલા પ્રવાસની વાત તાજી કરતાં મને કહ્યું હતું : "તમે તો ૨૦૦૨માં મારી સાથે પ્રવાસમાં હતા. એ વખતનો હાઈવે પરનો માહોલ તો જોયો હતો." મને યાદ આવી ગયું છે કે, રસ્તામાં ઠેરઠેર સેંકડો માણસ નરેન્દ્રભાઈનું સ્વાગત કરવા ઊભા હતા. નિર્ધારિત સમય કરતાં અમે એક કલાક મોડા સમારંભ સ્થળે પહોંચ્યા હતા. રસ્તામાં આવતા દરેક ગામના બસસ્ટેન્ડ પર મુખ્યમંત્રીનો કાફલો થોભાવવો પડતો હતો અને "નરેન્દ્ર મોદી જિંદાબાદ"ના નારા પોકારાતા હતા.

•

"કોઈ કહે તેમ હું ક્યારેય નહીં કરું.'

– જ્યોર્જિયો અરમાની

(ફેશન કિંગ અને 'અરમાની'ના માલિક)

પ્રકરણ ૧૨

ગોધરાકાંડ અને સખ્ત પ્રશાસક

ભારતને આઝાદી આપવાના પ્રશ્ને બ્રિટિશ પાર્લમેન્ટમાં ચર્ચા ચાલતી હતી. વિન્સ્ટન ચર્ચિલથી માંડીને બીજા કેટલાક નેતાઓ ભારતને આઝાદી આપવાના વિરોધી હતા. એ ચર્ચામાં ભાગ લેતાં લૉર્ડ વેવેલે કહ્યું હતું : "India is a difficult country to govern, govern it firmly or you can not govern at all."

લૉર્ડ વેવલે તો વર્ષો પહેલાં આ વાત કહી હતી કે, ભારતમાં શાસન કરવું એ એક મુશ્કેલ કામ છે. ભારતમાં મક્કમતાથી જ શાસન કરવું પડે, એમ ના કરો તો તમે શાસન જ ના કરી શકો. ગુજરાતના મુખ્યમંત્રી બન્યા પછી નરેન્દ્ર મોદીએ જાણે-અજાણે લૉર્ડ વેવલની વાત આત્મસાત્ કરી લીધી હોય એવું લાગ્યું. ગુજરાતના પહેલા મુખ્યમંત્રી ડૉ. જીવરાજ મહેતા એક સારા શાસક હતા. હિતેન્દ્ર દેસાઈનો વહીવટ પણ વખણાતો, પરંતુ તે બધાની ઉપર મોરારજી દેસાઈનો પ્રભાવ વધુ હતો. માધવસિંહ સોલંકી અને ચીમનભાઈ પટેલ પણ કાબેલ વહીવટકર્તા સાબિત થયા. શંકરસિંહ વાઘેલા જિલ્લા કે તાલુકાઓના વિભાજન જેવાં પગલાં લઈ ઝડપી પગલાં લેનારા મુખ્યમંત્રી હતા. છબીલદાસ મહેતા સવારે એક નિર્ણય લે અને સાંજે તે જ નિર્ણય બદલી નાખે. એ બધા નેતાઓમાં હિતેન્દ્ર દેસાઈ અને બાબુભાઈ જસભાઈ પટેલ સિવાયના મુખ્યમંત્રી વ્યવહારુ વલણ ધરાવનારા હતા. નરેન્દ્ર મોદી

એ બધાથી અલગ સાબિત થયા. તેઓ કઠોર પ્રશાસક તરીકે ઊપસી આવ્યા. પોતાના મંત્રીઓ, ધારાસભ્યો અને અધિકારીઓ સાથે પણ સખ્તાઈથી પેશ આવવા લાગ્યા. ખાસ કરીને ગોધરાની ઘટના પછીની ઘટનાઓના કારણે નરેન્દ્ર મોદીની છબી બદલાઈ ગઈ.

તા. ૨૭ ફેબ્રુઆરી, ૨૦૦૨ના રોજ ફૈઝાબાદથી અમદાવાદ આવી રહેલી સાબરમતી એક્સપ્રેસ ટ્રેન પર ગોધરા સ્ટેશને હુમલો કરવામાં આવ્યો. એના પરિણામે ૪૫ જેટલા યાત્રીઓને જીવતા સળગાવી દેવામાં આવ્યા, જેમાં સ્ત્રી-પુરુષો અને બાળકો પણ સામેલ હતાં. આ ઘટનાના તીવ્ર પ્રત્યાઘાત આખા ગુજરાતમાં પડ્યા. ગુજરાતમાં કોમી રમખાણો ફાટી નીકળ્યાં. ઠેરઠેર પ્રચંડ રોષ અને આક્રોશ હતો. હિન્દુ અને મુસલામનો વચ્ચે રમખાણોમાં બીજી ૧૧૮૦ લોકોની હત્યા થઈ ગઈ. ૨૫૪૮ લોકો ઘાયલ થયા. ૯૧૯ મહિલાઓ વિધવા થઈ ગઈ. ૬૦૬ બાળકો અનાથ થઈ ગયાં. ૨૨૩ લોકોનો તો પત્તો જ નથી. ગોધરા ટ્રેનની ઘટના અને તે પછીની તમામ ઘટનાઓ કમકમાટીપૂર્ણ હતી. એ ઘટના બાદ તત્કાલીન વડાપ્રધાન અટલ બિહારી બાજપાઈ ગુજરાત આવ્યા અને તેમણે મુખ્યમંત્રી નરેન્દ્ર મોદીને રાજધર્મ નિભાવવાની વાત કરી. મોદીએ પણ કહ્યું : "હમ યહી તો કર રહે હૈં."

આ ઘટનાઓ બાદ નરેન્દ્ર મોદી પર લોકોની ભાવનાઓ ભડકાવવાના અને પોલીસને છુટ્ટો દોર આપવાના આક્ષેપો થતા રહ્યા. દેશનાં અંગ્રેજી અખબારોએ નરેન્દ્ર મોદી માટે હિટલરથી માંડીને બીજાં અનેક વિશેષણો વાપર્યાં. અંગ્રેજી ન્યૂઝ ચેનલોએ પણ આ જ કામ કર્યું. એક અંગ્રેજી અખબારે મૃત્યુના વધતા જતા આંકડા દર્શાવવા "મોદી મીટર" શીર્ષક હેઠળ વિગતો આપવા માંડી. બીજા એક જાણીતા અંગ્રેજી અખબારે બે હાથ જોડીને વિનવણી કરતા એક પીડિતની તસવીર છાપી, જે માત્ર ભારતમાં જ નહીં, પરંતુ વિદેશોનાં અખબારોમાં પણ છપાઈ. ન્યૂયોર્ક ટાઈમ્સે પણ આ તોફાનો માટે મોદીને જવાબદાર ઠેરવ્યા. અરૂંધતી રોય અને તિસ્તા સેતલવાડ જેવી એક્ટિવિસ્ટ મહિલાઓ મેદાનમાં આવી ગઈ. નરેન્દ્ર મોદી વિશે તેમણે અનેક વિધાનો અને આક્ષેપો કર્યાં. દિલ્હીનાં અને મુંબઈનાં અંગ્રેજી અખબારોએ નરેન્દ્ર મોદીને એક મોન્સ્ટર તરીકે ચીતરી થઈ શકે તેટલી ટીકાઓ કરી, પરંતુ આ જ ઘટનાઓ નરેન્દ્ર મોદીને લોકપ્રિય બનાવી રહી હતી, તેનો તેમને ખ્યાલ નહોતો. ગુજરાતના અને દેશના લાખો લોકોને લાગતું હતું કે, એક એવો માણસ મુખ્યમંત્રી બન્યો છે જેણે તેમના દિલ સાથે તાદાત્મ્ય સાધ્યું છે અને એ નોંધવું જોઈએ કે ગોધરા

સ્ટેશને ઊભેલી ટ્રેનમાં જે કારસેવકોને સળગાવી દેવાયા તે કૃત્ય જેટલું ઘૃણાસ્પદ હતું તેટલું જ ઘૃણાસ્પદ તે પછીની ઘટનાઓનું કૃત્ય પણ હતું. બંને ઘટનાઓ પાછળ કોનો હાથ હતો તે વિષય અત્યારે ચર્ચાનો નથી. અત્યારે તો એટલું જ કહી શકાય કે ગોધરાની ઘટનાઓ બાદ સામાન્ય લોકોએ નરેન્દ્ર મોદીને 'હીરો' તરીકે સ્વીકારી લીધા. લોકો તેમને હિન્દુઓના હૃદયસમ્રાટ સમજવા લાગ્યા.

ગોધરાની ઘટનાઓએ નરેન્દ્ર મોદીને અને ભાજપાને બચાવી લીધા. એથી આગળ વધીને એમ કહી શકાય કે નરેન્દ્ર મોદી એક સખ્ત પ્રશાસક તરીકે પ્રસ્થાપિત થયા. ગોધરાની ઘટનાઓના ગુણદોષને બાજુમાં રાખીને કહી શકાય કે, એ ઘટનાઓ બાદ મોદી હરાવી ના શકાય એટલા મજબૂત બની ગયા.

ગોધરાની ઘટનાઓ બાદ એક તબક્કે એ વખતના વડાપ્રધાન અટલ બિહારી બાજપાઈ ગુજરાતમાં નેતૃત્વ પરિવર્તન ઇચ્છતા હતા, પરંતુ શિવસેનાના સુપ્રીમો બાલ ઠાકરેએ એલ.કે. અડવાણીને કહ્યું : "મોદી ગયા તો ગુજરાત ગયું." એ પછી એલ. કે. અડવાણીએ વીટો વાપરીને અટલજીને કહ્યું : "ગુજરાતના મુખ્યમંત્રીપદેથી નરેન્દ્ર મોદીને હટાવીશું તો ગુજરાતમાંથી ભાજપા ખત્મ થઈ જશે."

અને નરેન્દ્ર મોદીને જીવતદાન મળી ગયું. એનો પૂરેપૂરો લાભ નરેન્દ્ર મોદીએ ઉઠાવ્યો. ગુજરાતમાં નવેસરથી ચૂંટણીઓ આવી, જેમાં નરેન્દ્ર મોદીના નેતૃત્વ હેઠળ ભારતીય જનતા પાર્ટીને ગુજરાત વિધાનસભાની કુલ ૧૮૨ બેઠકોમાંથી ૧૨૭ બેઠકો પર વિજય પ્રાપ્ત થયો. એ પછી નરેન્દ્ર મોદી ગુજરાતમાં વિજયની હેટ્રિક કરતા જ રહ્યા. ચૂંટણીપ્રચાર દરમિયાન "મોત કે સૌદાગર" જેવા કૉંગ્રેસના શાબ્દિક પ્રહાર સામે 'મિયાં મુર્શરફ' જેવા શબ્દપ્રયોગ દ્વારા તેઓ લોકોનાં દિલ કબજે કરતા જ ગયા. વાસ્તવમાં તેમની રાજનીતિ મતોના આબાદ ધ્રુવીકરણની હતી. તેઓ કોઈ પણ એક કોમ વિરુદ્ધ સીધો શબ્દપ્રયોગ કરવાના બદલે પ્રતીકાત્મક શબ્દોનો ઉપયોગ કરતા રહ્યા અને ચૂંટણી-પ્રવચનો દરમિયાન તેમનો આ વ્યૂહ લોકોના દિલ પર ધારી અસર કરતો ગયો. બહુ ઓછા લોકો એ વાત સમજી શક્યા છે કે, કોંગ્રેસની અગાઉની રાજનીતિ 'ખામ' થિયરી પર ચાલતી હતી. નરેન્દ્ર મોદીએ જ્ઞાતિવાદના સમીકરણના બદલે હિન્દુમાં આવતી તમામ જ્ઞાતિઓને 'હિન્દુત્વ'ના નેજા હેઠળ એક કરી દીધી. તેમાં સવર્ણો પણ આવી ગયા અને પછાત જાતિઓ તથા આદિવાસીઓ પણ આવી ગયા. મોદીએ કોંગ્રેસની પરંપરાગત વૉટ બૅન્ક જ તોડી નાંખી. આનાં દુરોગામી પરિણામો આખા દેશમાં જોવા મળ્યાં. બિહારમાં લાલુ-રાબડીના યાદવો,

નીતિશકુમારના પછાત વર્ગો તથા યુ.પી.માં મુલાયમ-અખિલેશના પછાત વર્ગોના મતદારો પણ હવે નરેન્દ્ર મોદીના પ્રશંસક બની ગયા. નરેન્દ્ર મોદી માટે ગુજરાત એક પોલિટિકલ લેબોરેટરી હતી. એમાં થયેલા લીટમસ ટેસ્ટનો દેશમાં ઉપયોગ કરતા પહેલાં મોદીએ તેમાં વંશપરંપરાનો વિરોધ, ભ્રષ્ટાચારનો વિરોધ, મોંઘવારીનો વિરોધ કરી તેમાં વિકાસના મૉડેલના રસાયણોનો ઉમેરો કરી એક એવું પીણું બનાવ્યું જે દેશના બીજા ભાગોના લોકોને પણ મનભાવન લાગ્યું.

●

"મિ. ઓબામા, તમારી વૉટબૅન્ક કઈ ?" શિકાગો યુનિવર્સિટીના આચાર્યે પૂછ્યું.

"હાલ તો આફ્રિકન-અમેરિકનો" ઓબામાએ જવાબ આપ્યો.

"તો પછી તમે કાળા અને ગોરાઓને સાથે લાવવા પ્રયાસ કેમ કરો છો ?"

"કારણ કે મારે ફક્ત ચૂંટણીઓ જ જીતવી નથી."

"તો તમારે શું કરવું છે ?"

"આપણે સહુએ જીતવું છે."

"એટલે શું ?"

"વર્ષો સુધી લોકોને રોજગાર મળે. સ્ત્રી-આરોગ્ય-સેવાઓ મળે. કોઈને સારું શિક્ષણ મળવાનું ના હોય અને કોઈના ઘરમાં સાદું ફ્રીજ પણ મળવાનું ના હોય તો મતોનું રાજકારણ કરવાનો કોઈ અર્થ નથી." ઓબામા બોલ્યા.

પ્રકરણ ૧૩

નરેન્દ્ર મોદીની લોકપ્રિયતાનું અસલી રહસ્ય શું છે ?

ગુજરાત એક શક્તિશાળી રાજ્ય છે અને વર્ષોથી ગુજરાતને એક શક્તિશાળી નેતાની તલાશ હતી. આઝાદી પછી અનેક નેતાઓ આવ્યા, પરંતુ ગુજરાતની એ કમનસીબી રહી કે ગાંધીજી અને સરદાર પછીના સમયમાં ગુજરાતના નેતાઓ દિલ્હીને જ અનુસરતા રહ્યા, પછી તે કૉંગ્રેસ હોય કે ભાજપા. પ્રધાનમંડળનું વિસ્તરણ કરવું હોય તો પણ દિલ્હીને પૂછવું પડે. પ્રદેશ પ્રમુખની નિમણૂક કરવી હોય તો પણ દિલ્હીને પૂછવું પડે. આ તમામ પ્રણાલીઓ નરેન્દ્ર મોદીએ બદલી નાંખી. ગુજરાતને પોતીકો નેતા મળ્યો. ગુજરાતે દિલ્હીને નહીં પરંતુ દિલ્હીએ ગુજરાતને પૂછવું પડે તેવી પરિસ્થિતિ નરેન્દ્રભાઈએ ઊભી કરી દીધી. દિલ્હીને પાર્ટી ચલાવવા ફંડ જોઈતું હોય કે ચૂંટણીઓ જીતવા પ્રખર વક્તા જોઈતો હોય તો તે પણ નરેન્દ્રભાઈએ જ પૂરું પાડ્યું.

કહેવાય છે કે જેની સહુથી વધુ ટીકા થાય છે તે જ સહુથી વધુ શક્તિશાળી છે અને ખલનાયકોએ જ વિશ્વમાં નાયક પેદા કર્યા છે. રાવણ ના હોત તો રામનું કોઈ મહત્ત્વ ના હોત. કંસ ના હોત તો કૃષ્ણનું કોઈ મહત્ત્વ ના રહેત. કૌરવો ના હોત તો પાંડવોનું કોઈ મહત્ત્વ ના હોત. અંગ્રેજો ના હોત તો ગાંધીજીનું કોઈ મહત્ત્વ ના રહેત. નરેન્દ્ર મોદીને પણ તેમના અનેક રાજકીય દુશ્મનો તથા મીડિયાના ટીકાકારોએ જ એક મહત્ત્વપૂર્ણ પ્રતિભા બનાવી દીધા છે. ખાસ કરીને કોન્વેન્ટમાં ભણીને આવેલા અંગ્રેજી

મીડિયાના પત્રકારોએ વિશ્વમાં ઉપલબ્ધ હોય તે તમામ લખી કે બોલી શકાય તેટલી ગાળો નરેન્દ્રભાઈને આપી અને તેટલું જ મોદીનું વ્યક્તિત્વ ખીલી ઊઠ્યું.

કેટલીક વ્યક્તિઓ એવી હોય છે કે તમને એ ગમે કે ના ગમે તમારે એમની નોંધ લેવી જ પડે, અને મોદી તે પૈકીના એક છે. ઘણીવાર નરેન્દ્રભાઈ રમૂજમાં કહે છે કે, 'ચાલો, મારા લીધે કેટલાક (મીડિયાવાળાઓ)ની રોજી-રોટી તો ચાલે છે ? અર્થાત્ મોદી વિષે વિવાદ ના હોય તો બિચારા લખે કોની ઉપર ? એક જમાનામાં પંડિત જવાહરલાલ નહેરુ પર સહુથી વધુ કાર્ટૂન દોરાતાં હતાં. લાગે છે કે તેમના પછી સહુથી વધુ લેખો અને કાર્ટૂન્સ આવ્યાં હોય તો તે નરેન્દ્ર મોદીનાં જ છે.

ઘણાંને લાગે છે કે નરેન્દ્રભાઈ પહેલાં મીડિયાસેવી હતા, હવે નથી. મુખ્યમંત્રી બન્યા પછી ઘણાને તે બદલાઈ ગયેલા લાગે છે. હા, એક વાતમાં તેઓ બીજા મુખ્યમંત્રીઓ કરતાં જુદા છે અને તે એ છે કે પહેલાં મીડિયાવાળા સી.એમ. સાથેની પત્રકાર પરિષદ પૂરી થયા બાદ કોઈ ને કોઈ કામની ચિઠ્ઠી મુખ્યમંત્રીઓને પકડાવી દેતા હતા. આજે કોઈ પત્રકાર તેમ કરવાની હિંમત કરી શકતો નથી. એક વાર નરેન્દ્રભાઈએ મને કહ્યું હતું : "જુઓ, મેં મુખ્યમંત્રીની ખુરશીની ગરિમા ફરી પ્રસ્થાપિત કરી છે." પરંતુ આને કોઈ એમ કહે કે નરેન્દ્રભાઈ મીડિયાસેવી નથી તો એ વાત ખોટી છે. મારો અનુભવ છે કે, નાનામાં નાનો પત્રકાર પણ સી.એમ.ના બંગલે ફોન કરે તો નરેન્દ્રભાઈ મોડી રાતે પણ તેની સાથે સામેથી ફોન કરીને વાત અવશ્ય કરે છે. શાયદ સહુથી વધુ પત્રકારોને તેઓ વ્યક્તિગત રીતે ઓળખે છે, અને આ નાતો તેઓ ભાજપાના પ્રદેશ મહામંત્રી હતા ત્યારથી બંધાયેલો છે. મને યાદ છે કે કેટલાંક વર્ષો પહેલાં મારે નરેન્દ્રભાઈનું કાંઈક કામ હતું. મેં તેમને કહ્યું કે, "નરેન્દ્રભાઈ, મારે મળવું છે." તો તેમણે ફોન પર જ મને કહ્યું કે : "દેવેન્દ્રભાઈ, હું તમારા ઘેર આવું છું." – હવે આજે હું તેવી અપેક્ષા રાખું તો એ યોગ્ય નથી. તેમનું પદ, ગરિમા અને વ્યસ્તતાને નજરઅંદાજ કરી શકાય નહીં.

મીડિયાને તેમની નોંધ લેવી હંમેશા ગમે છે. તેનું એક કારણ તેમનું બાહરી વ્યક્તિત્વ પણ છે. એક તો તેઓ ફિઝિકલી ફીટ છે. સારું શરીરસૌષ્ઠવ ધરાવે છે. આંખોમાં ગુરુર છે, તેજસ્વી કપાળ છે. તેમની ઉંમર પ્રમાણે શ્વેત દાઢીમાં તેઓ ગૌરવપૂર્ણ લાગે છે અને સહુથી વધુ અગત્યની વાત એ છે કે તેઓ વેલ ડ્રેસ્ડ છે. મેં ઘણા રાજકારણીઓને લઘરવઘર વસ્ત્રોમાં જોયા છે. આજના સમય પ્રમાણે ડ્રેસ સેન્સ હોવી જરૂરી છે. તમને કેવાં વસ્ત્રો શોભે છે અને ક્યારે શું પહેરવું તેની સમજ હોવી જરૂરી છે. ખુદ ગાંધીજીએ પાછલી ઉંમરમાં ધોતી ને ઝભ્ભો અને ઉપર બંડી પહેર્યાં

હોત તો તેઓ જરાયે શોભત નહીં. તેમના સુકલકડી દેહ પર વિંટાળેલું એક વસ્ત્ર જ શોભતું હતું. ઘણીવાર તો તેઓ ઉપરનો દેહ ખુલ્લો રાખતા. અંગ્રેજોની સામે લડવા માટે તેમણે એક પોતડી જ પસંદ કરી તે પણ એક પ્રકારની ભાવનાત્મક લડત હતી. જવાહરલાલ નહેરુ રૂપાળા હતા છતાં તેઓ બંધ ગળાનો કોટ અને સૂરવાલ પહેરતા. માથા પર શ્વેત ટોપી અને કોટ પર ગુલાબ તેમને ખૂબ શોભતાં હતાં. સરદાર સાહેબ જાડી ખાદીની ધોતી અને સાદા ઝભ્ભામાં જ સરસ લાગતા હતા. મોરારજી દેસાઈ પણ સુંદર વસ્ત્રો પહેરતા હતા. તેમને ચશ્માનો શોખ હતો. ઈન્દિરા ગાંધી પણ તેમના વસ્ત્રપરિધાન અંગે ખૂબ સભાન હતાં. તેઓ ખાદીની પણ સૌમ્ય કલરવાળી સાડી પહેરતાં. ગુજરાત આવે તો ગુજરાતી ઢબે સાડી પહેરતાં. મહારાષ્ટ્ર જાય તો મહારાષ્ટ્રીય શૈલીની સાડી પહેરતાં. તેમના માથામાં એક જ સફેદ લટ દેખાય તેનો ખ્યાલ રાખતાં હતાં.

નરેન્દ્ર મોદી પણ એક સ્ટાઈલીશ પોલિટિશિયન છે. તેમને તમામ પ્રકારનાં વસ્ત્રો શોભે છે. પછી તેઓ અડધી બાંયનો ઝભ્ભો પહેરે કે કોટી પહેરે, સૂટ પહેરે, કાળાં ગોગલ્સ પહેરે કે હેટ પહેરે – તે તમામ તેમને શૂટ થાય છે. તેમના વસ્ત્રપરિધાન અંગે ચોખલિયાઓને જે કહેવું હોય તે કહે પરંતુ આમજનતાને તો તેમનું ભિન્ન ભિન્ન વસ્ત્રપરિધાન ગમે છે.

એક વાર મેં ક્યાંક લખ્યું હતું કે, ઘણી પરિણીત સ્ત્રીઓ પણ નરેન્દ્ર મોદીના વ્યક્તિત્વથી મંત્રમુગ્ધ છે. ત્યારે એક યુવતીનો મારા પર ફોન આવ્યો : "દેવેન્દ્રભાઈ, તમારા વિધાન સામે મારો વિરોધ છે."

મેં પૂછ્યું : "કઈ બાબતનો વિરોધ છે ?"

તો એ યુવતીએ મને ફોન પર જ કહ્યું : "મારા જેવી કુંવારી છોકરીઓ પણ નરેન્દ્ર મોદીને ચાહે છે તેમ લખો."

– એ યુવતીની વાત સાંભળ્યા બાદ મને પણ થોડીવાર નરેન્દ્રભાઈ માટે મીઠી ઈર્ષા થઈ આવી હતી. અને આ વાત મેં એક જાહેર ફંક્શનમાં તેમની જ હાજરીમાં કહી હતી.

ચાલો, આ તો તેમના વિષેની હળવી વાત થઈ. મેં જોયું છે કે ગુજરાતના બાળકો પણ મોદીને ચાહે છે. તેમને જોઈને બાળકો ખુશખુશાલ થઈ જાય છે. એક દિવસ સ્કૂલમાં ભણતી મારી પૌત્રી અનુષ્કાએ મને કહ્યું : "દાદાજી, તમે નરેન્દ્ર મોદીને મળવા જવાના છો ?"

મેં કહ્યું : "હા."

અનુષ્કાએ ખૂબ રાજી થઈ જતાં મને કહ્યું : "તો મને પણ સાથે લઈ જજોને !"

મેં આ વાત નરેન્દ્રભાઈને કહી. તેમણે હજી સુધી અમારી નાનકડી દીકરી અનુષ્કા માટે સમય ફાળવ્યો નથી. અલબત્ત, મેં જ્યારે પણ ફોન કર્યો છે ત્યારે નરેન્દ્રભાઈએ ખૂબ પ્રેમથી મારી સાથે વાત કરી જ છે. એક વખત ભરત દવે નામનો એક ઠગ મારા નામે પોલીસ અધિકારીઓને ફોન કરી આડાઅવળાં કામો કરાવતો હતો. આ વાત મારા ધ્યાન પર આવતાં જ મેં મુખ્યમંત્રીને ફોન કરી જાણ કરી. નરેન્દ્રભાઈએ એક અધિકારીને મારા ઘેર મોકલી મારી ફરિયાદ મંગાવી લીધી અને પોલીસ કમિશનરને ફોન કરી એ ઠગને પકડી જેલમાં મોકલી આપ્યો હતો. આવા મુખ્યમંત્રીને મીડિયાસેવી નથી એમ કેમ કહી શકાય ? માત્ર મીડિયા સાથે જ નહીં પરંતુ પક્ષના નાનામાં નાના કાર્યકર સાથે પણ તેઓ લાગણીનો સંબંધ રાખે છે એ તેમનું ભીતરી વ્યક્તિત્વ છે.

મને યાદ છે કે ગુજરાતના પૂર્વ મુખ્યમંત્રી બાબુભાઈ જશભાઈ પટેલ કોઈ નાની અમથી વાત સાંભળતાં સાંભળતાં જ રડી પડતા હતા. નરેન્દ્ર મોદીનું વ્યક્તિત્વ એથી ઊલટું છે. એક રાજપુરુષને જાહેરમાં છાજે તેવું વર્તન કરવું જરૂરી છે અને તે વાત નરેન્દ્રભાઈ બરાબર જાણે છે. મોદીનો બહારથી લાગતો સખત ચહેરો જ આમ આદમીને ગમે છે. મોદીના ચાહકોને ખાસ કરીને મહિલાઓને તેમાં 'હી-મેન'નાં દર્શન થાય છે.

સામાન્ય પ્રજાને બાયલા, માંયકાંગલા અને ડરપોક નેતાઓ ગમતા નથી. મોદીથી તેમના પક્ષના પ્રમુખથી માંડીને પ્રધાનમંડળના સભ્યો પણ ફફડે છે એ જ લોકોને ગમે છે. અધિકારીઓ પણ ધ્રૂજતા ધ્રૂજતા મોદી પાસે જાય છે. લોકોને આ ગમે છે.

વાઈબ્રન્ટ ગુજરાત સમિટ વખતે રતન તાતાથી માંડીને અનિલ અંબાણીને મોદીમાં ભાવિ વડાપ્રધાન દેખાય છે. ખુદ ધીરુભાઈ અંબાણીએ જ કહ્યું હતું કે "મોદી એક લાંબી રેસનો ઘોડો છે." અર્થાત્ આજના ઉદ્યોગપતિઓ પણ ભીતરથી માને છે કે કાલે નરેન્દ્ર મોદી વડાપ્રધાન બની જશે તો અત્યારથી એમની જ પ્રશંસા કરવી સારી. તેમની વાત સાચી પણ છે. એનડીએની સરકાર બનવાની હોય તો કોણ વડાપ્રધાન બનશે તેની ખબર નથી પરંતુ એક સત્ય તો છે જ કે ભાજપા પાસે આજે નરેન્દ્ર મોદીની કક્ષાનો કોઈ નેતા જ નથી.

ગુજરાત મીડિયા ક્લબના ફંક્શનમાં કાર્યક્રમનું સંચાલન કરી રહેલા એક અંગ્રેજી અખબારનાં મહિલા પત્રકારે કહ્યું હતું : "આજે મારા અખબારમાં નરેન્દ્ર મોદીની

છપાયેલી તસવીર જોઈ મારી દીકરીએ મને પૂછ્યું : 'મમ્મી, પ્રાઈમ મિનિસ્ટર મોદીની તસવીર કેમ છાપી છે ?'''

મોદી ભવિષ્યમાં વડાપ્રધાન બને કે ના બને પણ નાનકડાં બાળકો પણ તેમને પ્રાઈમ મિનિસ્ટર જ સમજે છે. નાનાં બાળકો પરનો આ જાદુ જવાહરલાલ નહેરુ પછી પ્રથમ વાર જ નરેન્દ્ર મોદીમાં જોવા મળે છે.

માત્ર બાળકો જ નહીં પરંતુ બૉલિવૂડના એક્ટર્સ પણ તેમના ફેન છે. મલ્લિકા શેરાવતથી માંડીને પ્રીતિ ઝિન્ટા પણ મોદીના વ્યક્તિત્વના ચાહક છે. અમિતાભ બચ્ચન પણ તેમના ચાહક છે. ઘણીવાર અમિતાભ એક્ટર કરતાં પોલિટિશિયન વધુ અને મોદી પોલિટિશિયન કરતાં એક્ટર જેવા વધુ લાગે છે.

મોદીની સફળતાનું મોટામાં મોટું રહસ્ય તેમની વાક્છટા છે. એક અંગ્રેજી પુસ્તકમાં લખ્યું છે કે "વક્તાઓ જ મોટા નેતા છે." પ્રેસિડન્ટ બરાક ઓબામા વિશ્વના પ્રખર વક્તા છે અને તેમની વક્તૃત્વકળાના કારણે જ તેઓ પ્રેસિડન્ટ થઈ શક્યા છે. નરેન્દ્ર મોદી પણ પ્રખર વક્તા છે. તેમની પાસે તર્ક છે, દલીલો છે, શબ્દોને રમાડવાની આવડત છે. પ્રજાને ભાવવિભોર બનાવી લોકોને પ્રવચનમાં ભાગીદાર બનાવતાં પણ આવડે છે. એક સિંહગર્જના કરતા હોય અને બીજા તેમાં સૂર પુરાવતા હોય તેવાં દશ્યો અને ધ્વનિ મોદીની સભાઓમાં જોવા મળે છે. વકતૃત્વ કળાના કૌશલે પણ મોદીને લોકપ્રિય બનાવવામાં ઘણી મદદ કરી છે. પરંતુ માત્ર પ્રવચનો જ એ સફળતાનો પર્યાય નથી. પ્રવચનો પછી કામ પણ કરવું પડે છે. મોદીએ ગુજરાતમાં સુંદર અને કાર્યક્ષમ વહીવટ દ્વારા દેશનું પ્રથમ નંબરનું રાજ્ય બનાવી દીધું છે. રતન તાતાને ગુજરાતમાં લાવી નરેન્દ્ર મોદીએ બીજા ઉદ્યોગપતિઓ માટે પણ ગુજરાતનું આકર્ષણ વધાર્યું છે. સુજલામ્ સુફલામ્ કેનાલ દ્વારા ઉત્તર ગુજરાતના લાખો ખેડૂતોને ખુશ કરી દીધા છે. ચોવીસ કલાક વીજળી આપીને ગુજરાતનાં ૧૮ હજાર ગામડાંઓને ઝળાંહળાં કર્યાં છે. સુંદર રોડ અને રસ્તાઓ દ્વારા બહારથી આવતા મહેમાનોને પણ પ્રભાવિત કર્યાં છે. સુપરસ્ટાર અમિતાભ બચ્ચનનો ગુજરાત ટૂરિઝમ માટે ઉપયોગ કરી ગીર, કચ્છ અને સોમનાથનું મહત્ત્વ વધાર્યું છે. કોમી તોફાનોને કડક રીતે ડામી દઈ ગુજરાતની પ્રજાને છાશવારે થતી ખંજરબાજીથી બચાવી છે. રાજ્યનાં બંદરોનો વિકાસ કરી ગુજરાતના દરિયાને ફરીથી ધમધમતો કર્યો છે. આખા ગુજરાતને ઔદ્યોગિક વિકાસ માટે ઈન્ફ્રાસ્ટ્રક્ચરથી સજ્જ કરી દીધું છે. કાંકરિયાની રોનક મોદીએ બદલી છે, કોર્પોરેટરોએ નહીં.

ગુજરાતને મોદી ગમે છે તેનું આ જ રહસ્ય છે. માત્ર ગુજરાતમાં જ નહીં પણ ગુજરાતની બહાર આમજનતામાં પણ નરેન્દ્ર મોદી લોકપ્રિય છે. રાજસ્થાન, હરિયાણા કે હિમાચલ પ્રદેશમાં હું જ્યાં પણ ગયો છું અને એ રાજ્યના લોકોને ખબર પડે કે હું ગુજરાતમાંથી આવું છું તો તરત જ તેઓ બોલી ઊઠે છે "ગુજરાતસે આતે હો ? આપ કો તો મોદી જૈસા અચ્છા લીડર મિલા હૈ, હમેં ભી એક મોદી કી જરૂરત હૈ."

•

"નિષ્ફળતા બે રીતે મળે છે. એક તો આગળ વધવાથી અને બીજું આગળ ના વધવાથી... અર્થાત્ નિષ્ક્રિય રહેવાથી."

– સપર રેડસ્ટોન

(સી.બી.એસ. અને વાય. કોમના ચૅરમૅન)

પ્રકરણ ૧૪

ટેગવિહોણા નેતાનું ગુજરાત ઓબ્સેશન

તા. ૨૩મી ડિસેમ્બર : ૨૦૦૭

સમય : સવારના ૭:૦૦ વાગ્યાનો

સ્થળ : મુખ્યમંત્રીનો બંગલો, ગાંધીનગર

ગુજરાત વિધાનસભાની ચૂંટણીનાં પરિણામોનો દિવસ હતો.

આખી રાત મુખ્યમંત્રી નરેન્દ્ર મોદી સૂતા ન હતા. આવતી કાલે ગુજરાતની સાડા પાંચ કરોડની જનતા શું ચુકાદો આપશે-એની મગજમાં ગડમથલ હતી.

આત્મા પોકારી પોકારીને કહેતો કે, ''નરેન્દ્ર, ચિંતા ન કર ! તું સાચો છે... દિલનો સાફ છે... દાનત ચોખ્ખી છે... એટલે ચિંતા ન કર...!''

પરંતુ આત્મા સામે મનનું યુદ્ધ ચાલતું હતું. બુદ્ધિ પણ કોઈક વાર ત્રાજવાંના પલ્લાંની એક બાજુ-ઊંચી-નીચી થતી હતી.

છેવટે નાહી-ધોઈ સવારના ૭ વાગે નરેન્દ્ર મોદીએ ઈશ્વર સામે બે હાથ જોડીને પ્રાર્થના કરી : ''હે ભગવાન, અનેક કસોટીમાંથી તેં મને પાર પાડ્યો છે. આજે મારી અગ્નિપરીક્ષા છે. જો મેં સાચા દિલથી, સાચી દાનતથી ગુજરાતની સાડા પાંચ કરોડની જનતાનું હિત જોયું હોય, એની કાળજી લીધી હોય, મારા ગમા-અણગમાને બાજુ પર

રાખી લોકોની સેવા કરવાના મારા ઉદ્દેશને પાર પાડવાના ભગીરથ પ્રયત્નને સફળ બનાવવો હોય તો મને વિજય અપાવશો.''

અને બે કલાક પછી ધડાધડ ચૂંટણીનાં પરિણામો આવવા માંડ્યાં. ભાજપનો ઝંડો ઠેરઠેર લહેરાવા માંડ્યો. સવારના ૧૧ વાગ્યા સુધીમાં ૯૦ બેઠકોનો આંકડો વટાવ્યો અને ૧૨ વાગ્યે તો ૧૦૦ ઉપર અને ૧ વાગ્યે ૧૧૭ બેઠકો ઉપર ભાજપનો ઝળહળતો વિજય નોંધાયો.

નરેન્દ્ર મોદી ગુજરાતના નાથ નક્કી હતા, પરંતુ લોકોનો પ્રેમ જોઈ એ ગદ્‌ગદિત થઈ ગયા અને મનોમન ફરી પાંચ વર્ષ માટે ત્રીજી વખત મુખ્યમંત્રી બનવા માટે ભગવાનને પ્રાર્થના કરતા હતા. તારી લીલા અકળ છે એમ કહી ઈશ્વરનો આભાર માનતા હતા.

મુખ્યમંત્રી નરેન્દ્ર મોદીની કઠિન યાત્રા પણ નરેન્દ્રનાથથી નરેન્દ્ર સુધીની જ છે. (સ્વામી વિવેકાનંદનું મૂળ નામ નરેન્દ્રનાથ હતું) બચપણમાં વડનગરના નરેન્દ્રને પણ સ્વામી વિવેકાનંદને વાંચવાનો શોખ હતો અને આજના નરેન્દ્ર પર પણ નરેન્દ્રનાથનો પ્રભાવ છે.

નાનકડો નરેન્દ્ર વડનગરમાં ભણતો હતો ત્યારે શર્મિષ્ઠા તળાવમાં તરવા ગયો હતો અને તળાવમાંથી મગરનું બચ્ચું પકડીને ઘેર લઈ આવ્યો હતો. માએ ઠપકો આપતાં નરેન્દ્ર મગરનું બચ્ચું પાછું તળાવમાં મૂકી આવ્યો હતો. ખતરનાક જડબામાં હાથ નાંખવો અને જડબાં પકડી લેવાં એ કદાચ બચપણથી જ આદત છે.

એક વાર વડનગરમાં ધ્વજવંદન દરમ્યાન ધ્વજ અડધી કાઢીએ ફરકતો જોયો. નાનકડા નરેન્દ્રે વડીલોનું ધ્યાન દોર્યું. કોઈએ ગણકાર્યું નહિ. એટલે પિતાશ્રી પાસેથી પૈસા માંગી પોસ્ટકાર્ડમાં વિગતો લખી, તેની પર ચિત્ર દોરી અખબારોને મોકલી આપ્યું હતું.

શાળાશિક્ષણ દરમિયાન 'જોગીદાસ ખુમાણ' નાટકમાં અભિનય કર્યો હતો. આજે પણ ક્યારે કોની સાથે કેવા ભાવ ક્યાં પ્રગટ કરવા તેનો ઉત્કૃષ્ટ અભિનય રોજબરોજના વ્યવહારથી માંડીને મંચ પર પ્રગટ થઈ જ જાય છે. પ્રશંસાને તો ઠીક, પણ વિરોધીઓને શરમ આવે એટલે હદે આક્ષેપો સહન કરી શકે છે. સમયસર બોલવું, સમય પર બોલવું અને ક્યારે ના બોલવું તેની સ્ક્રિપ્ટ તેમના દિમાગમાં પહેલેથી જ લખાયેલી હોય છે. ગુજરાતના ઘણા મુખ્યમંત્રીઓનો અનુભવ છે કે, સવારે ૯ વાગ્યા પહેલાં તૈયાર જ ના થાય. ૧૦ વાગ્યા પહેલાં મળે જ નહિ અને જેને મળવું હોય તે સચિવાલય પર આવે, ઘેર તો બેનબનેવીઓ કે જમાઈઓ દ્વારા

જ 'વહીવટ' થાય. અહીં ઊલટું છે. નરેન્દ્ર મોદી સવારે ૪ વાગ્યે ઊઠી જાય છે. રાત્રે બે વાગ્યે સૂતા હોય તો પણ ઊઠવાનો એ જ સમય છે વહેલા ઊઠીને પ્રાણાયામ તથા યોગાસનો કરે છે. સમય મળે તો સંતૂર અને વાંસળીની જુગલબંધીવાળું મ્યુઝિક 'કૉલ ઑફ ધી વેલી' સાંભળે છે. સવારે પાંચ વાગ્યે પર્સનલ લેપટોપ પર દિલ્હી અને વિશ્વનાં અખબારો વાંચી લે છે. એ પછી નહાવા-ધોવાની પ્રાતઃક્રિયા પતાવે છે. ત્યાર બાદ ગુજરાતનાં ૪૦થી ૫૦ જેટલાં અખબારો ટેબલ પર પડ્યાં હોય એ બધાં જોઈ લે છે. સવારે ૯:૩૦ વાગ્યાથી વિવિધ અધિકારીઓ દ્વારા પેઝન્ટેશન શરૂ થાય છે. સરકારના મુખ્ય કુલ ૨૬ ખાતાંઓ પૈકી રોજ બે વિભાગોનું પ્રેઝન્ટેશન હોય છે, જેમાં રાજ્યના જે તે વિભાગના સચિવો, અગ્રસચિવ અને મુખ્ય સચિવ હાજરી આપે છે. બરાબર ૧:૩૦ વાગ્યે મુખ્યમંત્રીનો અંગત કર્મચારી સી.એમ. બંગલેથી તૈયાર થયેલું ટિફિન લઈને હાજર હોય છે. દાળ-ભાત-શાક જેવું સાદું ગુજરાતી ભોજન લે છે. દહીં તેમને પ્રિય છે, પરંતુ તેઓ એક રૂમમાં જ્યાં જમવા બેઠા હોય છે ત્યાં કોઈનીયે હાજરી પસંદ નથી. ટિફિનમાંથી જમવાનું પણ જાતે કાઢી લે છે. નોકર પણ ના જોઈએ. જમતાં જમતાં ટી.વી.ન્યૂઝ તરફ નજર નાખી લે છે. ઘણી વાર રાતના આઠ સાડા આઠ સુધી ઑફિસમાં જ કામ કરે છે. બધી જ વિગતો કોમ્પ્યુટર પર ઉપલબ્ધ રાખે છે. અધિકારીએ સૂચનાનો કેટલો અમલ કર્યો તેનો પ્રોગ્રેસ રિપોર્ટ આપવો ફરજિયાત છે.

કહેવાય છે કે, મોદીને 'મેકોલિયન મેમરી' છે. કોને ક્યારે શું સૂચના આપી હતી તે તેમને બરાબર યાદ રહે છે.

સમય મળે તો વાંચનની ટેવને યથાવત્ રાખી છે. યુવાન વયે તેમણે કનૈયાલાલ માણેકલાલ મુનશીની 'પાટણની પ્રભુતા', 'જય સોમનાથ' અને 'ગુજરાતનો નાથ' તથા પન્નાલાલ પટેલને રસપૂર્વક વાંચ્યા છે. પોલિટિકલ સાયન્સના વિષયો સાથે એમ.એ. સુધી ભણ્યા બાદ તેમને ભણાવનાર શિક્ષકોનો આજે પણ આદર કરે છે.

વિખ્યાત તજજ્ઞો સ્વામીનાથન અને મોન્ટેકસિંહ અહલુવાલિયા સાથે તેઓ સતત સંપર્કમાં રહે છે. પરામર્શ કરે છે. ચેન્નાઈ આઈઆઈટીમાં તથા દિલ્હી વિજ્ઞાન ભવનમાં મોદીએ સુંદર અંગ્રેજીમાં પ્રવચન આપ્યું.

મોદીના પરિવારમાં બે ભાઈઓ અને માતા છે, પરંતુ કારણ વગર ઘેર પ્રવેશ નથી. તેથી વંશવાદ કે વારસાગત રાજકારણનો પણ સવાલ નથી. ખૂબ જ લાગણીથી તેમણે વિધાન કર્યું કે, ''ગુજરાતની સાડા પાંચ કરોડની પ્રજા જ મારો પરિવાર છે.''

આવું આજ સુધી ગુજરાતના કોઈ નેતાએ કહ્યું નહોતું.

એક જમાનામાં મોરારજી દેસાઈ ગુજરાતના સર્વોચ્ચ નેતા ગણાતા. ગુજરાતના રાજકારણીઓએ મોરારજીભાઈના ચરણસ્પર્શ કરવા પડતા. મોરારજીભાઈને અંદરથી

આવું બધું ગમતું હતું. મોરારજીભાઈ ગુજરાતના હોવા છતાં કોઈ તેમને ગુજરાતના હિતની વાત કરવા જાય તો તેઓ ચીડાઈ જતા : ''શું મારે માત્ર ગુજરાતની જ વાત કરવાની છે ?''

ગુજરાતના જ હિતની વાત કોઈ કરે તો તેઓ ગુસ્સે થતા, કારણ કે જો તેઓ માત્ર ગુજરાતની જ વાત કરે તો તેઓ નાના અને માત્ર રાજ્યના જ નેતા છે એવી રીતે ઓળખાવા તૈયાર નહોતા. પોતે આખા દેશના રાષ્ટ્રીય નેતા છે તેવો તેમનો છૂપો અહંકાર હતો.

મોદી બીજાઓ સાથેની વાતચીત દરમિયાન કદાચ અહંકારી લાગે, પરંતુ ગુજરાત પૂરતો તેમણે મોરારજી શૈલીના અહંકારને ઓગાળી નાંખ્યો. ગુજરાતી હોવા વિશે અને ગુજરાતના નેતા છે તેવું જાહેર વિધાન કરવામાં તેમણે કદી નાનપ અનુભવી નહિ. ''ગુજરાતની અસ્મિતા અને ગુજરાતનું ગૌરવ પુનઃ પ્રસ્થાપિત કરીશું'' એવું સૂચક વિધાન કરીને ગુજરાતીઓનાં દિલ તેમણે જીતી લીધાં.

મોરારજી દેસાઈ આવું કદી કરી શક્યા નહિ.

વર્ષોથી ગુજરાતને એક સક્ષમ નેતાની ખોટ હતી, જે નરેન્દ્ર મોદીએ પૂરી કરી દીધી. ગુજરાતને ગુજરાતની વાત કરનાર, ગુજરાતની ચિંતા કરનાર અને ગુજરાત માટે કેન્દ્ર સામે બાંયો ચડાવે તેવો નેતા જોઈતો હતો. ગુજરાતને મોદી એટલા માટે ગમી ગયા કે ગુજરાત માટે લડનારો પહેલો નેતા છે. હા, એક સમયે પૂર્વ મુખ્યમંત્રી શ્રી ચીમનભાઈ પટેલે કેન્દ્ર સામે બાંયો ચડાવી હતી, પરંતુ એ વખતે કેન્દ્ર વધુ મજબૂત હતું અને ચીમનભાઈએ સત્તા ગુમાવવી પડી હતી. પરંતુ મોદી દેશના પલટાતા રાજકારણની પેટર્નમાં ફિટ બેસી ગયા. મોદી માત્ર ને માત્ર ગુજરાતની વાત દિલથી અને રાજકિય સમજદારીથી કરતા રહ્યા અને મેદાન મારી ગયા.

અલબત્ત, ઘણાં ઊંચાં શિખર સર કરવા ગુજરાત તેમના માટે એક પગથિયું પણ હોઈ શકે છે.

•

"સફળતાની ઉપર સફળતાની ઈમારત નથી ચણાતી. નિષ્ક્રિયતાઓના ભંગાર પર જ સફળતાની ઈમારત ચણાય છે. ઘણી વાર તો દુર્ઘટના પછી જ જીત થાય છે."

– સપર રેડસ્ટોન

(સી.બી.એસ. અને વાય.કોમના ચૅરમૅન)

પ્રકરણ ૧૫

જુલિયાની અને મોદી વચ્ચે શું સામ્ય ?

રુડી જુલિયાની.

અમેરિકાના સુપ્રસિદ્ધ શહેર ન્યુયોર્કના તેઓ મેયર હતા. એ સમયે ન્યુયોર્ક સહુથી વધુ અસલામત હતું. આખા ન્યુયોર્ક શહેરને અશ્વેત ગુંડાઓએ બાનમાં લીધું હતું. શહેરની સ્ટ્રીટમાં ગમે ત્યારે ધોળે દિવસે રિવોલ્વરની અણીએ રાહદારીને લૂંટી લેવાતો. સબર્બ ટ્રેનોમાં મુસાફરી કરતાં લોકો ડરતા હતા. દુકાનદારને બંદૂકની અણીએ લૂંટી લેવાતો. વર્ષમાં સેંકડો ખૂન થતાં.

પરંતુ ન્યુયોર્કના મેયરપદે આવેલા રુડી જુલિયાની મૂળ ઈટાલીના હતા. ઈટાલી માફિયાઓનું હેડક્વાર્ટર ગણાતું. શિકાગોનો એક જમાનાનો કુખ્યાત ડોન અલ કોપેન પણ ઈટાલીનો હતો અને રાજનીતિમાં પ્રવેશેલા રુડી જુલિયાની પણ સખત વ્યક્તિત્વ ધરાવતા ઈટાલિયન હતા. ન્યુયોર્કના મેયર ભારતના મેયરોની જેમ શોભાના ગાંઠિયા હોતા નથી. પોલીસ તેમની નીચે કામ કરે છે. જુલિયાનીએ એક રાત્રે પોલીસ પાસે જ ન્યુયોર્કના બદમાશમાં બદમાશ ગુંડાઓની યાદી બનાવી અને ગણતરીના કલાકોમાં છાપા મારી અસામાજિક તત્ત્વોને જેલના સળિયા ભેગા કરી દીધા. બીજા જ દિવસથી ન્યુયોર્કને સલામત બનાવી દીધું.

રુડી જુલિયાની માટે ન્યુયોર્કમાં કાયદો અને વ્યવસ્થાનું પુનઃ સ્થાપન કરવું તે 'મિશન ઈમ્પોસિબલ' અર્થાત્ અશક્ય ધ્યેય જેવું હતું, પરંતુ તેમણે સફળતા હાંસલ

કરી દર્શાવી. રુડી જુલિયાનીનું સ્વાસ્થ્ય બગડ્યું ના હોત તો આવનારા દિવસોમાં તેઓ રિપબ્લિકન પક્ષ તરફથી અમેરિકાના પ્રેસિડેન્ટની ચૂંટણી માટે નિશ્ચિત હતા.

ગુજરાતના મુખ્યમંત્રી નરેન્દ્ર મોદી અને રુડી જુલિયાની વચ્ચે ઘણું સામ્ય છે. નરેન્દ્ર મોદીના શાસન પહેલાં ગુજરાત અસલામત હતું. ગમે ત્યારે કોમી તોફાનો થતાં. ખંજરબાજી થતી. દુકાનોને આગ લગાડવામાં આવતી. કરફ્યુ લાગી જતો, પરંતુ મોદીના મુખ્યમંત્રીપદે આરૂઢ થયા બાદ કોમી દંગલો અદશ્ય થઈ ગયાં. ખંજરબાજી ખોવાઈ ગઈ. આગ લગાડનારાં તત્ત્વો ભૂગર્ભમાં ચાલ્યાં ગયાં. ગુજરાત માટે આ એક 'મિશન ઈમ્પોસિબલ'ની ફિલ્મ જેવી કથા છે. છેલ્લાં દસ વર્ષમાં અમદાવાદ શહેરમાં કર્ફ્યુ નાંખવો પડ્યો નથી. જુલિયાનીને લોકો અહંકારી કહે છે. મોદી માટે પણ એ જ વિશેષણ વપરાય છે. જુલિયાની સખત, એકાધિકારીવાદી અને નિર્ણયો લેવામાં જિદ્દી હતા. મોદી પણ સખત, એકાધિકારવાદી અને અપરિવર્તનશીલ વ્યક્તિ તરીકે ઓળખાય છે. જુલિયાનીને મીડિયાની બહુ પરવા નથી, પરંતુ વર્લ્ડ ટ્રેડ સેન્ટર પર હુમલા પછી ન્યુયોર્કને બેઠું કરવાની તેમણે જે કામગીરી બજાવી તેની એ જ મીડિયાએ સરાહના કરી. મોદી પણ મીડિયાની બહુ પરવા કરતા નથી. હવે એ જ અંગ્રેજી પ્રિન્ટ મીડિયા, ખાસ કરીને દિલ્હીનાં અખબારો દરરોજ કાંઈ ને કાંઈક ટોપિક શોધીને મોદી વિશે લેખો અને તસવીરો છાપતાં હતાં. ગુજરાતમાં વિકાસ સ્થગિત હતો, મુખ્યમંત્રીઓ નક્કર નિર્ણયો લઈ શકતા નહોતા, રાજકારણીઓ તોફાનો રોકી શકતા નહોતા ત્યારે મોદીએ ગુજરાતને શાંતિ અને સલામતી બક્ષી. લોકોએ સહુથી પહેલું 'સલામતી'ને પ્રાધાન્ય આપ્યું છે.

''મોદી એકલા હાથે ચૂંટણી કેમ જીત્યા''– તે હજી ઘણાને સમજાતું નથી. એ વાત સમજવા માટે દેશના અન્ય મુખ્યમંત્રીઓ તરફ નજર કરવી પડે. આંધ્રના એનટીઆર ફિલ્મોમાં રામનો રોલ કરતા હતા અને રાજનીતિમાં આવ્યા બાદ લોકોએ તેમનામાં રામનાં દર્શન કરી મુખ્યમંત્રી બનાવી દીધા. તમિળ ફિલ્મોના હીરો એમજીઆર ખૂંખાર હીરોની ભૂમિકા કરતા હતા અને લોકોએ તેમનામાં વીર પુરુષનાં દર્શન કરી તેમને મુખ્યમંત્રી બનાવી દીધા. બિહારમાં લાલુ પ્રસાદને પછાત વર્ગોનો લાભ મળ્યો હતો. માયાવતીને દલિત બેકગ્રાઉન્ડનો લાભ મળ્યો હતો. નરેન્દ્ર મોદી પાસે આવી કોઈ જ પશ્ચાદ્ભૂમિકા નહોતી. તેમને વારસામાં ધન કે પિતા કોઈ મોટા નેતા હોય તેવો વારસો પણ મળ્યો નહોતો. પેટિયું રળવા માટે એસ.ટી.સ્ટેન્ડ પાસે મોટા ભાઈ એક કેન્ટીન ચલાવતા અને તેમને મદદ કરનાર નાનકડા નરેન્દ્રમાં એક વિચારબીજ પડેલું હતું. હિન્દુત્વ અને રાષ્ટ્રવાદ તેમને પ્રિય હતાં. જનસંઘનો કટ્ટરવાદ સ્વીકારવાના બદલે રાષ્ટ્રીય સ્વયંસેવકનો રાષ્ટ્રવાદ, દેશભક્તિ અને સેવાની ભાવના સ્વીકારી ત્યારે

તેમનેય ખબર નહોતી કે, આર.એસ.એસ.ના મેડા ઉપર કચેરીમાં જ સૂઈ જનારો એક છોકરો ગુજરાતનો મુખ્યમંત્રી બની જશે અને તેની નોંધ રાષ્ટ્રીય અને આંતરરાષ્ટ્રીય કક્ષાએ લેવાશે. ચૂંટણીનાં પરિણામોએ સાબિત કરી દીધું કે, મોદી એક મેગ્નેટ છે અને મીડિયા ગમે તે કહે, પણ લોકો એક શક્તિશાળી ચુંબકની જેમ તેમની તરફ આકર્ષાય છે.

આ કક્ષાએ પહોંચેલા નરેન્દ્ર મોદીને એનટીઆર કે એમજીઆર જેવા ફિલ્મોના અભિનેતા જ હોવાનું કોઈ જ બેકગ્રાઉન્ડ નહોતું. દલિત કે પછાત વર્ગોનું લેબલ પણ નહોતું. છતાં જાતિ કે જ્ઞાતિના આધાર વિનાનો માનવી 'ગુજરાતનો નાથ' કેવી રીતે બની ગયો ? ઘણા ઓછા લોકો એ વાત જાણે છે કે, મોદીએ જાહેર જીવનમાં પ્રવેશ અનેક પ્રકારના સંઘર્ષ સાથે કર્યો હતો. વર્ષો પહેલાં એસ. ટી. બસમાં બેસી તેઓ સંઘના એક પ્રચારક તરીકે દૂરદૂરનાં ગામોમાં જતા. જ્યાં સૂવાનું મળે ત્યાં સૂઈ જતા. રાત્રિસભાઓ કરતા. રાષ્ટ્રવાદનાં તેમનાં પ્રવચનોની પીઠિકા તો નાનકડા ઓરડાઓમાં માઈક વગરની સભાઓથી થઈ હતી. પ્રચારક જ રહી શકાય તે માટે પરિવારની પળોજણથી તેઓ દૂર રહ્યા હતા. સખત પરિશ્રમ અને અનેક આડખીલીઓ બાદ તેઓ ભાજપમાં આવ્યા હતા. પક્ષની આંતરિક રાજનીતિમાં પણ તેમને અનેક અગ્નિપરીક્ષાઓમાંથી પસાર થવું પડ્યું હતું. આજના નરેન્દ્ર મોદી અનેક ટીકાઓ, સંઘર્ષ અને આગમાં તપેલું વ્યક્તિત્વ છે. એવા વ્યક્તિત્વને અંગ્રેજીમાં 'વર્સેટાઈલ પર્સનાલિટી' કહે છે, જે મોદીના વિરોધીઓએ પણ સ્વીકારવું પડે.

મોદી કહે છે : "આ દેશમાં રાજકારણની પેટર્ન જ એવી છે કે, સરકારો ચૂંટણી જીતવા જ ચાલે છે. ગુજરાતમાં પહેલી એવી સરકાર બની કે, જેણે ચૂંટણી જીતવા કોઈ આયોજન જ ના કર્યું. દા.ત. કન્યા કેળવણી કે બેટી બચાવો આંદોલન. નાનકડી કન્યાઓ તો મતદારો જ નથી. આ પ્રકારનાં કામો ચૂંટણી માટે બાય-પ્રોડક્ટ બની ગયાં. મારો એવો અનુભવ છે કે, ચૂંટણીની લ્હાય કરનારા ચૂંટણી જીતી શકતા નથી. ચૂંટણીની ચિંતા કરનારા હિંમતભર્યા નિર્ણય કરી શકતા નથી, પરિણામે બાવાનાં બેય બગડે છે."

સમગ્ર દેશમાં એક વ્યાપક ચર્ચા છે. આ દેશમાં ચાર પ્રકારની સરકારોનાં મૉડેલ છે. ૪૦ વર્ષનું કોંગ્રેસનું શાસન. ૨૫ વર્ષનું પશ્ચિમ બંગાળમાં સામ્યવાદીઓનું શાસન. બિહાર, ઉત્તરપ્રદેશ કે જમ્મુ અને કાશ્મીરમાં ૧૦-૧૦ વર્ષના લાલુ-માયાવતી-મુલાયમ કે ફારુક અબ્દુલ્લાનાં વ્યક્તિકેન્દ્રી શાસનો. તેમાં ગુજરાત એક સહુથી નોખું મૉડેલ છે. કોંગ્રેસ કે કમ્યુનિસ્ટો દેશમાં ઝાઝો બદલાવ લાવી શક્યા નથી. ગુજરાતે 'ગુડ ગવર્નન્સ', ઈમાનદારી અને લોકભાગીદારીના સ્તંભો પર મૉડેલ વિકસાવ્યું. કોમી દંગલોને બંધ કરી દીધાં.

મોદી કહે છે : "વિપક્ષોનો કેસ જ નબળો છે. ૨૦૦૨ની સાલનો ઢાલ તરીકે ઉપયોગ થાય છે. આ દેશમાં થયેલાં ૧૦ હુલ્લડોનો અભ્યાસ થવો ઘટે. દિલ્હીમાં ઈન્દિરાજીની હત્યા પછી તોફાનો ફાટી નીકળ્યાં હતાં. શીખોને નુકસાન થયું, પરંતુ દિલ્હી પોલીસે એક પણ ટિયરગૅસ છોડ્યો નહોતો. એક પણ લાઠીચાર્જ થયો નહોતો. જ્યારે ગોધરામાં કારસેવકોની હત્યા પછી જે તોફાનો ફાટી નીકળ્યાં ત્યાર બાદ પોલીસે ૧૦ હજાર ગોળીબાર કર્યા. એના કારણે ૨૦૦થી વધુ વ્યક્તિ માર્યા ગયા. દેશના કોઈ પણ હુલ્લડ વખતે પોલીસ ગોળીબારથી આટલા નાગરિકો માર્યા ગયા નથી. ૧૯૭૬ના હુલ્લડના કેસો માધવસિંહ સોલંકીએ પાછળથી પાછા ખેંચ્યા હતા. મોદી સરકારે એક પણ કેસ પાછો ખેંચ્યો નથી. આ બધા અપપ્રચાર પછી પણ ચૂંટણી જીતી શકાય છે."

હુલ્લડોથી ચૂંટણી જીતી શકાતી હોત તો ૨૦૦૨ પછી કોઈ હુલ્લડ થયું જ નથી. હુલ્લડોથી જ ચૂંટણી જીતી શકાય - એ 'મિથ' તૂટી ગઈ. એ વાસ્તવિકતા રાજનીતિ શાસ્ત્રના અભ્યાસુઓ માટે પણ અભ્યાસનો વિષય છે.

૮૦ વર્ષના વૃદ્ધોને, ૪૦ વર્ષની ગૃહિણીઓને, ૨૦ વર્ષની યુવતીઓને કે લબરમૂછિયા યુવાનોથી માંડીને છ વર્ષનાં બાળકોને પણ મોદી પ્રિય કેમ છે તે સમાજશાસ્ત્રીઓ માટે અભ્યાસનો વિષય છે.

•

"દિલની વાત ધ્યાનથી સાંભળજો. સ્વપ્નની દિશામાં આગળ વધજો. જો ધગશ અને ચરિત્ર્ય હશે તો - કોઈ પણ સ્વપ્ન બહુ મોટું નથી."

– માઈકલ ડેલ

(ડેલ કોમ્પ્યુટર્સના સ્થાપક)

પ્રકરણ ૧૬

સારું અર્થતંત્ર સારું પોલિટિક્સ બની શકે

નરેન્દ્ર મોદી પહેલી વાર જ મુખ્યમંત્રી બન્યા તે પહેલાં તેઓ એક રાજકારણી હતા, પરંતુ મુખ્યમંત્રી બન્યા બાદ પહેલી વાર જ વહીવટી બાબતોનો એકડો ઘૂંટવાનો હતો.

"સારું અર્થતંત્ર આપનાર નેતા રાજકારણમાં નિષ્ફળ જાય છે" - એ ઉક્તિ નરેન્દ્ર મોદીએ બદલી નાખી. 'ગુડ ઈકોનોમિક્સ ઈઝ ઓલ્સો અ ગુડ પોલિટિક્સ' - એ વાત સાબિત કરી.

ગુજરાતમાં પાછલી બે ટર્મથી મોદીનું શાસન હતું છતાં 'એન્ટી ઈન્કમ્બન્સી' ફેક્ટર ચાલ્યું નહીં. કારણ ? ગુજરાતે એક સારો વહીવટ જોયો. મુખ્યમંત્રીએ સચિવાલયના દરવાજા બંધ કરાવ્યા ત્યારે મીડિયા તૂટી પડ્યું, પરંતુ મુખ્યમંત્રી કહે છે : "જુઓ ભાઈ ! બગીચાઓમાં પણ જવાનો સમય નિશ્ચિત હોય છે અને આ તો વહીવટનું કેન્દ્ર છે. સચિવાલયમાં તો લોકોનાં ખોટાં કામો કરાવવાવાળા દલાલો અને કૌભાંડિયાઓ જ આવતા હોય છે."

ગાંધીનગરના સચિવાલયને મોદીએ ગુજરાત સરકારનું એકાઉન્ટીબિલિટીવાળું એક કોર્પોરેટ હાઉસ બનાવવા નક્કી કર્યું.

મોદી કહે છે : "પબ્લિક લાઇફ અને પબ્લિક એડ્મિનિસ્ટ્રેશન એ સમાજજીવન

વ્યવસ્થાપનનાં બે પાસાં છે. કમનસીબે એવી સ્થિતિ જોવા મળે છે કે, પબ્લિક એડ્મિનિસ્ટ્રેશનમાં 'લાઇફ' નથી અને પબ્લિક લાઇફમાં 'એડ્મિનિસ્ટ્રેશન' નથી."

એ જ પ્રમાણે ગુજરાતમાં પ્રધાનો માટે પણ તાલીમ શિબિરનું આયોજન પહેલી જ વાર થયું. અહીં પણ મોદી બોલ્યા : "મુખ્યમંત્રી હોય કે મંત્રી એને બધું જ આવડે છે તેવું માનવાની જરૂર નથી. વહીવટી તંત્રની કાર્યરીતિ સમજવી હોય તો મુખ્યમંત્રીએ પણ એક નવા નિશાળિયાની જેમ ભણવું પડે."

મોદી કહે છે : "જે યોજનાઓ પૂરી થવાની ના હોય એવી કોઈ પણ યોજનાઓના ઉદ્ઘાટનમાં મને રસ નથી. જે યોજનાનું ઉદ્ઘાટન કરવાનું હોય તો એ યોજના ક્યારે પૂરી થવાની તેની મને તારીખ આપો. પહેલાં યોજના પૂરી થવાની તારીખ, પછી ઉદ્ઘાટનની તારીખ."

અંગ્રેજી અખબારો અને ઇલેક્ટ્રોનિક મીડિયાના બહુધા પત્રકારો બિનગુજરાતી રહ્યા છે. તેમને ગુજરાત પ્રત્યે છૂપો દ્વેષભાવ હતો. મોદી જલદી કોઈને મળતા નહોતા. કોઈને ઓબ્લાઈઝ કરવામાં માનતા નહોતા. સમગ્ર ગુજરાત પ્રત્યેની ઈર્ષ્યા મોદી પ્રત્યેના તિરસ્કારમાં ટ્રાન્સફર થઈ. ટી.વી. ન્યૂઝ ચેનલોના માલિકો, એડિટર્સ અને પત્રકારો ગુજરાતની વાસ્તવિકતા ઓછી જાણતા હતા અને સમૃદ્ધ ગુજરાત પ્રત્યે પૂર્વગ્રહ વધુ ધરાવતા હતા. તેઓ પોતે જ પોતાની જાતને સવાયા માનવ અધિકારવાદી સમજતા હતા. આ લોકોએ ગોધરાકાંડની ઘટના પછી 'મોદી મીટર' અને મોદીને 'મોનસ્ટર' તરીકે ચીતર્યા. મીડિયાએ તે શબ્દોને વધુ ને વધુ ધારદાર બનાવી મોદીને ગુજરાતી જોડણીકોશમાં આવતી તમામ સભ્ય ગાળો દીધી.

પરંતુ પરિણામ ઊંધું આવ્યું.

મીડિયા મોદીને જેટલી ગાળો દેતું રહ્યું તેટલી વધુ ને વધુ પ્રજાની સહાનુભૂતિ મોદીને સાંપડતી ગઈ. સામેથી થતા હુમલા વખતે શાંત રહેવું અને યોગ્ય સમયે વિરોધીઓને ધૂળ ચાટતા કરી દેવા તે મોદીની સહિષ્ણુતાવાદી સહજવૃત્તિ છે. ચાણક્ય પણ કહે છે કે, રાજનીતિમાં શત્રુને ઊગતો જ ડામી દેવો, પરંતુ મોદી ટાઇમ મેનેજમેન્ટમાં વધુ માને છે. તેઓ એકાઉન્ટ સેટલ કરવા માટે ધીરજ પણ રાખી શકે છે અને તક મળે ત્યારે વાર પણ કરી શકે છે.

આવા મોદીની વધુ ને વધુ ટીકા દ્વારા મીડિયાએ જ મોદીને વધુ માઈલેજ આપ્યા. મીડિયાએ મોદીની નોંધ જ ના લીધી હોત તો તેમની લોકપ્રિયતા ચરમસીમાએ પહોંચી ના હોત.

પરંતુ આપણે જેમને અહંકારી તરીકે ઓળખીએ છીએ એવા મોદી નાનામાં નાના કાર્યકર્તા કે પત્રકારના પુત્રનાં લગ્નમાં ગયા છે. સામાન્ય કાર્યકરના ઘેર કોઈ શોકપ્રસંગ હોય તો બેસણામાં ગયા છે. છેલ્લી ચૂંટણી દરમિયાન મીડિયાનું બે તૃતીયાંશ સેક્શન મોદી વિરોધી હતું. માત્ર ગણ્યાંગાંઠ્યાં અખબારો જ લોકોના દિલમાં શું પડ્યું છે તે સમજી શક્યાં હતાં.

એવી જ રીતે એ. સ્ટીવન્સન (૧૯૦૦-૧૯૬૫)એ પણ કહ્યું હતું કે "તંત્રી એનું નામ છે જે ઘઉંમાંથી ફોતરાં અલગ કરે છે અને ફોતરાં છાપે છે" - આ ઉક્તિ પણ દેશનાં પ્રથમ પંક્તિનાં ગણાતાં અંગ્રેજી અખબારોને વધુ લાગુ પડે છે.

કોઈકે એક સાચી વાત કહી : "અંગ્રેજી અખબારો અને ટી.વી. મીડિયાએ મોદી સામે જેટલા પથ્થરો ફેંક્યા તે પથ્થરોમાંથી જ મોદીએ સરસ મજાનું ઘર બનાવી દીધું."

અલબત્ત, મોદી જ્યારે ગુજરાત ભાજપના મહામંત્રી હતા ત્યારે મીડિયા ફ્રેન્ડલી તરીકેની તેમની છાપ હતી. ગુજરાતમાં સમગ્ર મીડિયા એન્ટી મોદી કે સિનિક નથી. ગુજરાતના પત્રકારો ફરી મોદીને મિત્રભાવવાળા, પ્રેમાળ અને મીડિયાસેવી જોવા માંગે છે. મોદીએ આ પરિવર્તન લાવવું જ રહ્યું.

ખેર !

મોદી મીડિયા સમક્ષ કે લોકો સમક્ષ ક્યારે પેશ થવું, કેવી રીતે પેશ થવું તે બરાબર જાણે છે.

મોદી એક વેલ ડ્રેસ્ડ ચીફ મિનિસ્ટર છે.

તેમને ક્યારે કેવાં વસ્ત્રો પહેરવાં તેનો ડ્રેસકોડ બરાબર ખબર છે. મોદીએ ગુજરાતમાં અડધી બાંયના ઝભ્ભા પહેરવાની શરૂઆત કરી, દાઢી પણ રાખી તો તે ખુદ એક ફેશન બની ગયું. મોદીએ પોતે કોઈ કલ્ટ વિકસાવ્યો નથી, પરંતુ લોકોએ તેમના જેવા ઝભ્ભા પહેરવાનું શરૂ કર્યું. દાઢી રાખવાનું શરૂ કર્યું. તે બધું સાહજિક રીતે થયું. યુવાનો સલમાન ખાન જેવા વાળની સ્ટાઈલ રાખે એ જ યુવાનો મોદીની સ્ટાઈલનું અનુકરણ કરે તો મોદીને ફેશનપરસ્ત સમજવા કે ફેશનપ્રેરક ?

મોદી એક એક્શન લેનારા લીડર છે.

લાગે છે કે, આ કારણે જ સ્ત્રીઓ તેમને 'હી-મેન' તરીકે નિહાળે છે અને એ કારણે જ તેઓ ગુજરાતની મહિલાઓમાં લોકપ્રિય છે.

સોહરાબુદ્દીન મુદ્દે મોદીએ જે પ્રવચન કર્યાં તે દશ્યો ટી.વી. મીડિયાએ મોદીને બદનામ કરવા વારંવાર પ્રસારિત કર્યાં, પરંતુ પરિણામ ઊંધું આવ્યું. હજારો શ્રોતાઓને

પોતાના પ્રવચનમાં સામેલ કરવાની મોદીની પ્રવચનશૈલીએ ક્યુબાના પ્રમુખ કાસ્ટ્રો, પેલેસ્ટાઈનના યાસર અરાફત કે અમેરિકાના પૂર્વ પ્રેસિડેન્ટ કેનેડીની જેમ માસ હિસ્ટીરિયા સર્જી દીધો. મોદીએ લોકોને જ પોતાની ભાવનાઓના ભાગીદાર બનાવી દીધા. મોદીએ તેમના પ્રચંડ એનર્જી લેવલની પ્રતીતિ પણ કરાવી.

અને ગુજરાતે મોદીને બે તૃતીયાંશ બહુમતી આપી દીધી.

●

"હું અઠંગ રાજકારણી નથી. હું રીઢો થઈ ગયો નથી. મારામાં આજેય ભારોભાર સેન્સ ઑફ હ્યુમર છે. ઘણી વાર તો મારે મારી મજાકિયા વૃત્તિ કાબૂમાં રાખીને બોરિંગ ભાષણો કરવાં પડે છે. એમાં હું કેટલે અંશે સફળ થયો છું તેની મને ખબર નથી."

– સ્લિવિયો બ્લુસ્કોની

(ઇટાલીના વડાપ્રધાન)

પ્રકરણ ૧૭

લિંકનને હરીફે પૂછ્યું, "તું ક્યાં જવા માંગે છે ?"

તા. ૧લી મે, ૧૮૪૬.

અમેરિકામાં પીટસબર્ગ ખાતે ઈલિનૉય સ્ટેટની રિપબ્લિકન પાર્ટીની બેઠકમાં કોંગ્રેસ માટે પક્ષના ઉમેદવાર તરીકે અબ્રાહમ લિંકનની પસંદગી કરવામાં આવી. અમેરિકામાં 'કોંગ્રેસ' એ પક્ષનું નામ નહીં, પરંતુ તેની સંસદનું નામ છે. ઈંગ્લેન્ડમાં જેમ પાર્લમેન્ટ છે તેમ અમેરિકામાં કોંગ્રેસ છે. ઉપલા ગૃહને સેનેટ અને નીચલા ગૃહને પ્રતિનિધિસભા કહે છે. કોંગ્રેસના નીચલા ગૃહમાં પીટર કાર્ટરાઈટ નામનો ડેમોક્રેટિક પક્ષનો એક પ્રભાવશાળી નેતા અબ્રાહમ લિંકનનો હરીફ હતો. તે ધર્મોપદેશક પણ હતો. ચૂંટણી ઝુંબેશ દરમિયાન તે અબ્રાહમ લિંકનને નાસ્તિક ઠેરવવા માંગતો હતો. લિંકન કોઈપણ ખ્રિસ્તી ધર્મ કે સંપ્રદાયના સભ્ય નહોતા. આ બાબતે કાર્ટરાઈટ લોકોની આંખમાં ધૂળ નાંખવા માંગતો હતો. એક સભામાં કાર્ટરાઈટ ધાર્મિક પ્રવચન કરવાનો હતો. એ સભામાં એણે જાણીબૂઝીને લિંકનને આમંત્રિત કર્યાં. મિત્રોની ના છતાં લિંકન એ ધર્મસભામાં ગયા. લાગ જોઈને લિંકનને સપડાવવા કાર્ટરાઈટે યુક્તિપૂર્વકનું પ્રવચન કરતાં કહ્યું : "જેઓ નવું જીવન જીવવા, પોતાનું હૃદય ઈશ્વરને સમર્પિત કરવા અને સ્વર્ગમાં જવા ઈચ્છતા હોય તે ઊભા થાય."

અબ્રાહમ લિંકન સિવાયના તમામ લોકો ઊભા થયા.

તે પછી કાર્ટરાઈટે કહ્યું : "જેઓ નરકમાં જવા ના ઈચ્છતા હોય તે ઊભા થાય."

આ વખતે પણ અબ્રાહમ લિંકન સિવાયના તમામ લોકો ઊભા થયા. તે પછી ગંભીર અવાજે કાર્ટરાઈટ બોલ્યો : "મિસ્ટર લિંકન, તમને હું પૂછી શકું કે તમે ક્યાં જવા માંગો છો ?"

અબ્રાહમ લિંકને ઊભા થઈને જવાબ આપ્યો : "હું કોંગ્રેસમાં જવા માગું છું."

સ્વર્ગ અને નરકની વાત બાજુમાં રાખી અબ્રાહમ લિંકને પોતાની રાજકીય ઈચ્છાની નિખાલસતાથી અને મક્કમતાથી વાત કરી. એ વાતથી એમના હરીફ કાર્ટરાઈટે ધારી હતી એ કરતાં સભાજનો પર ઊલટી અસર થઈ. મોટા ભાગના લોકો લિંકનની તરફેણ કરતા થઈ ગયા. અણધારી રીતે લિંકનને નવા મતદારો અને સાથીઓ મળી ગયા.

બસ, આવું જ કંઈ નરેન્દ્ર મોદીની બાબતમાં બન્યું. ૨૦૧૪ની લોકસભાની ચૂંટણીઓ માટે ભાજપામાં અને એન.ડી.એ.માં વડાપ્રધાનપદના અનેક ઉમેદવાર હતા, પરંતુ છેલ્લા કેટલાક સમયથી નરેન્દ્ર મોદી ગુજરાતની ધુરા સંભાળ્યા બાદ પોતે ક્યાં જવા માંગે છે તે અંગે તેઓ સ્પષ્ટ અને મક્કમ હતા. લિંકનના વિરોધી કાર્ટરાઈટની જેમ સ્વર્ગ કે નરકની વાતમાં ફસાવાના બદલે તેઓ પોતાની મહત્ત્વાકાંક્ષા અંગે સ્પષ્ટ હતા.

એ માટે તેમને જે કરવું પડે તે કર્યું. મુંબઈમાં મળેલી કારોબારી વખતે સહુથી પહેલાં પક્ષની કારોબારીમાંથી સંજય જોષીને દૂર કરાવ્યા. એ અગાઉ વડાપ્રધાનની લાલસા ધરાવતા એલ. કે. અડવાણીની યાત્રા શરૂ થાય તે પહેલાં તેઓ પોતાને ભાવિ વડાપ્રધાન તરીકે સ્પષ્ટ રજૂ ના કરે તેની સંઘ મારફતે વ્યવસ્થા ગોઠવી. ગોવામાં પક્ષની રાષ્ટ્રીય કારોબારી મળી ત્યારે નારાજ અડવાણીએ બીમારીનું બહાનું કાઢી બેઠકમાં હાજરી આપી નહીં, પરંતુ અડવાણીની ગેરહાજરી નરેન્દ્ર મોદી માટે ઉપયોગી સાબિત થઈ. સંઘના આગેવાનો અડવાણી પર ચીડાયા અને સંઘનો પૂરેપૂરો વિશ્વાસ હાંસલ કરી મોદીએ પક્ષમાં જ રહેલા તેમના બીજા પ્રતિસ્પર્ધીઓને પણ હાંસિયામાં ધકેલી દીધા. ૨૦૦૨ના ગોધરાની ઘટના પછીનાં રમખાણોના કારણે એ

વખતના વડાપ્રધાન અટલ બિહારી બાજપાઈ મોદીને મુખ્યમંત્રીપદેથી હટાવવાના મૂડમાં હતા ત્યારે મોદીને બચાવનાર તેમના ગુરુ અડવાણી એમના ચતુર શિષ્યના હાથે પરાસ્ત થયા. અંગ્રેજીમાં એક ઉક્તિ છે : "Every thing is fair in love and war." રાજનીતિમાં પણ આ જ વાત લાગુ પડે છે. મોદી પાસે પોતાની આગવી લાયકાતો છે. અડવાણીની સભામાં ૫૦૦ માણસો ભેગા કરવા પણ એક મુશ્કેલ કામ છે, જ્યારે મોદીને જોવા-સાંભળવા લાખો લોકો આવતા હોય છે. સંઘ આ વાત બરાબર જાણે છે. સંઘને જે જોઈએ છે તેનું નેતૃત્વ આપી શકે તેવા એકમાત્ર નેતા નરેન્દ્ર મોદી છે.

સંઘ પાસે ભાજપામાં મોદી સિવાય બીજો કોઈ વિકલ્પ નથી અને એટલે જ અડવાણીની નારાજગીની પરવા કર્યા વિના સંઘે દિલ્હીમાં પક્ષ પાર્લામેન્ટરી બોર્ડની બેઠકમાં પક્ષના અને એન.ડી.એ.ના ભાવિ વડાપ્રધાનપદના ઉમેદવાર તરીકે નરેન્દ્ર મોદીના નામની જાહેરાત કરાવી દીધી. આ જાહેરાત બાદ બિહારના જનતાદળ (યુ)ના નેતા નીતિશકુમાર ભલે એન.ડી.એ.માંથી છૂટા થઈ ગયા, પરંતુ મોદીના નામની જાહેરાત બાદ મોદીને નવા લિંકનની જેમ નવા મતદારો મળ્યા. નીતિશકુમારના ગઢ બિહારમાં જ મોદીએ લાખોની જનમેદનીને સંબોધી અને એ રેલી જોઈ નીતિશકુમાર અને તેમના સાથીદારોના હાંજા ગગડી ગયાં.

નરેન્દ્ર મોદીએ પોતાની ઈમેજ એટલી હદે વિકસાવી કે, તેમનું વ્યક્તિત્વ ભારતીય જનતા પાર્ટી અને રાષ્ટ્રીય સ્વયંસેવક કરતાં પણ વિશાળ થઈ ગયું. અંગ્રેજીમાં તેને "Larger than life" કહે છે. મોદી આગળ આખું ભાજપા અને સંઘ પણ વામણા છે. મોદી આગળ ભાજપાના તમામ રાષ્ટ્રીય નેતાઓ વામણા છે. જાહેરસભાઓમાં પણ પક્ષના પ્રમુખે મોદીની પહેલાં બોલી લેવું પડે છે. જો પક્ષના પ્રમુખ પ્રોટોકોલ પ્રમાણે બોલવા છેલ્લા ઊભા થાય તો સામે સભામાં કોઈ બેઠું જ ના હોય. લોકોને મોદીને જ સાંભળવામાં રસ છે.

અહીં એક કિસ્સો ટાંકવો જરૂરી છે. ૧૯૬૨-૬૩ દરમિયાન નરેન્દ્ર મોદી જ્યારે ૧૨ વર્ષના હતા ત્યારે કોઈકને કોઈ સાધુ-સંત તેમના ગામ વડનગર આવતા અને ગામના મંદિરમાં રહે. એ પછી સાધુ ગામમાં કોઈ ને કોઈના ઘેર વારાફરતી જમવા જતા. એક દિવસ એક સાધુ નરેન્દ્ર મોદીના ઘેર જમવા આવ્યા. ભોજન બાદ તેમણે નાનકડા નરેન્દ્રના જન્માક્ષર માગ્યા. નરેન્દ્ર મોદીનાં માતુશ્રીએ નરેન્દ્રના

જન્માક્ષર આપ્યા. જન્માક્ષર જોઈ સાધુ મહારાજે માતા હીરાબહેનને કહ્યું : "આ છોકરો રાજકારણમાં જશે અને ચક્રવર્તી થશે અથવા તો શંકરાચાર્ય જેવો સંન્યાસી થશે."

નરેન્દ્ર મોદી સામે ગમે તેટલા વિવાદ હોય પરંતુ કરોડો લોકોના દિલોદિમાગ પર તો રાજ કરે જ છે.

●

"ભૂલ બધાથી થાય, ફક્ત ઊંઘતો માણસ જ ભૂલ ના કરે."

– ઈંગ્વાર કેમ્પ્રાડ

(આઈકિયા ફર્નિચર બ્રાન્ડના સંસ્થાપક)

પ્રકરણ ૧૮

શિષ્યના હાથે ગુરુ પરાસ્ત થયા

રાજનીતિ અત્યંત ક્રૂર છે.

રાજનીતિમાં કોઈ કોઈનો ભાઈ નથી. કોઈ કોઈનું સગું નથી. કોઈ કોઈનો ગુરુ નથી, કોઈ કોઈનો શિષ્ય નથી. રાજનીતિમાં લાગણી અને સંબંધોને કોઈ સ્થાન નથી. કૈકેયીએ પુત્રપ્રેમમાં ભગવાન રામને વનમાં મોકલ્યા હતા. રોમના મહાન સમ્રાટ જુલિયસ સિઝરની હત્યા તેમાં તેનો અત્યંત વિશ્વાસુ મિત્ર બ્રુટસ પણ સામેલ હતો. જિસસ ક્રાઇસ્ટની ધરપકડ માટે તેમનો જ પ્રિય શિષ્ય જવાબદાર હતો. ઔરંગઝેબે સત્તા માટે પિતાને જ કેદ કરી દીધા હતા. પુત્રના હસ્તે પિતાએ પરાજિત થવું અને શિષ્યના હાથે ગુરુએ પરાજિત થવું એ શ્રેષ્ઠ ગણાય છે. રાજનીતિમાં અડવાણી તેમના જ શિષ્યના હાથે પરાસ્ત થયા. ૮૬ વર્ષની જૈફ વયે પહોંચેલા એલ. કે. અડવાણી જિંદગીપર્યંત વડાપ્રધાન બનવાનો અભરખો સેવતા રહ્યા. પરંતુ રાજનીતિને સમજી શક્યા નહીં.

અડવાણીના ભારે વિરોધ અને નારાજગી પછી પણ પક્ષ દ્વારા નરેન્દ્ર મોદીને ભાજપના વડાપ્રધાન પદના ઉમેદવાર જાહેર કરી દેવામાં આવ્યા. ઈતિહાસ કરવટ બદલે છે. અડવાણીએ ૧૯૭૩ની કાનપુરની પ્રતિનિધિ સભાની યાદ તાજી કરવી

જોઈએ. જ્યારે પદના વરિષ્ઠ નેતા બલરાજ મધોકને પક્ષમાંથી હાંકી કાઢવામાં આવ્યા હતા.

હિન્દુત્વ માટે હાર્ડલાઈનર ગણાતા પ્રો. બલરાજ મધોક પક્ષના નિષ્ઠાવાન નેતા હતા. ભારતીય જનસંઘના સિદ્ધાંતો અને નિયમો નક્કી કરવામાં મધોકનું સૌથી મોટું યોગદાન હતું અને આજે ભાજપમાં પણ મોટાભાગે એ જ રસ્તો પસંદ કરવામાં આવ્યો, જેની મધોકે કેડી કંડારી હતી. બલરાજ મધોક જનસંઘના રાષ્ટ્રીય પ્રમુખ હતા. એ સમયે અટલ બિહારી વાજપેયી અને અડવાણીની ધરી રચાઈ હતી.

મધોક અને વાજપાઈ વચ્ચે પર્સનાલિટી ક્લેશ શરૂ થયો હતો. આ સમયે વાજપેયીએ મધોકને પ્રમુખસ્થાનેથી ખસેડી અડવાણીને પ્રમુખ બનાવવા સંઘનું સમર્થન મેળવ્યું હતું અને કાનપુર અધિવેશનની સમાપ્તિ સાથે જ મધોકને પક્ષમાંથી હાંકી કાઢવાની જાહેરાત થઈ હતી, કારણ કે તેમણે પક્ષની અંદર જ વાજપેયી અને અડવાણીની કાર્યપ્રણાલીનો વિરોધ કર્યો હતો. અરુણ જેટલી અને મોદીની રચાયેલી ધરીએ અડવાણીને ૧૯૭૩ના પુનરાવર્તનની દિશા ચીંધી દીધી.

નવી દિલ્હીમાં રાષ્ટ્રીય સ્વયંસેવક સંઘે લખેલી સ્ક્રીપ્ટ પ્રમાણે બધું જ થઈ રહ્યું હતું. 'પી.એમ.મોદી' નામની ફિલ્મની સ્ક્રીપ્ટના લેખક અને દિગ્દર્શક મોહન ભાગવત હતા. એક્ઝિક્યુટિવ દિગ્દર્શક રાજનાથસિંહ હતા. સહ દિગ્દર્શકો તરીકે નીતિન ગડકરી અને અરૂણ જેટલી હતા. કૅમેરામૅન તરીકે દેશની ટેલિવિઝન ન્યૂઝ ચેનલો હતી. નાયક નરેન્દ્ર મોદી હતા. ખલનાયકો તરીકે એલ.કે. અડવાણી, સુષ્મા સ્વરાજ અને મુરલી મનોહર જોષી હતા. ફિલ્મનો 'હેપી એન્ડ' લખાયેલો જ હતો, પરંતુ નિયત સ્ક્રીપ્ટ પ્રમાણે સંવાદો બોલવાનો ઈન્કાર કરનાર સુષ્મા સ્વરાજ અને મુરલી મનોહર જોશી ફિલ્મમાંથી પડતા મુકાવાના ભયે છેવટે લાઇનમાં આવી ગયાં. પરંતુ એલ.કે. અડવાણીએ સ્ક્રીપ્ટ પ્રમાણે એન્ટ્રી મારી નહીં અને સંવાદો પણ બોલ્યા નહીં. એથી ઊલટું પોલિટિકલ સ્ટંટ કરવા તેમણે છ લાઇનનો એક પત્ર રાજનાથસિંહને મોકલી આપ્યો અને રાજનાથસિંહ સમક્ષ બળાપો કાઢ્યો. આ પત્ર પર ટેલિવિઝન ચેનલો પર ચર્ચા થઈ પરંતુ કોઈને શુભકાર્યમાં વિઘ્ન પહોંચાડવાના ત્રાગાથી વિશેષ એનું કોઈ મહત્ત્વ નથી.

આવું તેઓ ગોવામાં મળેલી પક્ષની કારોબારી વખતે પણ કરી ચૂક્યા હતા.

મુંબઈમાં પણ રિસાઈને જાહેર રાજીનામાં આપવા અને પાછા ખેંચવા તેમની પ્રકૃતિ છે.

અટલ બિહારી બાજપાઈ જ્યારે વડાપ્રધાન હતા ત્યારે પણ ભાજપા બે છાવણીઓમાં વહેંચાયેલો પક્ષ હતો. અડવાણી ધરાર અટલજીના વિરોધી હતા. પણ અટલજીના મોહક વ્યક્તિત્વ અને લોકપ્રિયતા આગળ અડવાણીની કોઈ ચાલ કારગત નીવડી નહોતી. હવે તેઓ નરેન્દ્ર મોદી સામે પણ કેટલાક સમયથી નિષ્ફળ ગેમ રમતા આવ્યા. નરેન્દ્ર મોદીને ભારતીય જનતા પાર્ટી ૨૦૧૪ના ભાવિ વડાપ્રધાનપદના ઉમેદવાર તરીકે જાહેર કરવાની બધી જ તૈયારીઓ કરી ચૂક્યું હતું ત્યારે પણ અડવાણીએ નરેન્દ્ર મોદીનો વિરોધ કર્યો તેમાં પણ તેમની છૂપી લાલસાની બૂ આવે છે. અડવાણીને એમ છે કે નરેન્દ્ર મોદીના નેતૃત્વ હેઠળ ભાજપ ૨૦૦ બેઠકો સુધી ના પહોંચે અને બીજા ઘટક પક્ષોને એમ કહી શકે, 'જુઓ તમને નરેન્દ્ર મોદી પસંદ ના હોય તો હું તો છું જ. મેં તો છેક છેલ્લી ઘડી સુધી નરેન્દ્ર મોદીનો વિરોધ કર્યો હતો, કારણ કે હું તો સેક્યુલર છું. મેં તો કરાચીમાં પણ મોહમંદઅલી ઝીણાની કબરે માથું ટેકવ્યું હતું. મને વડાપ્રધાન બનાવો.'

સાચી વાત એ છે કે, અડવાણીએ પોતાની ઉંમર અને સમયને પારખીને ગૌરવપૂર્ણ રીતે નિવૃત્ત થઈ જવું જોઈતું હતું. આવનારો સમય યુવાનોનો છે. ભારતની રાજનીતિમાં ૬૦ વર્ષની વય ભારતીયોને રાજનીતિ કરવા સ્વીકાર્ય છે, પણ ૮૬ વર્ષની વય નહીં. અડવાણીએ એ વાત સમજી લેવાની જરૂર હતી કે, ભાજપ માટે આવનારો સમય નરેન્દ્ર મોદીનો સમય છે. મોદીને બાદ કરો તો ભારતીય જનતા પાર્ટી પાસે એક પણ કેરિશ્મેટિક નેતા નથી. મોદીની આગળ ભાજપના રાષ્ટ્રીય નેતાઓ તેમના કારકુનો જેવા લાગે છે. મોદી ના હોય તો ભાજપાના બાકીના નેતાઓ એકડા વિનાનાં મીંડાં જેવા છે. મોદી વડાપ્રધાન બને કે ના બને પરંતુ ભાજપ માટે આવનારો સમય મોદીનો છે. અડવાણીનો નહીં. અટલ બિહારી બાજપાઈ પછી ભાજપાને કોઈ તારી શકે તેમ હોય તો તે એકમાત્ર મોદી જ છે.

અડવાણીએ ભલે નરેન્દ્ર મોદીને અનેકવાર લિફ્ટ આપી અને અટલજી જ્યારે ગોધરાની ઘટનાઓ બાદ મોદીને હટાવવા માંગતા હતા ત્યારે અડવાણીએ તેમને બચાવી લીધા, પરંતુ મોદીનો રાજકીય વિકાસ માત્ર અડવાણીના કારણે નહીં પરંતુ

પોતે કરેલા સંઘર્ષના કારણે પણ છે. બીજી બાજુ અડવાણીએ નરેન્દ્ર મોદી અને ગુજરાતના ઉપકાર પણ ભૂલી જવા ના જોઈએ. અડવાણીની રામરથયાત્રાની વ્યૂહરચના અને તેના સૂત્રધાર પણ નરેન્દ્ર મોદી જ હતા. મોદીએ જ અડવાણીને અનેકવાર ગુજરાતમાંથી ચૂંટણીમાં જીતાડી દિલ્હી મોકલેલા છે.

શિષ્યના હાથે પરાજય પામીને ગુરુએ ગર્વ જ અનુભવવો જોઈતો હતો.

●

ના બોલાયેલા શબ્દના તમે સ્વામી છો,
અને બોલાયેલો શબ્દ તમારો સ્વામી છે.

– આરબ કહેવત

પ્રકરણ ૧૯

ગ્રેટ લીડર્સ આર ગ્રેટ કોમ્યુનિકેટર્સ

વિશ્વના સુપ્રસિદ્ધ આર્કિયોલોજિસ્ટ અને યુનિવર્સિટી ઓફ લુઈસવિલેના વડા જહૉન આર. હેલ કહે છે : "જો તમે લોકતંત્રના નાગરિક છો તો તમને જાહેરમાં પ્રવચન કરતાં આવડતું જોઈએ." અમેરિકાના નેશનલ સ્પિકર્સ ઍસોસિયેશનના વડા, એટર્ની અને લેખક રોબ રેશમાન કહે છે કે, "Great leaders are great communicators, yet not everyone can utter a phrase like winstant charchill. Few of us can hold the attention like Colin Powell. And its a rare person who can tell a story like Paul Harvery." એટલા જ માટે કહેવાય છે કે, "Speakers are leaders." વક્તાઓ નેતા છે અથવા તો એમ કહી શકાય કે ઉત્કૃષ્ટ વક્તાને જ લોકો નેતા માને છે.

નરેન્દ્ર મોદીની વક્તૃત્વ કલા પર આવતા પહેલાં એક દૃષ્ટાંત હું ઈંગ્લૅન્ડના પૂર્વ વડાપ્રધાન વિન્સ્ટન ચર્ચિલનું આપીશ. બ્રિટનના રાજપુરુષ વિન્સ્ટન ચર્ચિલ બીજા વિશ્વયુદ્ધકાળના નેતા હતા. જર્મનીના સરમુખત્યાર એડોલ્ફ હિટલરથી આખી દુનિયા ધ્રૂજી રહી હતી. હિટલર વીણીવીણીને યહૂદીઓની કતલ કરી રહ્યો હતો. હિટલરની ધાકથી પોલેન્ડ બે દિવસમાં જ ધ્વસ્ત થઈ ગયું હતું. ઈંગ્લૅન્ડના જમણા હાથ સમું ફ્રાન્સ પણ બાર દિવસમાં જ ભાંગી પડ્યું. એક સાથે ૪૦૦ વિમાનો સાથે હિટલર વાવાઝોડું

બની ઇંગ્લૅન્ડ પર ત્રાટક્યો હતો. એ વખતે ઇંગ્લૅન્ડ પાસે શસ્ત્રો અને દારૂગોળો અત્યંત સીમિત હતાં. અત્યંત કપરા કાળમાં વિન્સ્ટન ચર્ચિલે ઇંગ્લૅન્ડની બાગડોર સંભાળી. ઈ.સ. ૧૯૪૦માં એણે પ્રેરક અને પ્રાણવાન વક્તવ્યથી બ્રિટિશ પ્રજાને બેઠી કરી. નિષ્પ્રાણ અને હતાશ થઈ ગયેલી પ્રજાનો પુરુષાર્થ જગાડવા તા. ૨૦મી મે ૧૯૪૦ના રોજ બ્રિટિશ પાર્લમેન્ટમાં ચર્ચિલે ધારદાર વાણીમાં કહ્યું : "I have nothing to offer but blood, toil and tears." (હું તમને લોહી, પરિશ્રમ અને આંસુ સિવાય કાંઈ આપી શકું તેમ નથી.)

તે પછી તા. ૧૮ જૂન ૧૯૪૦ના રોજ ફ્રાન્સ પડ્યું. તા. ૧૯ જૂન ૧૯૪૦ના રોજ ઇંગ્લૅન્ડના રેડિયો પરથી દેશને સંબોધતાં ચર્ચિલે કહેલું : "ચાલો, આપણે આપણા કર્તવ્ય પ્રત્યે કટિબદ્ધ બનીએ અને એટલે સુધી સહન કરીએ કે બ્રિટિશ સામ્રાજ્ય અને રાષ્ટ્રસમૂહના દેશોનું હજારો વર્ષો સુધી અસ્તિત્વ રહે તો પણ જનતા એમ કહેતી રહે કે, આ તેમના જીવનનો સર્વોત્તમ સમય હતો."

તા. ૨૩ જૂન, ૧૯૪૦ના રોજ તેમણે કહ્યું : "તમે મને પૂછશો કે આપણી નીતિ કઈ ? તો હું કહીશ કે, જળ પર, આકાશમાં કે ભૂમિ પર યુદ્ધ જીતવું તે જ આપણી નીતિ. તમે મને પૂછશો કે આપણું ધ્યેય કયું ? તો હું કહીશ કે વિજય... V for Victory."

– વિસ્ટન ચર્ચિલની આ અત્યંત ઊંડા આત્મવિશ્વાસવાળી વાણીથી ઇંગ્લૅન્ડની પ્રજાનું જોમ વધ્યું. જુસ્સો વધ્યો લોકો બધી જ પ્રકારની તકલીફો માટે સજ્જ થયા અને તે પછી પ્રજાના જબરદસ્ત સમર્થન બાદ ચર્ચિલની ગજબનાક વ્યૂહરચનાથી હિટલરનું પતન થયું. ઇંગ્લૅન્ડ અને સાથી દેશો એક ભયાનક પરાજયમાંથી બચી ગયા.

નરેન્દ્ર મોદી સરહદી યુદ્ધના નહીં પરંતુ ચૂંટણી જંગના નેતા છે. યુદ્ધ હોય કે ના હોય પરંતુ વાણી અમોઘ શસ્ત્ર છે, એ વાત તેઓ સારી રીતે જાણે છે. ક્યારે શું બોલવું તેની તેમને ખબર છે. લોકોમાં ઉત્તેજના કેવી રીતે લાવવી તેની તેમને આવડત છે. લોકોની લાગણીને ક્યારે છંછેડવી તે કળા તેઓ જાણે છે. શરૂઆતની ચૂંટણીમાં કોંગ્રેસે તેમના માટે "મોતના સૌદાગર" શબ્દનો ઉપયોગ કર્યો તો તે સામે તેમણે "મિયાં મુર્શરફ" શબ્દનો પ્રયોગ કરી હિન્દુઓની સુષુપ્ત લાગણીને સંકોરી. એમને ખબર છે કે ગુજરાતની જનતા શાંતિપ્રિય છે. ગુજરાતની પ્રજાને સલામતી જોઈએ છે. વારે અને તહેવારે ખંજરબાજી, તોફાનો કે કરફ્યુ જોઈતાં નથી. ૧૯૮૪-૮૫માં ગુજરાતની પ્રજા બધાં વરવા દૃશ્યો જોઈને થાકી ગઈ છે. ગોધરાની ઘટના પછીના બનાવોએ મોદીને એક અલગ નેતા તરીકે ઉપસાવ્યા હતા. સલામતી જોઈતી હોય તો નરેન્દ્ર મોદી જ એક વિકલ્પ છે એ વાત ગુજરાતની પ્રજામાં બરાબર ઠસી ગઈ હતી.

તેમનાં પ્રવચનોને લોકો ધ્યાનપૂર્વક સાંભળતા રહ્યા. પ્રતિપક્ષને એમની જ ભાષામાં તર્કબદ્ધ જવાબ આપવાની કળા તેઓ જાણે છે.

નરેન્દ્ર મોદીએ ગુજરાતના પૂર્વ મુખ્યમંત્રી કેશુભાઈ પટેલની મહેરબાનીથી કેટલાંક વર્ષ સુધી દિલ્હીમાં વનવાસ ભોગવ્યો. એ કારણે તેમની હિન્દી ભાષા અને ઉચ્ચારો અતિશુદ્ધ અને પ્રભાવશાળી બની ગયા.

એક સારા વક્તા પાસે સારી બૉડીલેંગ્વેઝ પણ હોવી જોઈએ અને એ નરેન્દ્ર મોદી પાસે છે. એક સારા વક્તા પાસે અવાજનો આરોહ અને અવરોહ હોવો જોઈએ તે મોદી પાસે છે. એક સારા વક્તા પાસે સારી ભાવભંગિમા હોવી જોઈએ તે મોદી પાસે છે. એક સારા વક્તા પાસે સારો અભિનય પણ હોવો જોઈએ, તે મોદી પાસે છે. એક સારા વક્તા પાસે વ્યંગ અને કટાક્ષબાણ પણ હોવાં જોઈએ, તે મોદી પાસે છે. એક સારા વક્તા પાસે ઊંડો આત્મવિશ્વાસ હોવો જોઈએ, તે મોદી પાસે છે. એક સારા વક્તા પાસે બોલતી વખતે પ્રજાને પણ પોતાની સાથે જોડવી જોઈએ, તે કળા પણ મોદી પાસે છે. લાખોની માનવમેદનીને સંબોધતાં તેઓ શ્રોતાઓને પૂછે છે : "કોંગ્રેસે ૬૦ વર્ષ રાજ કર્યું... મને તો ૬૦ મહિના જ જોઈએ છે... બોલો બરાબર ને ?"

અને લાખોની મેદની "હા..." કહી તેમને સમર્થન આપે છે. શ્રોતાઓ સાથે ઐક્ય સાધવાની આ પ્રયુક્તિનો તેઓ બરાબર ઉપયોગ કરે છે. કહેવાય છે કે, સમર્થ વક્તા સઢ અને સુકાન બંને પોતાના હાથમાં રાખે છે. એ જ રીતે માર્મિક વક્તા પાસે દૂરબીન અને દર્પણ બંને હોય છે.

ઘણા ઓછો લોકોને ખબર છે કે સમર્થ વક્તા, મારવા માટે એકત્ર કરેલા પથ્થરને વગાડતા કરી દે છે. એટલે જ નરેન્દ્ર મોદી બડી ચતુરાઈથી કહે છે : "મેરે સામને જીતના કીચડ ઉછાલોંગે ઉતના જ્યાદા કમલ ખીલ ઉઠેગા..."

વળી કોઈ વાર તેઓ કહે છે : "તમે ફેંકેલા પથ્થરોની હું સીડી બનાવી દઈશ."

જાહેર સભાઓને સંબોધતી વખતે તેઓ વિપક્ષના નેતા માટે "શાહજાદા" અને "દિલ્હી કી સલ્તનત" જેવા ઉર્દૂ શબ્દોનો યુક્તિપૂર્વક ઉપયોગ કરે છે. આ શબ્દો ધ્રુવીકરણ પ્રેરે છે.

કોઈ પણ સાચા કે ખોટા આક્ષેપનો જવાબ આપવાના જબરદસ્ત તર્ક તેમની પાસે છે. તેઓ માત્ર વક્તા જ નથી, પણ સારા એન્ટરટેઈનર પણ છે. લોકોને કંટાળો ના આવે તે રીતે તેમની રુચિને સંતોષતી તમામ વાનગી તેઓ પીરસે છે. એ કારણે તેઓ શ્રોતાઓને મંત્રમુગ્ધ કરી શકે છે. મેં ઘણી વાર જોયું છે કે, નરેન્દ્ર મોદી મંચ

પર હોય તો ભાજપાના બીજા તમામ નેતાઓ લઘુતા અનુભવે છે. બધા જ નેતાઓ નરેન્દ્ર મોદી બોલે એ પહેલાં જ બોલી દેવાનું પસંદ કરે છે. તેમને ખબર છે કે મોદીના પ્રવચન પછી લોકો ઊભા થઈને ચાલવા માંડશે અને મોદી પછી બોલનારને સાંભળવા સભામંડપમાં કોઈ જ બેઠેલું નહીં હોય. એક સભામાં પંડિત જવાહરલાલ નહેરુ પાસે લોકોને મંત્રમુગ્ધ કરી દે તેવી વક્તૃત્વ શૈલી હતી. તે પછી અટલ બિહારી વાજપેઈ પાસે તેવી જ અદ્દ્ભુત વક્તૃત્વ શૈલી હતી. આજે દેશમાં નરેન્દ્ર મોદીની કક્ષાનો એક પણ વક્તા નથી.

વર્ષો પહેલાં કોંગ્રેસનાં મહિલા સાંસદ તારકેશ્વરી સિંહા મુંબઈના ઘાટકોપર વિસ્તારમાં રાત્રે ૮ વાગે જાહેરસભાને સંબોધવાનાં હતાં. તેઓ રાતના ૮ વાગ્યાના બદલે રાત્રે ૯-૩૦ વાગ્યા સુધી આવ્યાં નહોતાં. લોકોની ધીરજ ખૂટી. ચિચિયારીઓ થવા લાગી. મંચ પર ટમેટાં ફેંકાવા લાગ્યાં. લોકો બેકાબૂ બની રહ્યાં હતાં. ત્યાં જ રાત્રે ૧૦ વાગે એક સિંહણની જેમ તારકેશ્વરી સિંહા મંચ પર પ્રવેશ્યાં. લોકોએ પથ્થરો ઉગામ્યા હતા અને તારકેશ્વરી સિંહા બોલ્યાં : “બહોત અચ્છા... બહોત અચ્છા.” એ પછી શરૂઆત તેમણે આ રીતે કરી : “જો લહરોં પે છા જાયે વહ તૂફાન હૈ. મગર તૂફાન પર છા જાયે વહ હમ જૈસે ઇન્સાન હૈ.’

— અને તોફાન શમી ગયું.

નરેન્દ્ર મોદી લોકોના દિલોદિમાગમાં તોફાન જગાવી પણ શકે છે અને તોફાનો શમાવી પણ શકે છે.’

અને હા, શ્રીમતી તારકેશ્વરી સિંહા એવું પણ બોલ્યાં : “જમાના હમેં બદલ દે, જમાને મેં દમ નહીં. જમાના હમ સે હૈં, હમ જમાને સે નહીં.”

આ સંવાદ નરેન્દ્ર મોદીના મુખમાં મૂકો તો પણ બરાબર ફીટ બેસે છે.

પબ્લિક સ્પિકિંગની માટેના નિષ્ણાત જહૉન આર. હેલ કહે છે : “જેઓ પબ્લિક સ્પિકિંગની આર્ટ હસ્તગત કરે છે તે સામાન્ય માનવી હોય તો પણ તેનું ‘કિંગ’માં પરિવર્તન થઈ શકે છે.

•

બોલો,

એટલે હું તમને ઓળખી શકું.

– પ્લેટો

પ્રકરણ ૨૦

‘હું લિમિટેડ પોલિટિક્સ’નો માણસ છું !

સામાન્ય છાપ એવી છે કે, રાજ્યોના મુખ્યમંત્રીઓને ભાષણો કરતાં આવડતું નથી. મુખ્યમંત્રીઓ સામાન્ય રીતે માહિતી ખાતાના અધિકારીઓએ તૈયાર કરેલાં પ્રવચનો જ વાંચી જતા હોય છે કે બોલતા હોય છે. ગુજરાતને જે મુખ્યમંત્રીઓ મળ્યા તેમાં હું જેમના પરિચયમાં આવ્યો તે પૈકી શંકરસિંહ વાઘેલા અને નરેન્દ્ર મોદી સિવાયના મુખ્યમંત્રીઓ જેવા કે હિતેન્દ્રભાઈ દેસાઈ, ઘનશ્યામ ઓઝા, બાબુભાઈ પટેલ, છબીલદાસ મહેતા, દિલીપ પરીખ, કેશુભાઈ પટેલ નિરસ પ્રવચનો કરતા. હા, ચીમનભાઈ પટેલ અસરકારક પ્રવચન કરતા. એક વાર મારા જ પુસ્તકના લોકાર્પણ કાર્યક્રમમાં જાણીતા સાહિત્યકાર ચંદ્રકાન્ત બક્ષીએ ચીમનભાઈ પટેલ માટે અજુગતી ટીકા કરી હતી. તેના જવાબમાં ચીમનભાઈ પટેલે જડબાતોડ જવાબ આપતાં કહ્યું હતું કે, “ઇતિહાસ લખનારા લખ્યા કરે અને ઇતિહાસ રચનારા રચ્યા કરે.” ચીમનભાઈ પટેલની એ ટિપ્પણી પછી ચંદ્રકાન્ત બક્ષી મૌન થઈ ગયા હતા. એથી ઊલટું કેશુભાઈ પટેલ કોઈ વાર તળપદી ગુજરાતી-કાઠિયાવાડી ભાષામાં બોલતા. કેશુભાઈ મુખ્યમંત્રી બન્યા પછી તેમણે ઇતિહાસમાં પહેલી જ વાર એસ.ટી. બસનાં ભાડાં ઘટાડ્યાં હતાં. તે વાતનો ઉલ્લેખ કરતાં કેશુભાઈએ એક જાહેરસભામાં કહ્યું હતું : “કોઈએ મને પૂછ્યું હતું કે એક તરફ ડીઝલના ભાવ વધે છે અને બીજી તરફ તમે એસ.ટી.નાં ભાડાં ઘટાડો છો, તો પૈસા ક્યાંથી લાવશો ?” મેં એ પ્રશ્ન પૂછનારને કહ્યું હતું કે, “તારા બાપના તબેલામાંથી.” આ બધામાં શંકરસિંહ વાઘેલા પણ

ફાયરબ્રાન્ડ પ્રવચનો કરી શકતા હતા. કેશુભાઈ પટેલ સામે બળવો કરવા તેમણે એક સભા બોલાવી અને સરકારે ૧૪૪મી કલમ લગાવી ત્યારે બાપુ બોલ્યા હતા : "૩૦૨ કરીને પણ મારી સભામાં આવજો."

હવે વાત નરેન્દ્ર મોદીની. શંકરસિંહ વાઘેલા અને નરેન્દ્ર મોદીનું ગોત્ર એક જ છે – રાષ્ટ્રીય સ્વયંસેવક સંઘ. બંને સારા વક્તા છે. ફરક એટલો જ છે કે, નરેન્દ્ર મોદી પ્રવચનો કરવામાં વધુ મૌલિક, આર્ટિક્યૂલેટ અને વધુ પ્રોફેશનલ છે. તેમનું હિન્દી અતિ સ્પષ્ટ અને ગુજરાતી ભાષાની છાંટ વગરનું છે. 'તારક મહેતાના ઊલટા ચશ્મા'માં ગુજરાતી લહેકાનું હિન્દી આવે છે તેવું નહીં, મુખ્યમંત્રી બન્યા પછી માહિતી ખાતાના અધિકારીઓ તેમના વિશે છપાયેલા સમાચારો અને તેમના પરની ટિપ્પણી લઈને હાજર થાય તે પહેલાં વહેલી સવારે ઇન્ટરનેટ પર બધાં અખબારો જોઈ લે છે. અત્યાર સુધીમાં ક્યાંય પણ બોલવા જવાનું હોય તો માહિતી ખાતાના અધિકારીઓ જ પ્રવચન લખી આપતા. મોદીના કેસમાં ઊલટું છે. પ્રવચનના મુદ્દા મોદી પોતે જ તૈયાર કરે છે. તે મુદ્દાઓ વિશેની આનુષંગિક વિગતો, અધિકૃત આંકડાઓ જ એકત્ર કરીને માહિતી ખાતાએ મોદીને આપવા પડે છે. મોદી માહિતી ખાતાએ તૈયાર કરેલાં ભાષણો વાંચી જનારા મુખ્યમંત્રી નથી.

નરેન્દ્ર મોદીની સેન્સ ઑફ હ્યુમર પણ જબરદસ્ત છે. એક વાર ગુજરાતી સાહિત્ય પરિષદના કાર્યક્રમમાં પ્રવચન કરતાં તેમણે કહ્યું હતું : "હું લિમિટેડ પોલિટિક્સનો માણસ છું." મોદીનો ગર્ભિત ઇશારો ગુજરાતના સાહિત્યકારોમાં ચાલતા અનલિમિટેડ રાજકારણ તરફનો હતો.

મોદી હવે એક રાષ્ટ્રીય નેતા છે. તેઓ જે પણ રાજ્યમાં પ્રવચન કરવા જાય તે રાજ્યમાં જતા પહેલાં તેના પ્રશ્નો, માંગણીઓ અને તેમના પ્રદેશના લોકપ્રિય ઐતિહાસિક પાત્રોનો ઉલ્લેખ જરૂર કરે છે. મુંબઈમાં પ્રવચન કરવાનું હોય તો છત્રપતિ શિવાજીને યાદ કરે અને બિહારમાં પ્રવચન કરવાનું હોય તો જયપ્રકાશ નારાયણને અંજલિ આપે. એ જ રીતે કૃષિ સંમેલનને સંબોધવાનું હોય તો જમીન, જમીનમાં થતા પાક, માટીના પ્રકાર, ફળદ્રુપતા અને પોષક તત્ત્વોનો પણ અભ્યાસ કરીને જાય. ગુજરાતમાં પેટ્રોલિયમ યુનિવર્સિટીની સ્થાપના બાદ તેના ઉદ્‌ઘાટન સમારંભ વખતે મોદીએ તેમના પ્રવચનમાં પેટ્રોકેમિકલ ક્ષેત્રે વૈશ્વિક સ્તરે કેવાં સંશોધનો થઈ રહ્યાં છે, કેવી હલચલ થઈ રહી છે અને તેના વિકાસની કેવી સંભાવના છે તેની વિગતો રજૂ કરી હતી. એ વખતે ખુદ મુકેશ અંબાણીએ પણ સ્વીકાર્યું હતું કે, "હું રિફાઇનરીનો માલિક હોવા છતાં પેટ્રોકેમિકલ ઉદ્યોગ વિશે આટલી જાણકારી ધરાવતો નથી." ટૂંકમાં મોદી ગૃહકાર્ય કરીને જ પ્રવચન આપવા જાય છે.

ઘણાને તેમના પ્રવચનો વિવાદાસ્પદ લાગે છે, પરંતુ ખરી વાત એ છે કે, પ્રવચન પછી પણ ચર્ચામાં રહેવું એ તેમની પ્રયુક્તિ છે. દા.ત. અમદાવાદમાં સરદાર પટેલ સ્મારક ભવનમાં ઉદ્‌ઘાટન વખતે નરેન્દ્ર મોદીએ વડાપ્રધાન ડૉ. મનમોહનસિંહની હાજરીમાં જ પોતાના પ્રવચનની સમાપ્તિમાં કહ્યું : "કાશ... આ દેશના પ્રથમ વડાપ્રધાન સરદાર સાહેબ હોત તો આ દેશની તાસીર અને તસવીર આજે જુદી જ હોત." આ પ્રવચન પછી દિવસો સુધી તેની પર રાજકીય બહસ ચાલી. કોંગ્રેસ પક્ષમાંથી આવેલા વડાપ્રધાનની હાજરીમાં જ મોદીએ કોંગ્રેસ પક્ષના પહેલા વડાપ્રધાન જવાહરલાલ નહેરુ કરતાં સરદાર સાહેબને વધુ યોગ્ય ઠેરવી દીધા. ઘણાંને એમ લાગ્યું કે, મોદીએ આજના દિવસે વડાપ્રધાનની હાજરીમાં આ બોલવાનું ટાળ્યું હોત તો સારું. પરંતુ મોદીનું એ વિધાન ગફલતભર્યું નહીં, પરંતુ ગણતરીપૂર્વકનું જ હતું.

એવો જ બીજો કિસ્સો હૈદરાબાદની રેલીનો છે. હૈદરાબાદની રેલીને સંબોધતાં અંતે મોદી એવું બોલ્યા હતા : "યસ, વી કેન.' એ પછી કેટલાકે એવી ટીકા કરી કે, મોદીએ અમેરિકાના પ્રમુખ બરકા ઓબામાની નકલ કરી છે. તરત જ બીજા દિવસે મોદીનાં છ-સાત વર્ષ પહેલાંના એક પ્રવચનની સીડી મીડિયામાં વહેતી કરી તેના અંશો પ્રસારિત કરાયા, જેમાં વર્ષો પહેલાં મોદી "યસ, વી કેન"નું સૂત્ર ઉચ્ચારતા દર્શાવાયા હતા. મતલબ સાફ હતો કે શું મોદીએ ઓબામાની નકલ કરી કે ઓબામાએ મોદીની નકલ કરી ?

મોદીનાં પ્રવચનોમાં અટલ બિહારી બાજપાઈ, ભારતીય મજદૂર સંઘના સંસ્થાપક દત્તોપંત ઠેંગડી જેવાઓની શૈલી, પ્રવાહિતા અને બૌદ્ધિકતાની અસર જોવા મળે છે. અલબત્ત, એ બધાંનો સંગમ હોવા છતાં તેમણે પોતાની આગવી વક્તૃત્વ શૈલીનો આવિષ્કાર કર્યો છે. મોદીને પણ ખબર છે કે, દેશના લોકો તેમના પ્રવચનના એક એક શબ્દ અને એક એક વાક્યને ધ્યાનથી સાંભળે છે. સરદાર સાહેબની વિરાટ પ્રતિમાના શિલાન્યાસ વખતે તેઓ બોલ્યા હતા : "પી.એમ. ઑફિસ કી ટીમ ભી ઈસ વક્ત મેરા પ્રવચન સુન રહી હૈ."

મોદીએ રાજનીતિશાસ્ત્રમાં એમ.એ. કરેલું છે. રાજનીતિની બાબતમાં તેઓ થિયરી અને પ્રેક્ટિકલ એમ બેઉ બાબતના અનુભવી છે. તેમને વાંચનનો પણ શોખ છે. ટેબ્લેટ કે લેપટોપ સાથે રાખે છે. તેમને બોલતાં પહેલાં કોઈ માહિતી જોઈતી હોય તો તે આંગળીનાં ટેરવાં રમતાં કરી દે છે. પ્રવચનના એક કલાક પહેલાં પ્રવચનનો મુસદ્દો અપડેટ કરવામાં આવે છે. પોતાનાં ભાષણો તૈયાર કરવા માટે પી.આર. એજન્સીઓ દ્વારા માહિતીનો પણ તેઓ ઉપયોગ કરે છે. તેમનાં તમામ પ્રવચનોનો સંગ્રહ ડી.વી.ડી.માં કરવામાં આવે છે. પ્રવચનોનું ટેલિવિઝનની ન્યૂઝ ચેનલો જીવંત પ્રસારણ કરતી હોઈ લોકો તેમનાં પ્રવચનનો સાંભળી કંટાળો ના અનુભવે તે માટે સતત નવા મુદ્દા, નવી રમૂજો, નવી વાતો, નવી વિગતો, નવા વ્યંગો તથા નવાં

ઉદાહરણો ઉમેરવામાં આવે છે. ઘણી વાર નિષ્ણાતોની ટીમે તૈયાર કરેલા મુદ્દાઓ પર પ્રવચન શરૂ કરતાં પહેલાં એક વાર નજર કરી લે છે.

પોતાની સામે થતા નકારાત્મક પ્રચારને પણ પોતાની તરફ વાળવામાં મોદી કુશળ છે.

નરેન્દ્ર મોદી આમ તો રાજનીતિજ્ઞ છે, પરંતુ સ્વયં કવિ અને લેખક પણ છે. તેમણે વાર્તાઓ પણ લખી છે. અટલ બિહારી બાજપાઈ પણ રાજનીતિજ્ઞ હોવા છતાં કવિ હતા. આવા મોદીના વ્યક્તિત્વમાં સાહિત્યની છાંટ હોઈ તેની અસર તેમનાં પ્રવચનોમાં પણ જોવા મળે છે. મોદી સ્વયં એક કવિ હોઈ તેમના ગદ્યમાં પદ્યનો લય જોવા મળે છે. તેઓ શબ્દોના જાદુગર છે. શબ્દાનુપ્રાસનો ઉપયોગ કરતાં પણ તેમને આવડે છે. દા.ત. એક વાર તેમણે કહ્યું : "શૌચાલય પહલે, દેવાલય બાદ મેં." બીજા એક પ્રવચનમાં તેઓ બોલ્યા : "ઈસ સરકારમેં નીતિ ઔર નિયત દોનોં કી કમી હૈં." એક વાર તેઓ બોલ્યા હતા : "મિનિમમ ગવર્નમેન્ટ, મેક્સિમમ ગવર્નન્સ"માં હું માનું છું." ડૉલર સામે રૂપિયો ગગડ્યો ત્યારે તેઓ બોલ્યા હતા : "કૉંગ્રેસ અને રૂપિયા વચ્ચે સ્પર્ધા ચાલે છે, કોણ કેટલું નીચે જઈ શકે છે."

પ્રવચન શરૂ કરતાં પહેલાં શ્રોતાઓ સાથે તાદાત્મ્ય કેળવવું એ વક્તૃત્વ કળાનો પહેલો સિદ્ધાંત છે. આ કારણથી મોદી તેમનાં ભાષણોમાં "ભારત માતા કી જય" અને "વંદેમાતરમ્"નો ઉદ્‌ઘોષ કરાવી વાતાવરણને કબજે કરી લે છે. પ્રવચન કરતી વખતે તેમનો સ્વર, આરોહ-અવરોહ અને બૉડી લેંગ્વેઝ પણ બદલાતી રહે છે. બે શબ્દો કે બે વાક્યો વચ્ચે ક્યારે વિરામ લેવો તેઓ તેમને ખ્યાલ છે. પ્રવચન વખતે આવા 'પોઝ' પણ ઘણુંબધું કહી દેતા હોય છે.

ઘણાંને એવું લાગે છે કે તેમની વક્તૃત્વ કળાએ જ તેમને રાષ્ટ્રીય નેતા બનાવી દીધા છે.

દેશને જે શ્રેષ્ઠ વક્તાઓ સાંપડ્યા છે તેમાં સ્વાતંત્ર્ય સંગ્રામના સમયમાં જવાહરલાલ નહેરુનાં પ્રવચનો સાંભળવા અને જોવા લોકો બળદગાડાં લઈને સભાસ્થળે જતા. તે પછી બાબાસાહેબ આંબેડકર અને શ્યામાપ્રસાદ મુખરજી પણ શ્રેષ્ઠ વક્તા હતા. જનસંઘના સમયમાં બલરાજ મધોક અને નાનાજી દેશમુખ ઉગ્ર પ્રવચનો માટે જાણીતા હતા. તે પછી અટલ બિહારી બાજપાઈનાં પ્રવચનો સાંભળવા એક લહાવો હતો. જ્યોર્જ ફર્નાન્ડિઝ અને મધુ લિમયે પણ પ્રખર વક્તા હતા. જયપ્રકાશ નારાયણ લાખોની જનમેદનીને શાંતિપૂર્ણ રીતે સંબોધતા. હવે નરેન્દ્ર મોદી એ બધાથી પણ આગળ નીકળી ગયા છે.

•

વાણી જ યુદ્ધનો પંચજન્ય શંખ
અને વાણી જ બુદ્ધનું કમંડલ.

– ડેમોસ્થેનિસ

પ્રકરણ ૨૧

એકાધિકારવાદ પણ કદીક ફાયદાકારક

રાજનીતિમાં એકાધિકારવાદ અને અહંકાર શબ્દનો અનેક વાર પ્રયોગ થાય છે. હજારો વર્ષ પૂર્વેના ઈતિહાસ જોઈને તો રોમના સેનાપતિ જુલિયસ સિઝર એક જબરદસ્ત યોદ્ધા હોવા ઉપરાંત શક્તિશાળી રાજનીતિજ્ઞ પણ હતા. રોમના તેઓ સર્વેસર્વા હોવા છતાં રોમન સામ્રાજ્યની સત્તાની આખરી લગામ રોમની સેનેટ પાસે હતી. જુલિયસ સિઝર રોમન સામ્રાજ્યના વિસ્તાર માટે અનેક દેશ સાથે યુદ્ધ કરતા પરંતુ રોમની સેનેટને તેમણે જવાબ આપવો પડતો. જુલિયસ સિઝર જ્યાં પણ જાય ત્યાં યુદ્ધ જીતીને આવતા. પ્રાચીન મિસર એટલે કે આજના ઈજિપ્તની સરહદે તેઓ પહોંચ્યા એટલે મિસરની સેનાએ યુદ્ધ કરવાના બદલે તેમનું સ્વાગત કર્યું હતું. એ વખતે મિસરના રાજાનું મૃત્યુ થયેલું હોઈ રાજાનો કિશોરવયનો પુત્ર ટોલોમી અને તેની બહેન ક્લિયોપેટ્રા ગાદી પર બેસવા માટે લડતાં હતાં. જુલિયસ સિઝરને પ્રણયપાશમાં જકડી તેમનાથી અડધી વયની ક્લિયોપેટ્રા મિસરની ક્વીન બની ગઈ હતી અને જુલિયસ સિઝરના બાળકની માતા બનવાનું પસંદ કર્યું હતું. જુલિયસ સિઝર અનેક યુદ્ધો જીતતા હોઈ રોમમાં અત્યંત લોકપ્રિય બની ગયા હતા. પ્રજા માટે તેઓ હીરો હતા. સેનેટ પણ તેમની આગળ વામણી લાગણી હતી. જુલિયસ સિઝરની લોકપ્રિયતા જોઈ ઘણા સેનેટરોને એવી શંકા થવા લાગી હતી કે, જુલિયસ સિઝર

એક દિવસ રોમન સામ્રાજ્યના સરમુખત્યાર બની જશે અને સંભવતઃ સિઝરથી ક્લિયોપેટ્રાને થયેલા બિનરોમન બાળકને તેઓ રોમન સામ્રાજ્યનો વારસ બનાવી દેશે. આ કારણથી કેટલાક સેનેટરોએ ભેગા મળી કાવતરું ઘડ્યું હતું અને સિઝર સેનેટમાં પ્રવેશે તે વખતે જ તેમની હત્યા કરી દેવામાં આવી હતી. અલબત્ત, એ લોહિયાળ દુર્ઘટના પછી પ્રજામાં હત્યારાઓ વિરુદ્ધ પ્રચંડ જનાક્રોશ ફાટી નીકળ્યો હતો અને હત્યારાઓને વીણીવીણીને સજા કરવામાં આવી હતી.

આ ઘટનાને ૩૦૦૦ વર્ષ થયાં છતાં જુલિયસ સિઝરની લોકપ્રિયતા અને તેની શૂરવીરતાની તોલે આવે તેવો એક પણ સમ્રાટ રોમમાં થયો નથી. જુલિયસ સિઝરના એકાધિકારવાદના કારણે જ તેઓ લોકપ્રિય હતા અને એ કારણે જ તેમના શત્રુઓ પેદા થયા હતા. લોકપ્રિયતા માનવીને એકાધિકારવાદી બનવા તરફ લઈ જાય છે. જેને પ્રજાનો સાથ હોય છે તેણે બીજાઓની, સાથીઓની કે વિપક્ષની ચિંતા કરવાની હોતી નથી. નરેન્દ્ર મોદી પણ આજે ગુજરાતમાં જ નહીં, પરંતુ ગુજરાતની બહાર પણ અસાધારણ લોકપ્રિય છે. એક વાર હું અને મારા એક મિત્ર દિલ્હીની દુકાનમાં કાંઈક ખરીદી કરતા હતા. હું અને મારો મિત્ર ગુજરાતીમાં વાત કરતા હતા. અમારી બોલી સાંભળી દુકાનદારે પૂછ્યું : "ગુજરાત સે આયે હૈં ?"

મેં કહ્યું : "હા."

દુકાનદારે કહ્યું : "આપ કા સી.એમ. બહોત અચ્છા હૈ. મોદીજી કો હી પી.એમ. બના દેના ચાહિએ."

એ પછી એક દિવસ રાજસ્થાનમાં આવેલા કેસરિયાજી નામના યાત્રાધામમાં હું મારા બૂટ પૉલિશ કરાવી રહ્યો હતો. બૂટપૉલિશ કરનાર યુવાને કહ્યું : "આપ ગુજરાત સે હો ?"

મેં કહ્યું : "હા."

એ યુવાને કહ્યું : "આપ કા સી.એમ. દેશ કા પી.એમ. બન જાય તો મજા આ જાય."

નરેન્દ્ર મોદીની લોકપ્રિયતા માત્ર સામાન્ય લોકોમાં જ નથી. ફિલ્મ અભિનેત્રી મલ્લિકા શેરાવત પણ નરેન્દ્ર મોદી જેવા બેચરલને મોસ્ટ એલિજીબલ માને છે. દેશમાં સુપ્રસિદ્ધ પાર્શ્વગાયિકા લતા મંગેશકર કહે છે : "સબ લોગ ચાહતે હૈં કિ મોદીજી પી.એમ. બને."

સિદ્ધપુરમાં રહેતાં યુવા કવયિત્રી સુનિતા ડી. વ્યાસ ધ્યાનમાં બહુ માને છે. એક વાર તેમણે મને કહ્યું : "હું ધ્યાનમાં બેસું છું ત્યારે હું ભવિષ્યને પણ જોઈ શકું છું." મેં પૂછ્યું, "૨૦૧૪માં દેશના પી.એમ. કોણ બનશે ?" કેટલાક દિવસો પછી તેમનો જવાબ આ હતો : "મોટિવેશન દરમિયાન મને મોદી જ પી.એમ. બને એમ લાગે છે."

વાપીમાં રહેતા આકરૂન્દના ભરત વ્યાસે મને કહ્યું : "મારે સાત બહેનો છે. નરેન્દ્ર મોદી વડાપ્રધાન બને તે માટે મારી સાતેય બહેનોએ પાટણ પાસે અમારાં કુળદેવી માતાને શ્રીફળ ચઢાવવાની બાધા રાખી છે."

હું આશ્ચર્યથી આ બધી વાતો સાંભળી રહ્યો. મોદી વડાપ્રધાન બને કે ના બને, સામાન્ય લોકોનાં દિલમાં આ વાત પડેલી છે.

દેશભરમાં પ્રાંતવાદ મજબૂત થઈ રહ્યો છે, ત્યારે દક્ષિણ અને ઉત્તર પૂર્વનાં રાજ્યોને છોડીને બાકીનાં તમામ રાજ્યોમાં નરેન્દ્ર મોદીની લોકપ્રિયતા અસાધારણ છે. આ લોકપ્રિયતા માટે તેમની પાર્ટી માટે એક ચમત્કાર છે. નીતિશકુમારના બિહારમાં અને અખિલેશ-મુલાયમસિંહ યાદવના ઉત્તર પ્રદેશમાં પણ નરેન્દ્ર મોદી જબરદસ્ત લોકપ્રિય છે. માત્ર ભણેલા-ગણેલા વર્ગમાં જ નહીં પરંતુ ઓછું ભણેલાઓમાં અને શ્રમજીવીઓમાં પણ તેઓ લોકપ્રિય છે. અલબત્ત, આ લોકપ્રિયતા નરેન્દ્ર મોદીને જુલિયસ સિઝર જેવા પ્રજાવત્સલ એકાધિકારવાદી પણ બનાવી શકે છે અને માનવી જ્યારે એકાધિકારવાદી બનીને પ્રજાનાં કામો પ્રજા માટે કરે છે ત્યારે એ એકાધિકારવાદ અવગુણના બદલે સદ્‌ગુણ પણ બની શકે છે. ઈતિહાસ જાણે છે કે, વિશ્વની જૂનામાં જૂની લોકશાહી ધરાવતા ઈંગ્લૅન્ડના વડાપ્રધાન વિન્સ્ટન ચર્ચિલ પણ અહંકારી અને એકાધિકારવાદી હતા. એ જ ઈંગ્લૅન્ડના બીજા એક વડાપ્રધાન શ્રીમતી માર્ગરેટ થેચર પણ અહંકારી અને લોખંડી મહિલા હતાં. એમની એ પ્રકૃતિ જ એમની સફળતાનું રહસ્ય પણ હતી. આટલાં વર્ષો બાદ આજે પણ લોકો વિન્સ્ટન ચર્ચિલ અને માર્ગરેટ થેચરને યાદ કરે છે. આ બંને વડાપ્રધાનોએ ઈંગ્લૅન્ડને સશક્ત બનાવ્યું હતું. યુદ્ધમાં પણ વિજય અપાવ્યો હતો. નરેન્દ્ર મોદીને દેશનું સુકાન સંભાળવાની તક મળે તો દેશને આર્થિક, રાજકીય અને આંતરરાષ્ટ્રીય સમસ્યાઓમાંથી બહાર લાવવો પડશે.

નરેન્દ્ર મોદીની પ્રકૃતિની બીજી લાક્ષણિકતા એ છે કે તેઓ તેમના રાજકીય શત્રુઓને કે પ્રતિસ્પર્ધીઓને માફ કરવાની પ્રકૃતિ ધરાવતા નથી. માફ કરો અને

ભૂલી જાવ એ તેમની ડિક્શનરીમાં નથી. નિષ્ણાતો કહે છે કે, રાજનીતિમાં પરિવર્તનશીલ અને ફ્લેક્સીબલ હોવું જરૂરી છે. નરેન્દ્ર મોદી તેમની પ્રકૃતિમાં આટલું પરિવર્તન લાવે તો તેમને કોઈ રોકનાર નથી. રાજનીતિમાં કોઈ કોઈનો કાયમી દુશ્મન નથી અને કોઈ કોઈનો કાયમી મિત્ર નથી. કોઈ સંબંધો કાયમી હોતા નથી. નરેન્દ્ર મોદી પણ તેમની પ્રકૃતિમાં એક સામાન્ય પરિવર્તન લાવે તો તેમને આ બાબત દેશના એક ના ભૂલાય તેવા રાજનીતિજ્ઞોની હરોળમાં મૂલવી દેશે. જરૂરી છે કે તેઓ ઉદાર બને અને “Forget and forgive.”ની નીતિ અપનાવી દેશના તમામ વર્ગોનાં દિલમાં અજાતશત્રુ સાબિત થાય.

●

"તક મેળવવાની રાહ જોવામાં બહુ સમય ગુમાવવો નહીં. સમય પણ જશે અને તક પણ."

– માઈકલ ડેલ

(ડેલ કોમ્પ્યુટર્સના સ્થાપક)

પ્રકરણ ૨૨

રાજનીતિમાં નરેન્દ્ર મોદીની પોતાની જ રૂલબુક

અબ્રાહમ લિંકન અમેરિકાના અત્યંત લોકપ્રિય પ્રમુખ હતા. તેઓ ગુલામોના તારણહાર ગણાયા છે. અમેરિકાના બંધારણે તેના પ્રમુખને પોતાના મંત્રીઓ નીમવાની અબાધિત સત્તાઓ આપેલી છે. એ મંત્રીઓ કોંગ્રેસને એટલે કે સેનેટને નહીં, પરંતુ સર્વથા પ્રમુખને જ જવાબદાર હોય છે. પ્રમુખ થયા પછી પણ લિંકનના ઘણા વિરોધીઓ અને ટીકાકારો તેમના પક્ષમાં હતા. લિંકન પોતાના પરિચિત, અંગત, કહ્યાગરા અને વફાદાર મિત્રોમાંથી પોતાના મંત્રીઓ પસંદ કરી શક્યા હોત. પરંતુ લિંકને પોતાના પરિચિત નહીં એવા, પોતાના અંગત નહીં એવા, પોતાના મિત્ર નહીં એવા અને પોતાનું ધાર્યું જ કરે તેવા કટ્ટર રાજકીય હરીફોને મંત્રી તરીકે પસંદ કર્યાં. લિંકન રિપબ્લિકન પક્ષના સભ્ય હતા છતાં પોતાના મંત્રીમંડળમાં તેમના વિરોધી પક્ષ એવા ડેમોક્રેટિક પક્ષના સભ્યોને પણ સ્થાન આપ્યું. તેમાં એક હતા વિલિયમ એમ. સેવર્ડ જેમને તેમણે વિદેશમંત્રી બનાવ્યા. બીજા હતા સાલમન્ડ પી. ચેઇઝ, જેમને તેમણે નાણામંત્રી બનાવ્યા. સેવર્ડ અને ચેઇઝ એ બંને મંત્રીઓ પોતાની યોગ્યતાના મુકાબલે લિંકનને તુચ્છ સમજતા હતા. અલબત્ત, એક મિત્રએ લિંકનને ચેઇઝ વિશે ચેતવતાં કહ્યું કે, "આ ચેઇઝ કે જેને તમે મંત્રી બનાવ્યો છે તે પોતાની જાતને તમારા કરતાં ઘણો મોટો માણસ સમજે છે..

મિત્રની એ ચેતવણી સાંભળ્યા બાદ લિંકને અત્યંત શાંતિપૂર્વક કહ્યું : "ચેઈઝ સિવાય બીજા પણ જેઓ પોતાને મારા કરતાં મોટા ગણતા હોય, એવા કોઈ તમારી જાણમાં હોય તો મને નામ આપો. હું એ બધાને પણ મારા મંત્રીમંડળમાં સમાવવા માગું છું."

લિંકનના મિત્ર સ્તબ્ધ થઈ લિંકનને સાંભળી રહ્યા.

- પરંતુ એ અબ્રાહમ લિંકન હતા. નરેન્દ્ર મોદીની રાજનીતિની રૂલબુક એમણે જાતે બનાવેલી છે. આમ તો તેઓ નહેરુ-ગાંધી પરિવારના વિરોધી છે, પરંતુ તેમની રાજનીતિ નહેરુ-ગાંધી પરિવારની રૂલબુકને મળતી આવે છે. આઝાદી બાદ પંડિત જવાહરલાલ નહેરુ જ વડાપ્રધાનપદ માટે પોતાની જાતને લાયક ગણતા હતા. તેઓ તેજસ્વી હતા અને લોકપ્રિય પણ હતા. વળી, ગાંધીજીના પણ પ્રિય હતા. જવાહરલાલ નહેરુના અવસાન પછી થોડાક સમયગાળા ગયા બાદ ઈન્દિરા ગાંધી વડાપ્રધાન બન્યાં. તેમણે પક્ષમાં રહેલા મોરારજી દેસાઈ જેવા તેમના પ્રતિસ્પર્ધીઓ સામે બળવો કરી તેમને પક્ષની બહાર જવું પડે તેવી પરિસ્થિતિ પેદા કરી દીધી હતી. ઈન્દિરા ગાંધી ખુદ એકાધિકારવાદી હતાં. નરેન્દ્ર મોદી પણ એકાધિકારવાદી છે. ઈન્દિરા ગાંધી તેમના વિરોધીઓને સહન કરી શકતાં નહોતાં. પોતાની સામે પક્ષ ઊભો કરનાર રાજાઓનાં સાલિયાણાં અને વિશેષાધિકારો તેમણે એક ઝાટકે નાબૂદ કરી દીધા હતા. દેશમાં કટોકટી લાદી રાજાઓ ને મહારાણી ગાયત્રીદેવી અને રાજમાતા સિંધિયાને પણ 'મીસા' હેઠળ જેલમાં પૂરી દીધાં હતાં. અખબારો પર સેન્સરશિપ લાદી દીધી હતી. નરેન્દ્ર મોદીએ પણ પક્ષમાં રહેલા અને પોતાના કહેવાતા પ્રતિસ્પર્ધીઓને વારાફરતી કિનારે કરી દીધા. રાજનીતિમાં લાગણીને કોઈ સ્થાન નથી. રાજનીતિમાં સફળ થવું હોય તો શત્રુને ઊગતો જ ડામવો પડે. નરેન્દ્ર મોદીએ સહુથી પહેલાં શંકરસિંહ વાઘેલાને પક્ષ છોડવાની ફરજ પાડી. તે પછી તેમના કારણે કેશુભાઈ પટેલ ગુજરાતના મુખ્યમંત્રી બન્યા હતા તેવા કેશુભાઈ પટેલે ખોટા સલાહકારોના લીધે નરેન્દ્ર મોદીને ગુજરાતમાંથી દેશનિકાલ કરી દિલ્હી રવાના કરી દીધા હતા. તે જ કેશુભાઈ પટેલને ગુજરાતના મુખ્યમંત્રીપદેથી ઊતરી જવા ફરજ પાડી અને તેમણે જ એ સ્થાન ગ્રહણ કર્યું. કેશુભાઈ પટેલના સાગરીતો જેવા કે સંજય જોષી અને દામલેજીને પણ કિનારે કરી દીધા. તે સિવાયના તેમના વિરોધીઓ જેવા કે સુરેશ મહેતા, કાશીરામ રાણા, ગોરધન ઝડફિયા, ડૉ. એ. કે. પટેલને પણ હાંસિયામાં ધકેલી દીધા. પક્ષમાં કે સરકારમાં એક પણ વિરોધીને તેમણે રહેવા દીધા નહીં. તેમની સાફસૂફી સફળ રહી. પક્ષની ભીતરના અસંતુષ્ઠોના કારણે ભૂતકાળમાં ગુજરાતમાંથી જ ડૉ. જીવરાજ મહેતા, હિતેન્દ્ર દેસાઈ, ઘનશ્યામ ઓઝા અને ખુદ

કેશુભાઈ પટેલને પણ સત્તા ગુમાવવી પડી હતી. નરેન્દ્ર મોદીએ પક્ષમાં કે સરકારમાં એક પણ અસંતુષ્ટને રહેવા જ દીધા નહીં. રોમના સમ્રાટ જુલિયસ સિઝરે પોતાના જ અંગત મિત્ર એવા બ્રુટ્સના કારણે સંસદગૃહમાં જ જાન ગુમાવ્યો હતો. રાજનીતિમાં કોઈની પર વિશ્વાસ મૂકી શકાય નહીં. એ મોદીની સ્પષ્ટ વિચારધારા છે. એ કારણે તેઓ આજ સુધી મજબૂત બનીને ટકી રહ્યા. આ સાફસૂફી માત્ર ગુજરાત પૂરતી નહોતી. દિલ્હીની રાજનીતિમાં પગ મૂકતાં પહેલાં તેમણે રાષ્ટ્રીય સ્વયંસેવક સંઘનો પૂરતો વિશ્વાસ કેળવી લીધો અને પોતાના જ ગુરુ એલ. કે. અડવાણીને પણ પરાસ્ત કરી દીધા. પોતાના સિવાય બીજી કોઈપણ વ્યક્તિ પોતાની જાતને ભાજપા-એન.ડી.એ.ના વડાપ્રધાનપદના ઉમેદવાર તરીકે પેશ કરે તે મોદીની પસંદગીની યાદીમાં આવતું નથી. મોદી પોતાના લક્ષ્યમાં, પોતાની યોજનામાં, પોતાની મહત્ત્વાકાંક્ષામાં અને પોતાની વ્યૂહરચનામાં પહેલેથી જ સ્પષ્ટ છે અને હોવું પણ જોઈએ. રાજનીતિમાં પડેલી દરેક વ્યક્તિને પોતાની મહત્ત્વાકાંક્ષા રાખવાનો અધિકાર છે. ચાણક્ય પણ કહે છે કે, "શત્રુ અને રોગને ઊગતાં જ ડામો. પોતાના જીવનનો ભેદ મિત્રને પણ ના કહો. ક્યારેક એ મિત્ર પણ ક્રોધિત થઈ જાય તો તમારો ભેદ બીજાને કહી દેશે."

આ કારણથી મોદીના મિત્ર હોવાનો કોઈ પણ વ્યક્તિ દાવો કરી શકે તેમ નથી. તેઓ ખુદ કોઈને મિત્ર માનતા નથી. કોઈ એમને મિત્ર માનતું હોય તો તે મૂર્ખતા છે. મોદીના મિત્ર મોદી જ છે. બાકી જે કોઈ લોકો તેમની સાથે દેખાય છે તે બધા જ તેમના અનુચરો છે. આ કારણથી મોદીએ પોતાના પરિવારને પણ રાજનીતિથી દૂર રાખ્યો છે. તેમના ભાઈઓ પણ સચિવાલયમાં જઈ કોઈ અધિકારીને કોઈ જ સૂચના આપી શકતા નથી. તેમના પરિવારમાં કોઈનેય ચૂંટણી લડવા ટિકિટ આપતા નથી. તેમણે પોતાની જાતને વંશવાદથી દૂર રાખી છે.

ગાંધીનગરમાં અને હવે તો દિલ્હીમાં પણ મોદીની ઈચ્છા વિરુદ્ધ તેમની સામે કોઈ ઊભું રહી શકતું નથી. મોદીની ઈચ્છાથી વિરુદ્ધ તેમની સામે કોઈ બેસી શકતું નથી, દિલ્હીમાં પણ નહીં. દિલ્હીના રાષ્ટ્રીય નેતાઓ પણ તેમની આગળ વામણા લાગે છે. ગુજરાતની ચૂંટણીઓ આવે ત્યારે મોદી ઉમેદવારોની જે યાદી મોકલે તે યાદીમાં ફેરફાર કરવાની કોઈની તાકાત નથી. ફેરફારની વાત તો બાજુએ રાખો પણ તે યાદી અંગે ચર્ચા કરવાની પણ હાઈકમાન્ડની તાકાત નથી.

રાજનીતિમાં મોદી કોઈનીયે રૂલબુકને અનુસરતા નથી. તેમણે પોતાની જ રૂલબુક બનાવી છે અને પોતાની જ રૂલબુકને અનુસરે છે. શાયદ એ રૂલબુક ભવિષ્યમાં બીજા કોઈ માટે પણ એક પ્રમાણ બની શકે છે, પરંતુ હા, એ રૂલબુક શિવના ધનુષ્ય જેવી

હશે, કારણ કે શિવના ધનુષ્યને ઊંચકવા માટે જેમ અસાધારણ તાકાત જોઈએ તે રીતે મોદીની રાજકીય ફૂલબુકનો ઉપયોગ કરતા પહેલાં મોદી જેટલી પ્રચંડ લોકપ્રિયતા હાંસલ કરવી પડશે. એ સિવાય એ ફૂલબુક કોઈનાય કામ નહીં આવે.

શ્રીમદ્ ભગવદ્ ગીતામાં ભગવાન શ્રીકૃષ્ણએ કહ્યું છે કે, "માનવી પોતે જ પોતાનો મિત્ર છે અને માનવી પોતે જ પોતાનો શત્રુ છે."

બીજા શબ્દોમાં એમ કહી શકાય કે, મોદીને મોદી જ મદદ કરી શકે અને મોદીને મોદી જ પરાસ્ત કરી શકે.

•

"જો તમે દોઢસો કિલોમીટરની ઝડપે નહીં દોડો તો લોકો તમને ધક્કો મારીને આગળ નીકળી જશે."

– પ્રિન્સ અલવાવિદ

(આરબ ઉદ્યોગપતિ)

પ્રકરણ ૨૩

આકરૂન્દથી અમેરિકા સુધીનો 'ફેન-વર્ગ'

આકરૂન્દ નામનું ગામ મારું મૂળ વતન છે. મારા પિતા અને દાદા-પરદાદા તરફથી મને વારસામાં મળેલી કેટલીક સંપત્તિ આકરૂન્દમાં છે. ખેતીની એ જમીન પર કેટલાંક વર્ષો પહેલાં મેં પહેલી જ વાર દોઢથી બે હજાર આંબા રોપ્યા હતા. હું અમદાવાદમાં રહેતો હોઈ મને ખેતીનો બહુ અનુભવ નહોતો. મને એટલી જ ખબર હતી કે આકરૂન્દની જમીન અને આબોહવામાં આંબા સારા થાય છે. જે દિવસે મેં આંબા રોપાવ્યા તે દિવસે નવા છોડને પાણી આપવું જરૂરી હતું. કૂવાની મોટર ચાલુ કરાવી. માત્ર ૪૫ મિનિટમાં કૂવો ખાલી થઈ ગયો. મેં પૂછપરછ કરી તો ખબર પડી કે આખા ગામના તમામ કૂવાઓમાં નહીવત્ પાણી છે. પાણી માટે ખેડૂતો વલખાં મારે છે. બે વર્ષ સુધી મેં આસપાસના કૂવાઓમાંથી પાણી લઈ તથા દૂરથી ટેન્કરો મંગાવી આંબા બચાવી લીધા.

અને એક દિવસ આઝાદીના છ દાયકા બાદ આકરૂન્દના સીમાડામાં એક નહેરનું કામ શરૂ થયું. એ કેનાલ સુજલામ્ સુફલામ્ કેનાલ તરીકે ઓળખાઈ. અંગ્રેજોના શાસન વખતે બ્રિટિશરોએ પણ આ વિસ્તારમાં પાણીની શક્યતા અંગે લાલ ચોકડી મારી દીધી હતી. બહુ ટૂંક સમયમાં અહીં સુજલામ્ સુફલામ્ કેનાલ બની ગઈ. બે કાંઠે વહેતી આ વિશાળ કેનાલે આકરૂન્દ જેવાં અનેક ગામોને નાનકડું પંજાબ બનાવી દીધાં. આ કેનાલ

ટેક્નિકલી શક્ય નથી એવું કહી અગાઉની સરકારોએ તેના નામ પર ચોકડી મારી દીધી હતી, પરંતુ ગુજરાતના મુખ્યમંત્રી તરીકે આવ્યા બાદ નરેન્દ્ર મોદીએ અગાઉના નિષેધાત્મક ચલણને બાજુમાં રાખીને એક સુંદર કેનાલ ખોદાવી તેને કાર્યાન્વિત કરી દીધી. મોદીના સુંદર નિર્ણયના કારણે આકરૂન્દ જેવાં સેંકડો ગામોના ખેડૂતો ખુશ છે. મારા જ આંબાવાડિયાના કૂવામાં હવે ચોવીસ કલાકનું પાણી છે.

મોદીએ ગુજરાતના ગ્રામ્ય વિસ્તારોને જ્યોતિગ્રામ યોજના હેઠળ આપેલી ૨૪ કલાકની વીજળી તે તેમનો બીજો સુંદર ઉપહાર છે. ગુજરાતનાં પડોશી રાજ્યોમાં વીજળી આવે તો સમાચાર બને છે. ગુજરાતમાં વીજળી કોઈકવાર થોડા સમય માટે જાય તો સમાચાર બને છે.

નરેન્દ્ર મોદીની લોકપ્રિયતા માત્ર આકરૂન્દ અમદાવાદ, મુંબઈ, દિલ્હી, બેંગલોર કે કોલકત્તા પૂરતી મર્યાદિત નથી.

એકવાર લંડનમાં હું લંડનના બ્રેન્ટ બરોના પૂર્વ મેયર લતા પટેલ અને તેમના પતિ કે.ડી. પટેલનો મહેમાન હતો. કે.ડી. પટેલના પુત્ર વિનુભાઈ પટેલ લંડનમાં તેમના એક મિત્રને મારી પાસે લઈ આવ્યા. એક સાંજે અમે એક રેસ્ટોરાંમાં સાથે જમવા ગયા. એમણે મને ગુજરાતમાં મુખ્યમંત્રી મોદી વિશે કેટલાક પ્રશ્નો પૂછ્યા. મેં મોદીની રાજનીતિનું વિશ્લેષણ કર્યું. એ એકેડેમિક વાત હતી. પરંતુ મારા યજમાન નરેન્દ્ર મોદીના ફેન હતા. તેઓ લંડનમાં મોદીના જબ્બર સમર્થક હતા અને મોદી સમર્થક વર્તુળ પણ ચલાવતા હતા. તેમની વાતો સાંભળી હું મોદીના દરિયાપારના ચાહકવર્ગથી પ્રભાવિત થયો હતો. મોદીના ચાહક લંડનવાસી ભારતીય છેવટે મારા યજમાન હતા. મેં પૂરા વિવેક સાથે મોદી વિશે વધુ હકારાત્મક વાતો કરી. સુજલામ્ સુફલામ્ કેનાલથી માંડીને જ્યોતિગ્રામ યોજના અને ગુજરાતમાં સ્થપાયેલી શાંતિની વાત કરી. યજમાને રાજી થઈ હું લંડન છોડું તે પહેલાં મને ફરી તેમના મહેમાન બની ફરી ભોજન લેવા આમંત્રણ આપ્યું.

નરેન્દ્ર મોદીની લોકપ્રિયતા ભારતના કિનારાઓ પાર કરી જાય છે. અમેરિકાથી ઑસ્ટ્રેલિયા સુધી, ચીનથી યુરોપ સુધી એવા લોકો જોવા મળે છે, જેઓ નરેન્દ્ર મોદીના વ્યક્તિત્વ અને કામ કરવાની શૈલી જોઈને અચંબો પામ્યા હોય. વાયબ્રન્ટ ગુજરાત શિખર સંમેલનની સફળતા નરેન્દ્ર મોદીની આંતરરાષ્ટ્રીય પ્રતિષ્ઠા બતાવે છે. એકસોથી વધારે દેશો આ શિખર સંમેલનમાં ભાગ લે છે. તેઓ ગુજરાતમાં રોકાણ અને આર્થિક વિકાસ લાવે છે. ગુજરાતમાં થયેલ કામગીરીના કારણે મોદીએ બિનનિવાસી ગુજરાતી

સમુદાયને પણ સમાન રીતે મોહિત કર્યા છે. સ્વાભાવિક રીતે જ, દરેક પ્રવાસી ભારતીય દિવસે સૌથી ઈચ્છિત વક્તા મોદી જ રહે છે. તેઓ વ્યાપકપણે પ્રવાસ કરતા રહે છે અને તેમણે ઑસ્ટ્રેલિયા, ચીન, જાપાન, મોરેશિયસ, થાઈલેન્ડ અને યુગાન્ડા સહિત અનેક દેશોની મુલાકાત લીધી છે.

ઑક્ટોબર ૨૦૦૧માં પદ મેળવ્યાના એક મહિનાની અંદર જ મુખ્યમંત્રી નરેન્દ્ર મોદી તત્કાલીન પ્રધાનમંત્રી અટલ બિહારી બાજપાઈના નેતૃત્વ હેઠળના એક પ્રતિનિધિમંડળના ભાગરૂપે રશિયા ગયા હતા, જ્યાં તેઓએ અસ્ટ્રાખાન પ્રાંતના ગવર્નર સાથે એક ઐતિહાસિક સમજૂતી પર હસ્તાક્ષર કર્યા હતા. મુખ્યમંત્રી નરેન્દ્ર મોદીની રશિયાની અન્ય સત્તાવાર મુલાકાતોના કારણે ગુજરાત અને રશિયા વચ્ચેના સંબંધો પછીનાં વર્ષોમાં વધતા રહ્યા, ત્યાં સુધી કે ઊર્જાના ક્ષેત્રમાં પણ મહત્ત્વપૂર્ણ સહયોગ મેળવ્યો. મોદી ઈઝરાયેલની મુલાકાત દરમિયાન ભારતનું પ્રતિનિધિત્વ કરવાવાળા ભારતીય નેતાઓના એક ઉચ્ચ સ્તરીય પ્રતિનિધિમંડળના એક સભ્ય હતા. આજે ગુજરાત ઈઝરાયેલની સાથે એક મજબૂત ભાગીદારી વિકસિત કરવાના આરે છે.

નરેન્દ્ર મોદીએ જ્યારથી મુખ્યમંત્રીનું પદ સંભાળ્યું ત્યારાથી અનેક અવસરોએ દક્ષિણ-પૂર્વ એશિયાની મુલાકાત લીધી છે. તેઓએ હોંગકોંગ, મલેશિયા, સિંગાપુર, તાઈવાન અને થાઈલેન્ડની મુલાકાત લીધી છે અને આ બધા જ દેશો ગુજરાતમાં વાર્ષિક આંતરરાષ્ટ્રીય પતંગ મહોત્સવ સહિત વિવિધ સાંસ્કૃતિક કાર્યક્રમોમાં સક્રિયપણે ભાગ લેતા આવ્યા છે. મુખ્યમંત્રી નરેન્દ્ર મોદીએ ચીન સાથે ગાઢ આર્થિક સંબંધો વિકસાવીને ગુજરાત માટે તકો માટેનાં દ્વાર ખોલી દીધાં છે. તેમણે ત્રણ વાર ચીનનો સત્તાવાર પ્રવાસ કરેલ છે, જેમાં છેલ્લી વખત તેઓ નવેમ્બર ૨૦૧૧માં ગયા હતા. આ યાત્રા દરમિયાન બેઈજિંગના 'ગ્રેટ હોલ ઑફ ધ પીપલ'માં ચીનના શીર્ષ નેતાઓ દ્વારા નરેન્દ્ર મોદીનું સ્વાગત કરવામાં આવ્યું હતું. તેમની ચીનયાત્રાના કારણે ગુજરાતે સિચુઆન પ્રાંત સાથે સમજૂતી કરાર (એમ.ઓ.યુ.) અને ચીની કંપની હુઆવેઈની મદદથી એક આર. ઍન્ડ ડી. સેન્ટર સહિત જંગી રોકાણો મેળવેલ છે.

જાપાન ગુજરાતનું એક અગ્રણી આર્થિક ભાગીદાર છે, જેમાં વાયબ્રન્ટ ગુજરાત શિખર સંમેલન માટેનું તેનું લગાતાર સમર્થન સામેલ છે. ગુજરાતની આર્થિક પરિસ્થિતિને બદલનાર 'દિલ્હી મુંબઈ ઈન્ડસ્ટ્રિયલ કોરિડોર'માં જાપાનની મદદથી જાપાન અને ગુજરાત વચ્ચેના સંબંધો સુદૃઢ બન્યા છે. જાપાનની સાથે સાથે, મુખ્યમંત્રી મોદીની

દક્ષિણ કોરિયાની મુલાકાતથી પણ, આર્થિક અને સાંસ્કૃતિક આદાનપ્રદાનના કારણે, ગુજરાતના સર્વાંગી વિકાસ માટે એક લાભદાયી યોગદાન મળ્યું છે.

ગુજરાતીઓએ પૂર્વ આફ્રિકાની રાજકીય અર્થવ્યવસ્થામાં મહત્ત્વપૂર્ણ યોગદાન આપ્યું છે. મોદી માટે ગુજરાત અને પૂર્વ આફ્રિકાના દેશો વચ્ચે ગાઢ સંબંધોને પ્રોત્સાહન આપવું સ્વાભાવિક છે, કેમ કે ત્યાં આજે પણ મોટી સંખ્યામાં ગુજરાતીઓ વસે છે. કેન્યા અને યુગાન્ડાની સરકારો મુખ્યમંત્રી નરેન્દ્ર મોદીની અંતર્ગત ગુજરાતના વિકાસથી અત્યંત પ્રભાવિત થઈ હતી. ઘણા પ્રસંગોએ, મોદીની આંતરરાષ્ટ્રીય યાત્રાઓના કારણે અનેક ભારતીયોના ચહેરા પર ખુશીની લહેર આવી છે. તેઓએ વ્યક્તિગત રીતે જીનીવા જઈને, ૫૦ કરતાં પણ વધારે વર્ષો બાદ, સ્વિટ્ઝર્લેન્ડથી સ્વર્ગીય સ્વાતંત્ર્યસેનાની શ્રી શ્યામજી કૃષ્ણ વર્માના અસ્થિકળશની પુનઃપ્રાપ્તિ કરી.

ભારતના કોઈ રાજ્યના મુખ્યમંત્રી દેશની બહાર પણ લોકપ્રિય હોય એવું પહેલીવાર બન્યું.

•

“માર્ગમાં આવતા અવરોધોને મેં તક માનીને ઝડપી લીધા છે.”

– મુકેશ અંબાણી

(રિલાયન્સ ઇન્ડસ્ટ્રીઝ)

પ્રકરણ ૨૪

નરેન્દ્ર મોદીનું
સોશિયલ એન્જિનિયરિંગ

ગુજરાતમાં કે દેશના કોઈપણ ભાગમાં ચૂંટણીઓ જીતવી હોય તો 'સોશિયલ એન્જિનિયરિંગ'ની કરામત કામે લગાડવી પડે છે. ઉત્તર પ્રદેશમાં માયાવતીએ દલિત અને બ્રાહ્મણ કાર્ડનો ઉપયોગ કર્યો હતો. મુલાયમસિંહ યાદવે યાદવ અને મુસ્લિમ કાર્ડનો ઉપયોગ કર્યો હતો. ગુજરાતમાં માધવસિંહ સોલંકીએ ક્ષત્રિય, હરિજન, આદિવાસી અને મુસ્લિમ કાર્ડનો ઉપયોગ કર્યો હતો, જે 'ખામ' થિયરી તરીકે જાણીતી બની હતી. નરેન્દ્ર મોદી જે જ્ઞાતિમાંથી આવે છે તે જ્ઞાતિની બહુમતી નથી, છતાં તેમણે ગુજરાતની રાજનીતિમાં 'સોશિયલ એન્જિનિયરિંગ'નો બરાબર અને સફળતાપૂર્વક ઉપયોગ કર્યો છે.

નરેન્દ્ર મોદી કેશુભાઈ પટેલ જેવા વરિષ્ઠ નેતાને હટાવીને ગુજરાતની ગાદી પર બેઠા હતા. ગુજરાતમાં પટેલોની વસ્તી દોઢ કરોડ જેટલી છે. તેમાં મુખ્યત્વે લેઉઆ પટેલ, કડવા પટેલ અને આંજણા પટેલ છે. કેશુભાઈ પટેલને હટાવવાથી સ્વાભાવિક રીતે જ પટેલો નારાજ હતા. કેશુભાઈ પટેલ લેઉઆ પટેલ છે. સૌરાષ્ટ્રના છે, તેથી સૌરાષ્ટ્રના લેઉઆ પટેલો નારાજ હતા. વળી, સૌરાષ્ટ્રના પટેલોની મોટી વસ્તી સુરતમાં રહે છે. તેથી સુરતમાં રહેતા પાટીદારો પણ નારાજ હતા. કેશુભાઈ

પટેલની હકાલપટ્ટીથી ગોરધન ઝડફિયાથી માંડીને સુરતમાં રહેતા કેટલાક શ્રીમંત પાટીદારોનું વિશાળ સંમેલન બોલાવીને સુરતમાં તાકાતનું પ્રદર્શન કરવા માંગતા હતા અને મોદી સામે પાટીદારોને એક કરવા એ સંમેલનના મુખ્ય અતિથિ તરીકે કેશુભાઈ પટેલને બોલાવવા માંગતા હતા. વિશાળ સંમેલનનું આયોજન પણ થયું. એ વખતે કેશુભાઈ પટેલ અમેરિકા હતા. અખબારોમાં પણ એ સંમેલન વિશે ભરપૂર સમાચારો પ્રગટ થતા રહ્યા, પરંતુ કૂટનીતિમાં નિષ્ણાત મુખ્યમંત્રી નરેન્દ્ર મોદીએ કેશુભાઈ પટેલને કોણ જાણે કઈ બીક બતાવી કે, કેશુભાઈ પટેલે છેલ્લી ઘડીએ પાટીદારોના એ વિશાળ સંમેલનમાં હાજરી આપવા ઈન્કાર કરી દીધો. સુરતમાં લાખ્ખો પાટીદારો એકત્ર તો થયા પરંતુ કેશુભાઈ પટેલની ગેરહાજરીના કારણે એ સંમેલન જે હેતુ માટે મળ્યું હતું તે સાર્થક ના થયું. રાજનીતિમાં શામ, દામ, દંડ અને ભેદ એ ચારેય પ્રયુક્તિઓનો ઉપયોગ કરવામાં રાજનીતિજ્ઞ મોદીને કોઈ જ ક્ષોભ નથી.

હા, તો વાત છે 'સોશિયલ એન્જિનિયરિંગ'ની. કેશુભાઈ પટેલ અને ડૉ. પ્રવિણ તોગડિયા કે જેઓ પણ પટેલ છે તેમને તેમનું સ્થાન બતાવી દીધા બાદ નરેન્દ્ર મોદીએ પુરુષોત્તમ રૂપાલા કે જેઓ સૌરાષ્ટ્રના પટેલ છે, તેમને ભાજપાના પ્રદેશ પ્રમુખ બનાવ્યા. તે પછી આર.સી. ફળદુ કે જેઓ પણ સૌરાષ્ટ્રના પટેલ છે, તેમને રૂપાલા પછી પ્રમુખ બનાવ્યા અને રૂપાલાને રાજ્યસભામાં મોકલ્યા. આમ, સૌરાષ્ટ્રના પાટીદારોને રાજી કરી લીધા. એ પછી ઉત્તર ગુજરાતમાંથી આવતાં આનંદીબહેન પટેલ, નીતિન પટેલ, સૌરભ પટેલ જેવા સાથીઓને મહત્ત્વનાં ખાતાં આપી મંત્રી બનાવ્યા. અમિત શાહ સામે કેસ થતાં સાબરકાંઠાના કડવા પાટીદાર ધારાસભ્ય પ્રફુલ્લ પટેલને ગૃહરાજ્ય મંત્રી બનાવ્યા. તે પછી ઉત્તર ગુજરાતમાંથી આવતા રાજનીકાંત પટેલને ગૃહરાજ્ય મંત્રી બનાવ્યા. બનાસકાંઠામાંથી આવતા પરબતભાઈ પટેલને પણ મંત્રીમંડળમાં સ્થાન આપ્યું. આમ, ઉત્તર ગુજરાતના કડવા પાટીદારોને અને આંજણા પાટીદારોને પણ વિશ્વાસમાં લઈ લીધા.

એ જ રીતે ભૂપેન્દ્રસિંહ ચુડાસમાને પણ મંત્રીમંડળમાં મહત્ત્વનું ખાતું સોંપી ક્ષત્રિય રાજપૂતોને રાજી કરી લીધા. બક્ષીપંચ ઠાકોરોને પણ ટિકિટો આપી વિધાનસભામાં અને લોકસભામાં મોકલ્યા. પુરુષોત્તમ સોલંકી કે જેમની છાપ 'ડૉન' તરીકેની છે તેમને પણ મંત્રીમંડળમાં સમાવી સૌરાષ્ટ્રના કોળીઓને ખુશ કરી દીધા.

મોદી વિવાદાસ્પદ વ્યક્તિઓને પોતાના મંત્રીમંડળમાં સામેલ કરતાં જરા પણ ડરતા નથી. ભૂતકાળમાં પૂર્વમુખ્યમંત્રી ચિમનભાઈ પટેલે પણ 'ગૉડ મધર' તરીકે જાણીતા બનેલાં સંતોકબહેન જાડેજાને પક્ષની ટિકિટ આપી વિધાનસભામાં લાવ્યા હતા. એ જ રીતે પોરબંદરના બાબુભાઈ બોખીરિયાને ટિકિટ આપીને વિધાનસભામાં લાવવાની પ્રયુક્તિ એ પણ મોદીના 'સોશિયલ એન્જિનિયરિંગ'ના આયોજનનો એક ભાગ જ હતો. ગાંધીજી પોરબંદરમાં જન્મ્યા હતા, પરંતુ પોરબંદર સાથે એક એવો મતવિસ્તાર છે, જ્યાં ગાંધીવાદ ચાલતો નથી.

એ જ રીતે આદિવાસી વિસ્તારો હંમેશ કોંગ્રેસનો ગઢ રહ્યા હતા, પરંતુ અમરસિંહ ચૌધરી અને ઝીણાભાઈ દરજીના અવસાન બાદ દક્ષિણ ગુજરાતમાં કોંગ્રેસની પકડ ઢીલી પડી. દક્ષિણ ગુજરાતના આદિવાસી જિલ્લાઓમાં કુશળ અધિકારીઓને મોકલીને આદિવાસીઓનું પણ સમર્થન પ્રાપ્ત કરી લીધું. દલિતોમાં કોંગ્રેસ આગળ રહેતી હતી. પરંતુ છેલ્લી ચૂંટણીઓમાં મોદીએ અન્ય પછાત જ્ઞાતિઓ એટલે કે ઓ.બી.સી.નું કાર્ડ ખેલ્યું અને મોદીને તેમાં ઝળહળતી સફળતા હાંસલ થઈ.

અમદાવાદ જેવું શહેર કે જે જૈનોની નગરી કહેવાય છે તે શહેરના મેયર તરીકે નરેન્દ્ર મોદીએ કાનાજી ઠાકોરની પસંદગી કરી ત્યારે ઘણાને આશ્ચર્ય થયું હતું. મોદીની ઇચ્છાથી પસંદગી પામેલા મેયર કાનાજી ઠાકોર એક સામાન્ય ઘરમાં રહેતા હતા અને મધ્યમવર્ગનું જીવન જીવતા હતા, પરંતુ મોદીએ અહીં પણ ઓ.બી.સી. કાર્ડ ખેલીને એક જબરદસ્ત સંદેશ આખા ગુજરાતમાં મોકલ્યો હતો. કોંગ્રેસની વૉટબૅન્કમાં નરેન્દ્ર મોદી ગાબડું પાડી રહ્યા હતા, પરંતુ કોંગ્રેસ એ અંગે ભાગ્યે જ સજાગ હતી. અમદાવાદ શહેર આમેય ભૂતકાળમાં દિનકર મહેતા નામના સામ્યવાદી નેતાને મેયર બનાવી દીધા હતા. ત્યારે એ ઘટના પણ ચીન અને રશિયા માટે મોટું આશ્ચર્ય હતું. કાનાજી ઠાકોર શહેરના મેયર બન્યા એ અમદાવાદ નહીં, ખુદ ભાજપાના મેયરપદના અન્ય મહત્ત્વાકાંક્ષી નેતાઓ માટે પણ આશ્ચર્ય હતું. મોદીને આમેય વધુ પડતા દોઢડાહ્યા અને પોતાની જાતને વધુ સ્માર્ટ સમજતા નેતાઓ ગમતા નથી. આ વાતની અત્યાર સુધી ગુજરાતના ભાજપના નેતાઓને જ ખબર હતી, હવે દિલ્હીના રાષ્ટ્રીય નેતાઓને પણ ખબર પડી ગઈ છે. દિલ્હીના નેતાઓએ પણ મોદી સામે સમજી વિચારીને બોલવું પડે છે.

ગુજરાતના સોશિયલ એન્જિનિયરિંગમાં સફળ થયેલા મોદી માટે દેશના સોસિયલ એન્જિનિયરિંગનો પ્રયોગ વધુ અઘરો અને જટિલ હશે. દરેક પ્રાંતમાં અલગ અલગ જ્ઞાતિઓ અને પેટા જ્ઞાતિઓ છે. દરેકની આગવી લાગણીઓ અને માંગણીઓ છે. દરેકની આગવી ખૂબીઓ અને લાક્ષણિકતાઓ છે, પરંતુ મોદી અઘરા દાખલા પણ ગણવામાં નિપુણ છે.

●

ખરાબ રાજ્ય હોવા કરતાં

કોઈપણ પ્રકારનું રાજ્ય ના હોવું તે વધુ સારું.

— ચાણક્ય

પ્રકરણ ૨૫

આઉટ ઓફ બોક્સ ટેક્નોસેવી મોદી

રાજનીતિમાં 'આઉટ ઓફ બોક્સ' વિચારવું ખૂબ જ અગત્યનું છે. એક જમાનામાં લોકો નેતાઓને જોવા પડાપડી કરતા હતા. જવાહરલાલ નહેરુની લોકપ્રિયતા એટલી બધી હતી કે, તેમની જ્યાં પણ સભા હોય ત્યાં તેમને જોવા લોકો પહોંચી જતા. ઘણાં વર્ષો પહેલાં સાબરકાંઠા જિલ્લાના મુખ્ય શહેર હિંમતનગર ખાતે પંડિત જવાહરલાલ નહેરુ આવ્યા હતા. તેમને જોવા માટે લોકો દૂર દૂરથી બળદગાડાં જોડી સભાસ્થળે પહોંચી ગયા હતા.

નહેરુની સભામાંથી ઘેર ગયા બાદ ગામડાના લોકો નહેરુ શું બોલ્યા એના કરતાં "નહેરુને અમે જોયા" એટલી જ વાતો કરતા. પરંતુ હવે સમય બદલાયો છે. જે લોકો સભાઓમાં જઈ શકતા તેઓ ટેલિવિઝન ટેક્નોલૉજીના કારણે પોતાના ઘરના ડ્રોઈંગરૂમમાં બેસી નેતાઓનાં પ્રવચનો અને પ્રવચનો પરની ચર્ચાઓ સાંભળી શકે છે.

નરેન્દ્ર મોદીએ આ ટેક્નોલૉજીનો ભરપૂર ઉપયોગ કર્યો છે. મોદી આમ તો સંઘની નીપજ છે, પરંતુ તેમની મૂળ વિચારધારાને વળગી રહીને પણ રાજનીતિમાં

લોકો સુધી પહોંચવાની બાબતમાં "ટેક્નોસેવી" રહ્યા છે. પોતાના પ્રચાર અભિયાનને નવી જ દિશા આપવા માટે નરેન્દ્ર મોદી નવા પ્રયોગો કરવામાં વિશ્વાસ ધરાવે છે.

સામાન્ય રીતે ચૂંટણીપ્રચાર માત્ર ચૂંટણીસભાઓ કે પોસ્ટરો કે પત્રિકાઓથી જ થતો રહ્યો છે, પરંતુ નરેન્દ્ર મોદીએ ગુજરાત વિધાનસભાની ચૂંટણીઓ દરમિયાન ૩-ડી ટેક્નોલૉજી દ્વારા એક સાથે અનેક સ્થળે પ્રગટ થઈને લોકોને આંજી નાંખ્યા હતા. અમેરિકા કે યુરોપના દેશોમાં પણ નેતાઓ ભાગ્યે જ ચૂંટણીપ્રચાર માટે ૩-ડી ટેક્નોલૉજીનો ઉપયોગ કરે છે. હા, એકમાત્ર અમેરિકામાં પ્રમુખની ચૂંટણી વખતે બે મુખ્ય પાર્ટીઓના પ્રમુખપદ માટેના ઉમેદવારો ટેલિવિઝન સ્ક્રીન પર એકબીજા સામે એક જ મંચ પર ચર્ચા કરે છે, જેનું જીવંત પ્રસારણ આખા અમેરિકામાં થાય છે અને લાખો લોકો એ સાંભળે છે અને બંને ઉમેદાવારોના હાવભાવ તથા તર્ક-દલીલો જોઈ-સાંભળી પોતાનો મત નક્કી કરે છે.

અમેરિકાના પ્રેસિડેન્ટ બરાક ઓબામા પણ સોસિયલ નેટવર્કિંગનો ઉપયોગ કરે છે અને ચૂંટણીફંડ માટે મતદારોના ફોન પર સંદેશા મોકલે છે. એ જ રીતે શાયદ ભારતમાં પહેલી જ વાર નરેન્દ્ર મોદીએ ચૂંટણીપ્રચાર અભિયાન માટે પરંપરાગત પ્રણાલીઓ ઉપરાંત આ ટેક્નોલૉજી દ્વારા લાખો લોકો સુધી પહોંચવાનો સફળ પ્રયોગ કર્યો છે.

નરેન્દ્ર મોદીની ચૂંટણીઝુંબેશમાં વેબ ટુલ ૨.૦ની ઇન્ટરનેટ સુવિધાઓ જેવી કે ટ્વિટર, ફેસબુક, હેંગ આઉટ વગેરેનો પણ ઉપયોગ કરવામાં આવે છે. નાનાં શહેરો અને કસબાઓમાં પહોંચી શકાય તેમ નથી હોતું. ત્યારે એવા વિસ્તારોમાં ૩-ડી રથ ઘુમાવવાની પણ યોજનાઓ તેમના પ્રચાર અભિયાનમાં સામેલ હોય છે. મેટ્રો તથા બી-ટાઉન્સમાં પરંપરાગત પોસ્ટરોની જગ્યાએ ૩-ડી અને એલ.ઈ.ડી. ટેક્નીકથી સજ્જ મોદીનાં ચમકતાં પોસ્ટરો લગાવવાં તે એક મોડર્ન ચૂંટણી અભિયાન છે. દિલ્હી, મુંબઈ, જયપુર કે ગ્વાલિયર જેવાં શહેરોમાં મોદીનાં ચમકતાં પોસ્ટરોથી તેમનો ચહેરો લોકપ્રિય બનાવવામાં આવ્યો છે.

૨૦૧૪ની લોકસભાની ચૂંટણીઓ દરમિયાન ૧૮થી ૩૫ વર્ષની વયના ૪૦ કરોડ યુવા મતદાતાઓને ધ્યાનમાં રાખીને મોદીની ટેક્નિકલ ટીમે ફેસબુક અને માય પેજ કે ટ્વિટર દ્વારા કરોડો યુવા મતદાતાઓ સુધી પહોંચવાનું આયોજન કર્યું છે.

આવું લાલુ, મુલાયમ, મમતા, નીતિશકુમાર, કરૂણાનિધિ કે ઉદ્ધવ ઠાકરે પણ ભાગ્યે જ વિચારી શકે. ૨૦૧૪માં ૧૨ કરોડ જેટલા યુવા મતદારો તો પહેલી જ વાર મતદાન કરવાના છે. ૧૮થી ૩૫ વર્ષના ૪૦ કરોડ મતદાતાઓ અખબારો કે ન્યૂઝ ચેનલો પરના સમાચારો પર બહુ ઓછું ધ્યાન કેન્દ્રિત કરે છે. આ યુવાનો તે ફેસબુક જનરેશન છે. તેમની આંગળીઓ સ્માર્ટ ફોન કે ટેબ્લેટ પર જ હોય છે. આખો દિવસ મિત્રો સાથે ચેટિંગ જ કર્યા કરે છે. આ વાતનો ખ્યાલ મોદીની ટેક્નોલૉજી ટીમને બરાબર છે. એની ઉપર પણ મોદી છવાયેલા રહે તેનો તેઓ બરાબર ખ્યાલ રાખે છે. મોદીને એ વાતની ખબર છે કે યુવા મતદારોને જ્ઞાતિવાદ કે કોમવાદમાં રસ નથી. તેમને જોબ સિક્યોરિટી, જીવનની સલામતી અને બહેતર ઇન્ફ્રાસ્ટ્રક્ચર જોઈએ છે. મોદીની ટીમ આ વાતનો પણ ખ્યાલ રાખે છે.

દેશના ૧૨ કરોડ યુવા મતદારો કે જેઓ પહેલી જ વાર મતદાન કરવાના છે તેમને આકર્ષિત કરવા માટે એક ચીની કંપનીને 'સુપર નમો થીમ'થી સજ્જ એક સ્માર્ટ ફોન તૈયાર કરવાનું કામ સોંપવામાં આવ્યું. આવા ૫૦ હજાર સ્માર્ટ ફોન યુવાનોને મફતમાં વહેંચવાનું પણ આયોજન થયું. આવા સ્માર્ટ ફોન માટે મોદી સાથે સંકળાયેલા ૨૫ જેટલા 'એપ્સ' એટલે કે એપ્લિકેશન્સ તૈયાર કરવામાં આવ્યા છે, જેમાં મોદીને જ એક હીરો તરીકે પેશ કરવામાં આવી રહ્યા છે. તેમાં મોદી ગેજ, મોદી રન જેવાં પોલ્સ એપ્સ જ છે. એ જ રીતે રોબો કૉલીંગ ટેક્નીકથી પોતાનો સંવાદ સીધો મતદાર સુધી પહોંચવાનો પ્રયાસ પણ છે. ટૂંકમાં માત્ર ચૂંટણી નારા કે દીવાલો પર વોટ આપવાની અપીલ કરવાની જરીપુરાણી પદ્ધતિની જગ્યાએ નરેન્દ્ર મોદીએ ચૂંટણી અભિયાનને નવું જ સ્વરૂપ આપી દીધું. આ હોડમાં બીજા બધા જ પક્ષો અને મોદીના ભાજપામાં જ રહેલા હરીફો મોદીથી પાછળ રહી ગયા.

ન્યૂઝ ચેનલો પર પ્રસારિત થતાં મોદીનાં પ્રવચનો કઈ ન્યૂઝ ચેનલે જીવંત પ્રસારિત કર્યા, કઈ ન્યૂઝ ચેનલે માત્ર અંશો જ પ્રસારિત કર્યા અને કઈ ન્યૂઝ ચેનલે મોદીના પ્રવચનનું જીવંત પ્રસારણ ના કર્યું તેનું પણ મોનિટરિંગ ટીમ મોદી કરતી રહે છે. મોદી પાસે આઈ.ટી. નિષ્ણાતોની શ્રેષ્ઠ ટીમ છે.

મોદીની નવી ઇમેજ ઊભી કરવાનું કામ પણ દેશ-વિદેશની શ્રેષ્ઠ પ્રોફેશનલ એજન્સીઓ કરી રહી છે. આવું ભારતના એક પણ નેતાએ અત્યાર સુધી કર્યું નથી.

મોદી ૨૧મી સદીના મોડર્ન નેતા તરીકે ઝડપથી ઊપસી રહ્યા છે અને તે માટે ૨૧મી સદીની વિશ્વસ્તરની ટેક્નોલૉજીનો ઉપયોગ કરનાર તેઓ પહેલા ભારતીય નેતા છે. વીડિયો કોન્ફરન્સથી અમેરિકા-કેનેડામાં વસતા ગુજરાતીઓ અને ભારતીયોને તેઓ અનેક વાર સંબોધી તે બધા પર પણ મોદી મેજિક પાથરતા રહ્યા છે.

•

“સફળતા મેળવવામાં આડે આવે તેવી બધી જ નિર્બળતાઓ મારામાં હતી.”

– લૅરી એલિસન

(‘ઑરેકલ’ના સ્થાપક)

પ્રકરણ ૨૯

કોર્પોરેટ જગતના 'બ્લુ બોય' શા માટે ?

એ વખતે ગુજરાતના મુખ્યમંત્રી તરીકે બાબુભાઈ જસભાઈ પટેલ હતા. તેઓ નખશિખ ગાંધીવાદી હતા. ઈસ્ત્રી કર્યા વગરનું ખાદીનું ધોતિયું અને ઝભ્ભો પહેરતા હતા. એમના મંત્રીમંડળમાં ભાઈલાલભાઈ કોન્ટ્રાક્ટર ઉદ્યોગમંત્રી હતા. એ વખતે હું રાજકીય બાબતોનું રિપોર્ટિંગ કરતો હતો. એક વાર મેં મુખ્યમંત્રીને અને એ વખતના ઉદ્યોગમંત્રીને વિનંતી કરી કે, "ગુજરાતમાં નવા ઉદ્યોગો આવે અને મૂડીરોકાણ વધે તે માટે આપણે પ્રયાસો કરવા જોઈએ."

ઉદ્યોગમંત્રીએ મને કહ્યું : "તમારા ધ્યાનમાં કોઈ સૂચન હોય તો કહો."

હું એ વખતના તાતા જૂથના ચેરમૅન નવલ તાતાને ઓળખતો હતો. નવલ તાતા રતન તાતાના પિતા થાય. અમદાવાદ શહેર કોંગ્રેસના એક વખતના જમનાશંકર પંડ્યા પાછલી વયમાં રાજનીતિ છોડીને મુંબઈ સ્થાયી થયા હતા. હું અને જમનાશંકર પંડ્યા અવારનવાર નવલ તાતાને મળતા હતા. એક દિવસ મેં નવલ તાતાને વિનંતી કરી કે, "તમે ગુજરાત આવો અને નવા ઉદ્યોગો સ્થાપો."

નવલ તાતાએ તરત જ સાનુકૂળ પ્રતિભાવ આપ્યો અને ગુજરાતના ઉદ્યોગમંત્રી ભાઈલાલભાઈ કોન્ટ્રાક્ટરને મુંબઈ આવવા આમંત્રણ આપ્યું. મુંબઈની તાજ હોટલમાં નવલ તાતાએ મુંબઈના જાણીતા ઉદ્યોગપતિઓ સાથે મીટિંગ ગોઠવી. એ મીટિંગમાં

નવલ તાતા, રતન તાતા, શાપૂરજી પાલનજી, રૂઈયા, રહેજા, રસેશ મફતલાલ, એ. કે. નડિયાદવાલા વગેરે હાજર હતા. ગુજરાતના ઉદ્યોગમંત્રીએ એ ઉદ્યોગપતિઓને ગુજરાત આવવા આમંત્રણ આપ્યું. એ મીટિંગના અનુસંધાનમાં થોડા દિવસ બાદ નવલ તાતા ખંભાતના અખાતમાં દરિયાનાં મોજાંમાંથી વીજળી પેદા કરવાનો એક પ્રોજેક્ટ લઈ આવ્યા. હું, નવલ તાતા અને જમનાશંકર પંડ્યા ગાંધીનગર જ ગુજરાતના ઉદ્યોગમંત્રીને મળ્યા અને દરિયાનાં મોજાંમાંથી વીજળી પેદા કરવાનો પ્રોજેક્ટ રજૂ કર્યો. એ વખતે ગુજરાતમાં વીજળીની તંગી હતી. તેમ છતાં કમનસીબે એ પ્રોજેક્ટને કદી મંજૂરી મળી નહીં. એ વખતના ઉદ્યોગ સચિવ એક બિનગુજરાતી હતા. એ વખતના કેટલાક બિનગુજરાતી આઈ.એ.એસ. અધિકારીઓ ગુજરાતમાં નવા ઉદ્યોગો આવે તેવું કદી ઈચ્છતા નહોતા. તેમને ગુજરાતની ઈર્ષ્યા થતી અને તેઓ ગુજરાતમાં નોકરી કરતા હોવા છતાં ઉદ્યોગો તેમના વતનના રાજ્યમાં ચાલ્યા જાય તેવું ઈચ્છતા હતા. વળી, એ વખતના ઉચ્ચ અધિકારીઓનું પ્રજાના ચૂંટાયેલા મંત્રીઓ પર આધિપત્ય હતું. કેટલાક મંત્રીઓ તો અધિકારીઓને 'સાહેબ' કહીને બોલાવતા. શિવજ્ઞાનમ્ નામના એ વખતના ઉદ્યોગ સચિવે નવલ તાતાની દરિયાનાં મોજાંમાંથી વીજળી પેદા કરવાની યોજના અભરાઈ પર ચઢાવી દીધી. ભાઈલાલભાઈ કોન્ટ્રાક્ટર એક પ્રામાણિક ઉદ્યોગમંત્રી હોવા છતાં તેઓ બિનગુજરાતી અધિકારી સામે લાચાર હતા. પરંતુ એ લાચારી અને એ નિઃસહાયતાનો અંત નરેન્દ્ર મોદીએ મુખ્યમંત્રી બનતાં એક ઝાટકે લાવી દીધો. અલબત્ત, બિનગુજરાતી અધિકારીઓને લાઇન પર લાવવાનું કામ તો ચીમનભાઈ પટેલના સમયથી જ શરૂ થઈ ગયું હતું, પરંતુ તેમાં ક્રાંતિકારી પરિણામો નરેન્દ્ર મોદી જ લાવ્યા.

એવું નથી કે ગુજરાતમાં કોઈ ઉદ્યોગો જ નહોતા. ગુજરાત પહેલેથી જ વિકસિત હતું. તેનાં વિકાસકાર્યોની શરૂઆત ગુજરાતના પ્રથમ મુખ્યમંત્રી ડૉ. જીવરાજ મહેતાના સમયથી જ શરૂઆત થઈ ગઈ હતી. પરંતુ નરેન્દ્ર મોદીએ દેશભરના ઉદ્યોગપતિઓને ગુજરાતમાં લાવવા સમીટ યોજી અને ગુજરાતને વાઈબ્રન્ટ બનાવી દીધું. ગુજરાતને ઔદ્યોગિક મૂડીરોકાણ માટે દેશ અને દુનિયાના નકશા પર મૂકી દીધું. અધિકારીઓની દાદાગીરીનો અંત લાવી દીધો. રેડ ટેપીઝમ અર્થાત્ તુમારશાહીનો અંત લાવી દીધો. નવા ઉદ્યોગોની દરખાસ્ત લઈ આવનારા મૂડીરોકાણકર્તાઓ માટે લાલ જાજમ પાથરી દીધી. નવી દરખાસ્તને ઝડપી મંજૂરી મળે, તેને જમીન, વીજળી, પાણી અને રસ્તા મળે તે માટેની વ્યવસ્થાઓ ગોઠવી દેવામાં આવી. જે કામ ભાઈલાલભાઈ કોન્ટ્રાક્ટર ના કરી શક્યા, તે કામ નરેન્દ્ર મોદીએ કરી દીધું. ગુજરાતનું તેમણે જબરદસ્ત માર્કેટિંગ

કરી દીધું. પરિણામ એ આવ્યું કે, અંબાણીથી માંડીને અદાણી અને તાતાથી માંડીને મિત્તલ એ બધા જ એક આશાભરી દૃષ્ટિથી મોદીને જોવા લાગ્યા. ગુજરાતની ઔદ્યોગિક સમીટ શ્રેણીએ મોદીને કોર્પોરેટ જગતના પ્રિય પાત્ર બનાવી દીધા. પશ્ચિમ બંગાળમાં 'નેનો' કારની ફેક્ટરી માટે પશ્ચિમ બંગાળના મુખ્યમંત્રી મમતા બેનરજીએ સિંગુરમાં રતન તાતા માટે અનેક મુશ્કેલીઓ ઊભી કરી ત્યારે નરેન્દ્ર મોદીએ રતન તાતાને એક જ મૅસેજ મોકલ્યો : "વેલ કમ ટુ ગુજરાત." એ પછીનો ઈતિહાસ જાણીતો છે. રતન તાતાની ટીમ ગુજરાત આવી. ગણતરીના કલાકોમાં તેમને સાણંદ નજીકની જમીન નેનો કારના પ્લાન્ટ માટે ફાળવી દેવાઈ. વીજળી અને ઈન્ફ્રાસ્ટ્રક્ચર પણ ઝડપથી પૂરા પાડવામાં આવ્યાં. સાણંદમાં નેનો પ્લાન્ટ આવતાં રાતોરાત જમીનોના ભાવ ઊંચકાઈ ગયા. દસ એકર જમીનવાળા ખેડૂતો પણ ઑડી કાર ખરીદવા લાગ્યા. તાતાને વધુ પડતી ઉદાર શરતે નાણાકીય સહાય અને બીજી સવલતો આપવા અંગે મોદી સરકાર સામે આક્ષેપો પણ થયા, પરંતુ આક્ષેપોને ઘોળીને પી જવા માટે મોદી ટેવાયેલા છે. તેમને તો ગુજરાતને ઑટોમોબાઈલ ઈન્ડસ્ટ્રીઝનું હબ બનાવવામાં જ રસ હતો.

તાતાના આવ્યા બાદ બીજી ઑટોમાઈલ કંપનીઓની નજર પણ ગુજરાત પર પડી. ગુજરાતમાં આવવાનો મોટો ફાયદો એ હતો કે ગુજરાતમાં એક તો ઉદ્યોગો માટે મૈત્રીપૂર્ણ સરકાર હતી અને બીજું એ કે ગુજરાતમાં યુનિયન પ્રવૃત્તિ નામશેષ હોઈ રાજ્યમાં ઔદ્યોગિક શાંતિ છે.મોદીના દેશભરના ઉદ્યોગપતિઓ સાથેના મૈત્રીપૂર્ણ વ્યવહારથી કોર્પોરેટ જગત પણ તેમને પ્રાઈમ મિનિસ્ટર ઈન વેઈટિંગ તરીકે જોવા લાગ્યું. એટલું જ નહીં પણ કોર્પોરેટ જગતે તેમનાં વિમાનો, તેમનાં સાધનો અને નાણાં પણ મોદીના પક્ષ, તેમની રાજનીતિ અને પ્રચાર કાર્યક્રમો માટે ઉપલબ્ધ કરાવી દીધાં. મોદીના એક ટેલિફોન પર દેશના ઉદ્યોગપતિઓ દોડી આવે તેવી પરિસ્થિતિ મુખ્યમંત્રીએ ઊભી કરી દીધી. મોદીએ પોતાની ઈમેજ, રાજકીય કારકિર્દી અને પાર્ટીને વિકસિત કરવા માટે કોર્પોરેટ જગતનો ઉપયોગ કરવામાં કોઈ જ છોછ ના રાખ્યો. આજના સમયમાં લોકો સફળતાને જ જુએ છે, તેની પાછળનાં કારણો કે પરિબળોને નહીં. એક ઉક્તિ જાણીતી છે, "જો જીતા વહીં સિકંદર." નરેન્દ્ર મોદીએ કોર્પોરેટ જગત સમક્ષ ગુજરાતનું મોર્કેટિંગ કર્યું અને કોર્પોરેટ જગતે નરેન્દ્ર મોદીને "પ્રાઈમ મિનિસ્ટર ઈન વેઈટિંગ" કહી મોદીનું માર્કેટિંગ કર્યું. ફાયદો બંનેને થતો હોય તો ગુજરાતને તેમાં વાંધો શા માટે હોય ? આખરે, એક ગુજરાતી રાજપુરુષ દેશના વડાપ્રધાન બને તેવું દેશનું કોર્પોરેટ જગત પણ ઈચ્છતું હોય એવું પહેલી વાર બન્યું.

મને યાદ છે કે મુંબઈમાં નવલ તાતા સાથેની તાજ હોટલની મીટિંગ બાદ સુપ્રસિદ્ધ ફિલ્મ નિર્માતા ઈબ્રાહીમ નડિયાદવાલા અને હું, ગુજરાતમાં ફિલ્મ સ્ટુડિયો સ્થાપવાની દરખાસ્ત લઈને એ વખતના ઉદ્યોગમંત્રી ભાઈલાલભાઈને મળ્યા હતા ત્યારે તેમણે તો સારો પ્રતિભાવ આપ્યો હતો. પરંતુ એમના ઉદ્યોગસચિવે એ દરખાસ્ત જોઈને મૂડીરોકાણ કરવા આવેલા ઈબ્રાહીમ નડિયાદવાલાને કહ્યું હતું કે, “તમે ફિલ્મવાળા સારા માણસો હોતા નથી. ગુજરાતમાં ફિલમ બિલમ માટે સ્ટુડિયોની કોઈ જરૂર નથી.”

એ બિનગુજરાતી અધિકારીનો આરોપ સાંભળી અમે દંગ થઈ ગયા હતા અને તેમ છતાં ઈબ્રાહીમ નડિયાદવાલાએ ભાઈલાલભાઈની મદદથી હાલોલમાં લકી ફિલ્મ સ્ટુડિયો ઊભો કરી દીધો હતો. સ્ટુડિયો તૈયાર થઈ ગયા બાદ પણ એ વખતના અધિકારીઓ સ્ટુડિયોને માન્યતા આપતા નહોતા. ઘણા પરિશ્રમ બાદ એ સ્ટુડિયોને રાજ્ય સરકારની માન્યતા મળી હતી. આજે એવા ગુજરાતવિરોધી અધિકારીઓને મોદીના સચિવાલયમાં કોઈ જ સ્થાન નથી. આજે કોઈ અધિકારીની તાકાત નથી કે તે ગુજરાત-વિરોધી વાત કરે. આ કારણથી લોકોને “મોદી-મેનિયા” છે અને મોદીને “ગુજરાત-મેનિયા.”

નોંધનીય વાત એ છે કે ગુજરાતમાં ટૂરિઝમના પ્રચાર માટે તેમણે બોલિવૂડના મહાનાયક અમિતાભ બચ્ચનનો ગુજરાતના બ્રાન્ડ એમ્બેસેડર તરીકે ઉપયોગ કર્યો. આવો વિચાર ગુજરાતના અગાઉના એક પણ મુખ્યમંત્રીને આવ્યો નહીં. અમિતાભ બચ્ચનના વિજ્ઞાપને સમગ્ર દેશવાસીઓને ગુજરાત આવતા કરી દીધા. ગીર-સાસણમાં સિંહદર્શન માટે અસાધારણ સંખ્યામાં પ્રવાસીઓ બીજાં રાજ્યોમાંથી ઊમટ્યા. મોદીએ ગુજરાતના મુખ્યમંત્રી તરીકે નહીં પરંતુ ગુજરાતના સી.ઈ.ઓ.ની જેમ કામ કર્યું.

●

લાંબા નખવાળા પ્રાણીઓ, નદીઓ, મોટાં શીંગડાંવાળાં પશુઓ, શસ્ત્રધારી વ્યક્તિ, સ્ત્રીઓ અને રાજ-પરિવારો – આ છ શક્તિ પર ક્યારેય આંધળો વિશ્વાસ ના મૂકવો.

– ચાણક્ય

પ્રકરણ ૨૭

નરેન્દ્ર મોદી અને મુસ્લિમ ટોપી

રાષ્ટ્રીય સ્વયંસેવક સંઘની વિચારધારા અત્યંત સ્પષ્ટ છે. ભારત-પાકિસ્તાનના ભાગલા એમને પસંદ નહોતા. એ ભાગલા માટે જવાબદાર મહંમદઅલી ઝીણા સંઘને કદી પસંદ નહોતા. સંઘની આ વિચારધારા જાણતા હોવા છતાં સંઘની રાજકીય પાંખ એવી ભારતીય જનતા પાર્ટીના બે નેતાઓએ બહુ મોટી ભૂલ કરી અને સંઘે એ બંને નેતાઓને આજ સુધી માફ કર્યા નથી. તેમાંના એક છે એલ. કે. અડવાણી અને બીજા છે જશવંતસિંહ. એલ. કે. અડવાણી પાકિસ્તાન ગયા ત્યારે તેઓ મોહંમદઅલી ઝીણાની કબર પર ગયા. કબર પર માથું ટેકવ્યું અને ઝીણાને મોટા રાષ્ટ્રવાદી નેતા તરીકે તેમનું મરણોત્તર બહુમાન કર્યું. અડવાણીએ કરેલી ભૂલ રાષ્ટ્રીય સ્વયંસેવક સંઘે આજ સુધી માફ કરી નથી. એલ. કે. અડવાણી સંઘની આંખમાંથી ઊતરી પણ ગયા અને વડાપ્રધાન બનવાની તેમની ખ્વાહીશ પર મનાઈ ફરમાવી દીધી. એનો સીધો લાભ નરેન્દ્ર મોદીને મળ્યો.

અડવાણી જેવી બીજી મોટી ભૂલ જશવંતસિંહે કરી. તેમણે એક પુસ્તક લખ્યું અને તેમાં તેમણે મોહંમદઅલી ઝીણાની પ્રશંસા કરી. એટલું જ નહીં, પરંતુ ભારતના ભાગલા માટે સરદાર પટેલ જવાબદાર છે એવું તેમણે લખ્યું : મોહંમદઅલી ઝીણાને 'મહાન' ચીતનાર જશવંતસિંહ એ વાત ભૂલી ગયા કે આઝાદી વખતે ભારતના

ભાગલા કરાવનાર મોહંમદઅલી ઝીણાના કારણે એકમાત્ર પંજાબમાં જ ૧૦ લાખ લોકોની કતલ થઈ હતી. બાજપાઈ સરકારમાં વિદેશમંત્રી રહી ચૂકેલા જશવંતસિંહે લખેલા મૂર્ખામીભર્યા પુસ્તક બદલ તેમને પક્ષમાંથી કાઢી મૂકવામાં આવ્યા. એ નિર્ણય પણ સંઘનો જ હોવાનું મનાય છે. પોતાના પુરોગામીઓ દ્વારા થયેલી સંઘની વિચારધારાનો દ્રોહ કરવાની ભૂલો કરવાથી નરેન્દ્ર મોદી દૂર રહ્યા છે. ગોધરાની ઘટનાઓ બાદ તેમના પર અનેક આરોપો થયા. ગુજરાતમાં મુસ્લિમો અને હિન્દુઓ હવે શાંતિ અને ભાઈચારાથી રહેતા હોવા છતાં મીડિયા દ્વારા ગોધરાનું ભૂત ધૂણતું રહ્યું. ગુજરાતના મુસ્લિમોની આર્થિક પરિસ્થિતિ સુધરી હોવા છતાં એ ભૂતે તેમનો પીછો ના છોડ્યો. બિહારના નીતિશકુમાર જેવા નેતાઓ પણ નરેન્દ્ર મોદીથી અસ્પૃશ્ય રહેવાનો પ્રયાસ કરતા રહ્યા. પોતાના માથા પરનો એ ડાઘ દૂર કરવા નરેન્દ્ર મોદીએ અમદાવાદમાં સદ્ભાવના ઉપવાસ કર્યા. મોદી હંમેશા સાચા ઉપવાસ કરે છે. રોજ હજારો લોકો મોદીના ઉપવાસ સ્થળે આવ્યા તેમાં હિન્દુઓ પણ હતા અને મુસ્લિમો પણ હતા. કેટલાકે તેમને શાલ ઓઢાડી. એક મુસ્લિમ મૌલવી મોદીની નજીક આવ્યા અને ખિસ્સામાંથી મુસ્લિમ ટોપી કાઢી મોદીના માથે એ ટોપી પહેરાવવાનો પ્રયાસ કર્યો, પરંતુ મોદીએ વિનમ્રતાથી એ મુસ્લિમ ટોપી પહેરવાનો ઈન્કાર કરી દીધો. મોદીએ એમ કરીને સંઘની વિચારધારાનું અને સંઘના અનુશાસનનું જ પાલન કર્યું. તેમણે અડવાણીજી કે જસવંતસિંહ જેવી ભૂલોનું પુનરાવર્તન ના કર્યું. મુસ્લિમો પ્રત્યે સદ્ભાવના રાખવા મુસ્લિમ ટોપી પહેરવી જરૂરી નથી – એવો સ્ટ્રોંગ મૅસેજ તેમણે સંઘના નેતાઓને મોકલ્યો. પોતાની નસનસમાં સંઘની વિચારધારાનું રક્ત વહી રહ્યું છે તે વાતની તેમણે સંઘને પ્રતીતિ કરાવી. એમ કહીને તેમણે સંઘના નેતાઓનો પ્રેમ અને વિશ્વાસ જીતી લીધાં. સંઘને આવા જ માણસની ખોજ હતી. સદ્ભાવના ઉપવાસ વખતે ભાજપાના કેટલાયે રાષ્ટ્રીય નેતાઓ આવ્યા, પરંતુ એ બધા જ નરેન્દ્ર મોદી આગળ ઝાંખા લાગતા હતા. મોદીએ પોતાના વ્યક્તિત્વને એ બધા કરતાં વિશાળ કરવાની શરૂઆત એ દિવસથી જ શરૂ કરી દીધી હતી. રાષ્ટ્રીય ન્યૂઝ ચેનલોએ પણ મોદીના સદ્ભાવના ઉપવાસને જબરદસ્ત કવરેજ આપ્યું. મોદીની લોકપ્રિયતા જોયા બાદ અંગ્રેજી ન્યૂઝ ચેનલ્સ હજુ દ્વિધામાં હતી, પરંતુ મોદી પોતે જે કાંઈ કરી રહ્યા હતા તે અંગે તેઓ કોઈ જ દ્વિધામાં નહોતા.

નરેન્દ્ર મોદીનું જન્મસ્થાન વડનગર છે, પરંતુ તેમનો મોટા ભાગનો સમય અમદાવાદમાં વીતેલો છે. બહુ ઓછા લોકોને એ વાતની ખબર છે કે, મોહંમદઅલી ઝીણાના વડવાઓ હિન્દુ લોહાણા હતા. મોહંમદઅલી ઝીણા રાજકીય રીતે જ મુસ્લિમ

હતા, ધાર્મિક રીતે નહીં. એટલે કે, તેઓ મુસ્લિમ હોવા છતાં કદી નમાઝ પઢતા નહોતા. તેઓ ઈસ્લામના નિયમોનો ભંગ કરી દારૂ પીતા હતા. સિગારેટના શોખીન હતા. ઈંગ્લૅન્ડમાં હાથે સીવડાવેલો સૂટ અને સિલ્કની નેકટાઈ જ પહેરતા હતા. પોતે મુસ્લિમ હોવા છતાં મુસ્લિમ સ્ત્રી સાથે પરણવાના બદલે પારસી યુવતીને પરણ્યા હતા. ઝીણાને કોઈએ મસ્જિદમાં જોયા નથી. તેમને રોજા રાખતા પણ કોઈએ જોયા નથી. ભારતને આઝાદી મળી ત્યારે અમદાવાદ શહેરની વસતી માંડ પાંચ લાખની હતી. હિન્દુ અને મુસ્લિમ એમ બંને કોમના લોકો અમદાવાદમાં રહેતા હતા. એ સમયગાળામાં મોહમંદઅલી ઝીણાએ ભારતની આઝાદી માટે લડતી કોંગ્રેસના હરીફ એવા મુસ્લિમ લીગ નામના સંગઠનની આગેવાની લીધી હતી. આઝાદીનાં કેટલાંક વર્ષો અગાઉ સરદાર સાહેબ અમદાવાદ મ્યુનિસિપાલિટીના પ્રમુખ હતા. અમદાવાદ મ્યુનિસિપલ બોર્ડમાં મુસ્લિમ લીગના કેટલાક સભ્યો હતા. તેઓ સતત સરદાર સાહેબની અને દેશના બીજા નેતાઓની વિરુદ્ધ પ્રવચનો આપતા. સરદાર સાહેબ મ્યુનિસિપાલિટીના બોર્ડમાં તેમને શાંતિથી સાંભળતા હતા. આ સમયગાળા દરમિયાન કોઈને વિચાર આવ્યો કે, મુસ્લિમ લીગનો પ્રચાર કરવા મોહંમદઅલી ઝીણાને અમદાવાદ બોલાવો. ઝીણાએ અમદાવાદ આવવાનું નિયંત્રણ સ્વીકાર્યું.

મુસ્લિમ લીગના સભ્યો ગેલમાં આવી ગયા. અમદાવાદના કારંજ પોલીસ સ્ટેશનની નજીક લાઉડ સ્પીકર્સ ગોઠવાયાં. નજીકમાં જ મુસ્લિમ પરિવારો રહેતા હતા. અમદાવાદના મુસ્લિમો રાષ્ટ્રવાદના રંગે રંગાયેલા હતા. તેઓ સરદાર સાહેબ અને ગાંધીજીનો આદર કરતા હતા. ઝીણાએ પ્રવચન શરૂ કર્યું. તેઓ અમદાવાદના મુસ્લિમોનો મિજાજ જાણતા નહોતા. પ્રવચનની શરૂઆતમાં જ ઝીણાએ સરદાર સાહેબ અને ગાંધીજી માટે એલફેલ બોલવાનું શરૂ કર્યું. સભામાં બેઠેલા મુસ્લિમોને આ ના ગમ્યું. લોકોએ તેમને પ્રશ્નો પૂછવાનું શરૂ કર્યું. ઝીણા વધુ બકવાસ કરતા ગયા. ગાંધીજી અને સરદાર સાહેબ માટે તેમણે વધુ અણછાજતા શબ્દો વાપર્યા. ઝીણાનો એ વાણી-વિલાસ સાંભળી સભામાં બેઠેલા મુસ્લિમો ઊભા થઈ ગયા. લોકો મંચ પર ધસી ગયા. વ્યવસ્થાતંત્ર તૂટી ગયું. લોકો હવે ઝીણા પર ટપલી દાવ શરૂ કરવાના મૂડમાં હતા. લોકોનો આક્રોશ જોઈ ઝીણાએ પ્રવચન અટકાવી દીધું. ભાષણ અડધું છોડીને જ મંચના પાછળના રસ્તે થઈ ભાગી ગયા. અમદાવાદના મુસ્લિમો પણ ઝીણાને કેવી નફરત અને સરદાર-ગાંધીનો કેવો આદર કરતા હતા તેનું આ ઉદાહરણ છે. ઝીણા ભારત માટે કેવા ખલનાયક હતા તે વાત અડવાણીજી કે જશવંતસિંહ સમજી ના શક્યા અને તેનાં પરિણામો તેમણે ભોગવ્યાં. તેના બદલે નરેન્દ્ર મોદીએ રાષ્ટ્રીય

સ્વયંસેવક સંઘની વિચારધારાને ચુસ્તપણે આત્મસાત્ કરી સંઘના નેતાઓનો પ્રેમ સંપાદન કર્યો.

નરેન્દ્ર મોદીએ ગુજરાત વિધાનસભાની ચૂંટણીઓમાં એક પણ મુસ્લિમને ટિકિટ નહીં આપીને સંઘની વિચારધારાનો કડક અમલ કર્યો. તેમણે માત્ર મુસ્લિમ ટોપી ના પહેરી એટલું નહીં, પરંતુ તેથી પણ તેઓ એક કદમ આગળ વધ્યા. હિન્દુઓને તેમનું આ પાસું ગમ્યું હોવું જોઈએ અને તેમના જ્વલંત વિજયમાં આ પણ એક પરિબળ હશે. અલબત્ત, વ્યક્તિગત રીતે હું માનું છું કે, આ દેશના થોડાક મુઠ્ઠીભર લોકોને બાદ કરતાં મોટાભાગનો મુસ્લિમ સમાજ રાષ્ટ્રવાદી છે. ક્રિકેટમાં પાકિસ્તાન જીતે અને ફટાકડા ફોડે એ મુસ્લિમ સમાજ હવે રહ્યો નથી. મુસ્લિમોમાં સમજદારી અને પરિપક્વતા વધી છે. તેઓ હવે એ વાત સમજતા થયા છે કે તેઓ ભારતમાં જ જન્મ્યા છે અને ભારતમાં જ છેલ્લો શ્વાસ લેવાના છે. તેમને હિન્દુઓ જેટલો જ આ દેશ માટે પ્રેમ છે. કાશ્મીરના મુસ્લિમોની વિચારધારા અલગતાવાદી છે, પરંતુ એ સિવાય મુસ્લિમોની નવી પેઢી રાષ્ટ્રના મુખ્ય પ્રવાહમાં ભળી રહી છે. શિક્ષિત મુસ્લિમો આતંકવાદને પસંદ કરતા નથી. થોડાક ગુમરાહ થયેલા અશિક્ષિતો આખી કોમને બદનામ કરે છે. હું વ્યક્તિગત રીતે માનું છું કે, સંઘે પણ હવે મુસ્લિમોમાં આવેલા બદલાવને સમજવો અને સ્વીકારવો પડશે. દરેક સમયે તેમને નરેન્દ્ર મોદી જેવા નેતા નહીં મળે. મોદીમાં બાજપાઈની ઉદારતા ભળે તો મુસ્લિમો પણ તેમને ફૂલે પૂજશે. આવનારા દિવસોમાં મુસ્લિમ સમાજની યુવા પેઢી બહુ મોટી સંખ્યામાં ભારતીય જનતા પાર્ટીમાં કે બીજી રાષ્ટ્રવાદી પાર્ટીઓની મુખ્ય ધારામાં પ્રવેશે તો નવાઈ નહીં.

•

“નાણાની ઊણપ ક્યારેય હોતી નથી. ઉત્તમ વિચારો અને દૃષ્ટિની જ ઊણપ હોય છે.”

– એસ. રોબ્સન વૉલ્ટન

(વૉલમાર્ટના સ્થાપક)

પ્રકરણ ૨૮

સરદાર કોની વિરાસત ?
મોદીનો માસ્ટર સ્ટ્રોક !

વિશ્વનાં દરેક સુપ્રસિદ્ધ શહેરોને પોતાની કોઈ ને કોઈ ઓળખ છે. પેરિસ એફિલ ટાવરથી ઓળખાય છે. રોમનું વેટિકન સિટી સેંટ પીટરના ચર્ચથી ઓળખાય છે. રિયોડિજાનેરો જિસસ ક્રાઈસ્ટના સ્ટેચ્યૂથી ઓળખાય છે. સાનફ્રાન્સિસ્કો ગોલ્ડન બ્રિજથી ઓળખાય છે. મુંબઈ ગેટ વે ઑફ ઈન્ડિયાથી ઓળખાય છે. આગ્રા તાજમહાલથી ઓળખાય છે. ન્યૂર્યોક સ્ટેચ્યુ ઑફ લિબર્ટીથી ઓળખાય છે. સ્ટેચ્યુ ઑફ લિબર્ટી એ ફ્રાન્સે અમેરિકાને આપેલી ભેટ છે.

ગુજરાતના એક પણ શહેરને કોઈ પ્રતિમા કે ઈમારતની ઓળખ નથી. અમદાવાદ કદીક કેલિકો મિલના ઊંચા ભૂંગળાથી ઓળખાતું, પરંતુ હવે મિલો બંધ થઈ જતાં અમદાવાદ હવે માન્ચેસ્ટર રહ્યું નથી. અમદાવાદ શહેર સાથે બે રાષ્ટ્રીય નેતાઓનો નાતો રહેલો છે. એક તો ગાંધીજીએ અમદાવાદમાં સાબરમતી આશ્રમ સ્થાપ્યો અને "કૂતરા-બિલાડાના મોતે મરીશ, પરંતુ સ્વરાજ લીધા વિના પાછો નહીં આવું" તેવી પ્રતિજ્ઞા લઈ ગાંધીજીએ સ્વતંત્રતાના સંગ્રામનો આરંભ કર્યો હતો. એ સમયગાળા દરમિયાન સરદાર સાહેબ વિલાયતથી બૅરિસ્ટરની ડિગ્રી લઈ અમદાવાદ આવ્યા હતા. ઈ.સ. ૧૯૧૭થી ઈ.સ. ૧૯૨૮ના સમયગાળા દરમિયાન તેઓ અમદાવાદમાં રહ્યા. ૧૯૨૪માં તેઓ અમદાવાદ મ્યુનિસિપાલિટીના પ્રમુખ બન્યા ત્યારે અમદાવાદ મોટા ગામડા જેવું નગર હતું. દરેક પોળમાં મોટા સાપ પકડવા ૭ થી ૮ ફૂટના સાણસા રાખવા પડતા. વાંદરાઓના ત્રાસથી દરેક મકાન પર ચાડિયા ઊભા કરવા પડતા. શહેરમાં ઉંદરોનો ત્રાસ હતો. ગંદકીના કારણે પ્લેગ પણ ફાટી નીકળ્યો હતો. સરદાર

સાહેબે અમદાવાદની સિકલ બદલી નાંખી. પૈસાદારોને તેમની બગીઓ પોળોની બહાર કાઢવા ફરજ પાડી. નદીની પેલે પાર એલિસબ્રિજ વસાવ્યું. સરદાર સાહેબના પ્રયાસોથી જ વા. સા. હૉસ્પિટલ ઊભી થઈ. એ વખતે મિલમજૂરોની સ્ત્રીઓને ખુલ્લામાં ખાટલાની આડશ મૂકી નહાવું પડતું. સરદાર સાહેબે મ્યુનિસિપાલિટીના ખર્ચે પબ્લિક ટોઈલેટ સિસ્ટમ આપી. વિક્ટોરિયા ગાર્ડન અને રિલીફ રોડ પણ સરદાર સાહેબની જ ભેટ છે. શહેરના લોકો પોળોમાં આવેલા કૂવાનું પાણી પીતા. સરદાર સાહેબે શહેરને નળ અને ગટરની સિસ્ટમ આપી. આવા સરદાર સાહેબને અમદાવાદ સાચવી શક્યું નહોતું. મ્યુનિસિપાલિટીમાં કેટલાક મોહંમદઅલી ઝીણા તરફી સુધરાઈ સભ્યો હતા. તેમની ખટપટથી કંટાળીને સરદાર સાહેબે અમદાવાદ મ્યુનિસિપાલિટીના પ્રમુખપદેથી રાજીનામું આપી દઈ રાતોરાત અમદાવાદ છોડી બારડોલી પ્રયાણ કરી દીધું હતું. સરદાર સાહેબને થયેલો આ પહેલો અન્યાય હતો. ૫૦૦થી વધુ રાજાઓ અને રાજકારણીઓને એક કરી દેનાર સરદાર સાહેબ પાસે બહુમતી હોવા છતાં ગાંધીજીની સલાહથી તેઓ વડાપ્રધાનપદની સ્પર્ધામાંથી ખસી ગયા હતા. સરદાર સાહેબને જાણે-અજાણે થયેલો એ બીજો અન્યાય હતો. સરદાર સાહેબનું અવસાન મુંબઈમાં થયું હતું. તેઓ દેશના નાયબ વડાપ્રધાન હતા છતાં દિલ્હીમાં તેમની અંતિમ ક્રિયા કરવાના બદલે મુંબઈના સોનાપુર ખાતે આવેલા સામાન્ય લોકોના સ્મશાનગહમાં તેમની અંતિમક્રિયા કરી દેવામાં આવી હતી, જેથી સાથે તેમની કોઈ સમાધિ નથી કે કોઈ ઘાટ નથી. સરદાર સાહેબને આ ત્રીજો અન્યાય હતો. પરંતુ વર્ષો બાદ દેશના આ મહાન સપૂતની યાદમાં અમદાવાદમાં શાહીબાગ ખાતે કેન્દ્રીય કૅબિનેટમંત્રી દિનશા પટેલના પ્રયાસથી સરદાર સ્મારક રાષ્ટ્રીય મ્યુઝિયમ ઊભું કરવામાં આવ્યું. અને તે પછી સરદાર સાહેબ પ્રત્યેની ગુજરાતની અને દેશની સંવેદનાઓને વૈશ્વિક સ્તરે અંકિત કરી દેવાના એક જબરદસ્ત સ્વપ્ન સમો વિચાર નરેન્દ્ર મોદીને આવ્યો. નરેન્દ્ર મોદીએ વિશ્વમાં ક્યાંય પણ ના હોય તેવી વિશાળ અને ઊંચી સરદાર સાહેબની પ્રતિમા ઊભી કરવાનો વિચાર રમતો મૂક્યો ત્યારે ઘણાંને આશ્ચર્ય થયું હતું. આશ્ચર્ય એટલા માટે કે આ જ સરદાર સાહેબે ગાંધીજીની હત્યા વખતે આર. એસ.એસ. પર પ્રતિબંધ મૂક્યો હતો અને મોદી સ્વયં આર.એસ.એસ.ની ઊપજ છે.

પરંતુ સમય બદલાતાંની સાથે બધું જ બદલાય છે. જે સરદાર સાહેબે આર.એસ.એસ. પર પ્રતિબંધ મૂક્યો હતો તેમણે જ ગાંધીજીની હત્યામાં સંઘનો કોઈ હાથ નથી એવું લાગતાં સંઘ પરથી પ્રતિબંધ ઉઠાવી પણ લીધો હતો. અલબત્ત, એ વખતે સંઘે કોઈપણ રાજકીય પ્રવૃત્તિમાં ભાગ નહીં લેવાની સરદાર સાહેબને ખાતરી આપી હતી. આ બધું જ હોવા છતાં કોંગ્રેસ સાથે સંકળાયેલા સરદાર સાહેબનો મુદ્દો ખૂબ જ કુનેહપૂર્વક નરેન્દ્ર મોદીએ કોંગ્રેસ પાસેથી છીનવી લીધો. એમ કરી મોદીએ એક કાંકરે કોંગ્રેસે જે નેતાને અન્યાય કર્યો હોવાનો આક્ષેપ છે તે નેતાની વિશાળ

પ્રતિમા બનાવવાની જાહેરાત કરી સત્તાધારી પક્ષને લપડાક મારી અને પોતે સરદારના ચાહક અને વારસદાર છે તેવી લાગણી ગુજરાતમાં અને દેશમાં ઊભી કરી.

નરેન્દ્ર મોદીની કલ્પના મુજબની સરદાર સાહેબની વિરાટ પ્રતિમા કે જેને "સ્ટેચ્યુ ઑફ યુનિટી" એવું નામ આપવામાં આવ્યું છે, તે સરદાર સરોવરની નજીક નર્મદા નદીમાં સાધુબેટ ખાતે ઊભી થશે. ૧૮૨ મીટર ઊંચી આ પ્રતિમા નર્મદા બંધના સૌંદર્યને નવો ઓપ આપશે. આ પ્રતિમામાં ૩૫ હજાર ટન સિમેન્ટ, ૩૭૨૫ ટન સ્ટીલ અને ૧૫૦૦ ટન બ્રોન્ઝ વપરાશે. અહીં વર્ચુઅલ ટૂર, કૃષિવિકાસ, જળ વ્યવસ્થાપન, આદિવાસી ઉત્કર્ષ અને સુચારુ વહીવટ માટેનું સંશોધનકેન્દ્ર પણ એ સંકુલનો ભાગ હશે.

અમદાવાદ શહેરમાં ભદ્રના કિલ્લા પાસે સરદાર સાહેબ જ્યાં રહેતા હતા તે એક મકાન પણ છે પરંતુ તે વારંવાર જર્જરિત થઈ જાય છે અને અખબારો તેના વિશે લખે ત્યારે તેનું સમારકામ થાય છે. ત્યારે નરેન્દ્ર મોદીના સ્ટેચ્યુ ઑફ યુનિટીના આ સપનાએ ઘણાંને વિચારતા કરી દીધા છે. આટલો મોટો જબરદસ્ત ખ્યાલ ગુજરાતના કે દેશના બીજા કોઈ નેતાને કેમ આવ્યો નહીં ? જાહેર સભાઓમાં નરેન્દ્ર મોદીએ ખૂબ સમજી વિચારીને કહ્યું હતું : "હું સરદાર સાહેબના સેક્યુલારિઝમમાં માનું છું."

અહીં સરદાર સાહેબના સેક્યુલારિઝમને સમજવાની જરૂર છે. ગુજરાતમાં સૌરાષ્ટ્રના દરિયાકાંઠે આવેલા સોમનાથના મંદિરના જીર્ણોદ્ધાર બાદ તેની પ્રાણપ્રતિષ્ઠા કરવાનો એ પ્રસંગ હતો. સરદાર સાહેબે દેશના પ્રમુખ રાષ્ટ્રપતિ રાજેન્દ્રબાબુને એ નિમિત્તે સોમનાથ આવવા આમંત્રણ આપ્યું હતું. રાષ્ટ્રપતિએ સહર્ષ એ આમંત્રણ સ્વીકારી લીધું હતું. આ વાતની ખબર પડતાં એ વખતના વડાપ્રધાન જવાહરલાલ નહેરુએ વડાપ્રધાનની હેસિયતથી રાષ્ટ્રપતિને પત્ર લખી જણાવ્યું હતું કે, "ભારત એ બિનસાંપ્રદાયિક દેશ છે, તેથી તેમાં રાષ્ટ્રપતિએ કોઈ મંદિરના પ્રાણપ્રતિષ્ઠા મહોત્સવમાં જવું જોઈએ નહીં."

પરંતુ રાજેન્દ્રબાબુ અને સરદાર જુદી માટીના ઘડાયેલા હતા. રાષ્ટ્રપતિ રાજેન્દ્રબાબુએ જવાહરલાલ નહેરુને અંગ્રેજીમાં જવાબ આપ્યો : "Damn it. I may the president of India, but I have not ceased to be Hindu." (હું... ભારતનો રાષ્ટ્રપતિ છું એટલે હું હિન્દુ મટી જતો નથી.)

- આ પત્ર લખ્યા બાદ રાજેન્દ્રબાબુ સોમનાથ મંદિરના જીર્ણોદ્ધાર પછીના પ્રાણપ્રતિષ્ઠા મહોત્સવમાં ગયા હતા. સરદાર સાહેબ સાંપ્રદાયિક નહોતા. કટ્ટર હિન્દુવાદી પણ નહોતા, પણ તેમને દંભી બિનસાંપ્રદાયિકતા પણ ખપતી નથી. નરેન્દ્ર મોદીએ પણ જે સરદાર સાહેબની બિનસાંપ્રદાયિકતાનો ઉલ્લેખ કર્યો તે બિનસાંપ્રદાયિકતા કાંઈક આવી હતી. પશ્ચિમના દેશોના ઘણા વિદ્વાનોએ સરદાર સાહેબ માટે લખ્યું છે. જૉહ્ન ગ્રંથર નામના લેખકે ૧૯૪૭-૪૮માં "Inside Asia" નામના પુસ્તકમાં લખ્યું

હતું : "Sardar is the strongest man of Asia. He is the Bismark of India." અલબત્ત, ઘણાંના મતે સરદાર સાહેબ જર્મનીના બિસ્માર્ક કરતાં ઘણા મોટા હતા. આવા સરદાર સાહેબે કદી પોતાનું આત્મચરિત્ર લખ્યું નથી, પરંતુ કોંગ્રેસમાંથી પહેલાં પૂર્વમુખ્યમંત્રી બાબુભાઈ જસભાઈ પટેલ અને કેન્દ્રીય મંત્રી દિનશા પટેલે ઊભા કરેલા સરદાર સ્મારક ભવનના કારણે, અને હવે નરેન્દ્ર મોદીના કારણે સરદારની પ્રતિમા વિશ્વભરના લોકોને ગુજરાત ખેંચી લાવશે.

પ્રસિદ્ધ પત્રકાર અને લેખક ખુશવંતસિંહે "Truth love and Little Malice" પુસ્તકમાં સરદારના ક્રાંતિકારી જીવનની ઝલક દર્શાવતો એક સુંદર પ્રસંગ આલેખ્યો છે. એને ખુશવંતસિંહના શબ્દોમાં જ માણીએ :

"મને સરદાર પટેલના ઘરે મળવા માટે સમય આપવામાં આવ્યો હતો. તેમના સચિવે મને બહારના રૂમમાં બેસાડીને કહ્યું, "પ્રધાનશ્રી બીઝી છે." થોડી પળમાં ઈન્દોરના મહારાજાની મોટી રોલ્સરોઈસ કાર આવી પહોંચી. એક નૌ સૈનિકે કારનો દરવાજો ખોલ્યો અને મહારાજા નીચે ઊતર્યા. પ્રધાનના સચિવે તેમનું સ્વાગત કર્યું અને તેમને ડ્રોઈંગ રૂમમાં લઈ ગયા. અંદર શું ચાલી રહ્યું છે તે હું જોઈ શકતો હતો. સરદાર ગંભીર વદને કક્ષમાં દાખલ થયા અને મહારાજાને બેસવાનું કહ્યું. તેમણે મહારાજા સાથે હાથ તો ન જ મિલાવ્યા. મહારાજા ઑક્સબ્રિજ ઈંગ્લિશમાં ઝડપથી બોલી રહ્યા હતા. સરદારની નજર પોતાના ચંપલ ઉપર સ્થિર થયેલી હતી. આ મહારાજા ભોપાલના નવાબ સાથે મળીને ઈન્ડિયન ગવર્નમેન્ટના નિર્ણય સામે બીજા રાજાઓને એકઠા કરીને વિરોધ કરી રહ્યા હતા. મહારાજાઓને સાલિયાણાં બાંધી આપવાનું વિચારાઈ રહ્યું હતું. ગૃહપ્રધાન તરીકે સરદારના માથે આ મહારાજાઓની ઈન્સ્ટ્રુમેન્ટ ઑફ એક્સેશન ઉપર સહીઓ લેવાની જવાબદારી આવી પડી હતી. મહારાજા જે બોલી રહ્યા હતા તે થોડું થોડું મને સંભળાતું હતું. તેઓ પોતાના ઉપર રહેલા આક્ષેપો જુઠ્ઠા છે તેવું કંઈ કહી રહ્યા હતા. સરદારે તેમને પોતાનો ઊભરો ઠાલવી દેવા દીધો. નજર ઉપર કરી જ નહીં. પછી સરદાર ઊભા થયા અને હું સાંભળી શકું તેટલા મોટા અવાજે બોલ્યા : 'You are dammed lair.' તમે તદ્દન જુઠ્ઠા છો. આટલું કહીને સડસડાટ ચાલ્યા ગયા. ઝંખવાણા પડી ગયેલા મહારાજા પોતાના એડીસી સાથે સીધા રોલ્સરોઈસ તરફ દોડી ગયા. સરદાર પટેલના સેક્રેટરીએ મને કહ્યું કે તેઓ અત્યારે મારી સાથે વાતચીત કરવાના મૂડમાં નથી."

આવા સરદાર સાહેબની વિરાટ પ્રતિમા ઊભી કરવી અને તે પણ એક આર.એસ.એસ. સાથે સંકળાયેલી વ્યક્તિ દ્વારા તે વાત હિંમત માંગી લે છે. સરદાર સાહેબની વિરાસતનો ઉપયોગ મોદી ભલે તેમના રાજકીય લાભ માટે કરતા હોય પરંતુ તેમણે દાખવેલી હિંમત અસાધારણ છે અને એ વાત સાચી પણ છે કે સરદાર માત્ર પટેલોના, ગુજરાતના કે કોંગ્રેસના જ નેતા નહોતા. તેઓ સમગ્ર દેશના નેતા હતા.

•

"હું બીજા નંબરે તથા પ્રથમ નંબરે ક્યારે પહોંચવાનો છું તેની મને અત્યારથી જ ખબર છે."

– શેલન ઍડેલ્સન

(વેનેશિયન કેસિનો રિસોર્ટ)

પ્રકરણ ૨૯

મોદી, વીઝા અને અમેરિકાનો દંભ

ઑગસ્ટ, ૧૯૭૩.

રોમથી ન્યૂયોર્ક જતી અલ ઈટાલિયાની ફ્લાઈટમાં હું ન્યૂયોર્કના જે.એફ. કેનેડી ઍરપોર્ટ પર ઊતર્યો. એ વખતે હું અને વિનય વોરા યુરોપ-અમેરિકા પર દસ્તાવેજી ફિલ્મ બનાવી રહ્યા હતા. યુરોપનો પ્રવાસ અમે પૂરો કર્યો હતો. મારી અને વોરા પાસે અમેરિકન વીઝા હતા. ઍરપોર્ટના ઈમિગ્રેશન ડેસ્ક પર એક અમેરિકન ગોરી યુવતી બેઠેલી હતી. એણે અમારી સામે જોયા વિના જ અમારા પાસપોર્ટ તપાસ્યા. એણે અમારી સામે જોયા વિના જ મને પૂછ્યું : "તમારી પાસે કેટલા ડૉલર છે ?"

મેં અમારી પાસે જેટલા ડૉલર હતા તેનો આંકડો આપ્યો. એણે પૂછ્યું : "તમે કેટલો સમય અમેરિકામાં રોકાવાના છો ?"

મેં કહ્યું : "૨૦થી ૨૫ દિવસ."

એ બોલી : "હું તમને અમેરિકામાં પ્રવેશવાની પરવાનગી આપતી નથી. તમે બીજા પ્લેનમાં પાછા જાવ છો..

મેં પૂછ્યું : "શા માટે ?"

એ બોલી : "તમે આટલા ડૉલરમાં આટલા દિવસ અમેરિકામાં રહી શકો નહીં."

મેં કહ્યું : "પણ અમારી પાસે કાયદેસરના વીઝા છે. વળી, અમેરિકામાં મારા મિત્રો છે. અમારો ખર્ચ એ ઉપાડવાના છે."

"નહીં... તમે વળતા પ્લેન દ્વારા પાછા જાવ છો."

મેં ગુસ્સે થતાં કહ્યું : "લુક હિયર મૅડમ ! પહેલાં મારી સામે જોઈને વાત કરો. હું એક લોકતાંત્રિક દેશમાંથી આવું છું. તમારો દેશ પણ લોકતાંત્રિક છે. અમારી પાસે પાસપોર્ટ અને વેલીડ વીઝા હોવા છતાં તમે અમને પ્રવેશ આપતાં નથી, એનો અર્થ એ કે તમે હજુ રેસિસ્ટ છો. તમે રંગભેદની નીતિમાં માનો છો. મને તમારા દેશમાં નોકરી શોધવામાં કોઈ રસ નથી. તમારા આ ભારતવિરોધી વલણનો પ્રશ્ન હું મારા દેશની પાર્લમેન્ટ અને નવી દિલ્હી ખાતેના ભારત સરકારનાં વિદેશ મંત્રાલયમાં ઊભો કરાવીશ."

એ પછી ઇમિગ્રેશન મહિલા અધિકારી મારી સામે જોઈ રહી અને ઉચ્ચ અધિકારી સાથે ચર્ચા કર્યા પછી તેણે એન્ટ્રીનો સિક્કો મારી દીધો. આ પ્રસંગનો ઉલ્લેખ મારે એટલા માટે કરવો પડ્યો કે, ગોધરાની ઘટનાઓના નામે છેલ્લા કેટલાક વખતથી અમેરિકા ગુજરાતના મુખ્યમંત્રી નરેન્દ્ર મોદીને અમેરિકામાં પ્રવેશવા વીઝા આપવા ઇન્કાર કરી રહ્યું છે. મારો એવો અનુભવ છે કે, અમેરિકાના આર્થિક વિકાસમાં યહૂદીઓ પછી સહુથી વધુ ફાળો ભારતીયોનો અને ખાસ કરીને ગુજરાતીઓનો છે, છતાં અમેરિકામાં એક એવો વર્ગ પણ છે કે, જે ભારતને નરમ દેશ અને ભારતીયોને બીજા વર્ગના નાગરિક ગણે છે. અમેરિકાના ગોરા વિદ્યાર્થીઓની નવી પેઢી ખોખલી છે, જ્યારે ભારતીય વિદ્યાર્થીઓ દિમાગથી વધુ સશક્ત છે. આમ છતાં અમેરિકન સરકારનું વલણ ભારત અને ભારતીયો પ્રત્યે જેવું હોવું જોઈએ તેવું રહ્યું નથી.

સહુથી પહેલાં મોદી સામેના આક્ષેપોની વાત. ગોધરાની ટ્રેનની ઘટના બાદ આશરે ૧૮૦૦ જેટલી વ્યક્તિઓનાં મોત નીપજ્યાં. તે માટે અમેરિકા નરેન્દ્ર મોદીને જવાબદાર ઠેરવે છે, પણ અમેરિકા એ હકીકત સ્વીકારવા તૈયાર નથી કે આજ સુધી રમખાણો માટે નરેન્દ્ર મોદી જવાબદાર હતા તેવું સાબિત થયું નથી. એપ્રિલ ૨૦૧૨માં સ્પેશિયલ ઇન્વેસ્ટિગેશન ટીમે પણ કહ્યું : "એ વાત સાચી છે કે, રમખાણો ભીષણ હતાં, પરંતુ એ રમખાણોમાં મોદીનો કોઈ હાથ નથી." એ પછી ગુજરાતમાં નિમાયેલા પંજાબના સુપરકોપ કે.પી.એસ. ગીલે પણ ગોધરાની ઘટના પછીનાં તોફાનોના સંદર્ભમાં નરેન્દ્ર મોદીને ક્લિન ચીટ આપેલી છે. એથીયે આગળ વધીને કે.પી.એસ. ગીલે આ રમખાણો પાકિસ્તાનની ગુપ્તચર સંસ્થા આઈ.એસ.આઈ. પ્રેરિત હતાં તેમ કહેલું છે. તે પછી અદાલતે પણ મોદીને ૨૦૦૨નાં રમખાણો અંગે ક્લિન ચીટ આપી છે.

એથીયે આગળ વધીને નરેન્દ્ર મોદીએ એક અખબારી મુલાકાતમાં કહેલું છે કે, "૨૦૦૨નાં રમખાણો માટે હું માફી શા માટે માગું ? જો મારી સરકારે એવું કોઈપણ કૃત્ય કર્યું હોય તો મને સરેઆમ ફાંસી આપી દેવી જોઈએ."

મોદીના આ જવાબ પછી અમેરિકાનાં બેવડાં અને દંભી ધોરણોની વાત. અમેરિકા એ વાત સારી રીતે જાણે છે કે, પાકિસ્તાન સ્વયં ત્રાસવાદની નિકાસ કરે છે. પાકિસ્તાનની ગુપ્તચર સંસ્થા આઈ.એસ.આઈ. ભારતમાં બૉમ્બ વિસ્ફોટો કરાવનાર ડૉન દાઉદ ઈબ્રાહિમથી માંડીને હાફિઝ સઈદ જેવા આંતરરાષ્ટ્રીય ગુનેગારોને રક્ષણ પૂરું પાડે છે. ભારતમાં હત્યાકાંડ કરાવવા આઈ.એસ.આઈ. ત્રાસવાદી જૂથોને નાણાકીય સહાય અને ભૂમિગત સવલતો પૂરી પાડે છે. ન્યુયોર્કના વર્લ્ડ ટ્રેડ સેન્ટર પર હુમલો કરાવનાર માસ્ટર માઈન્ડ ઓસામા બિનલાદેન પણ પાકિસ્તાનનો જ અતિથિ હતો. આમ, ત્રાસવાદી દેશના વડાપ્રધાન, રાષ્ટ્રપ્રમુખ અને વિદેશમંત્રીને અમેરિકામાં પ્રવેશ પર કોઈ પ્રતિબંધ નથી, પરંતુ ભારતના એક સમૃદ્ધ અને શિક્ષિત રાજ્યના લોકતાંત્રિક રીતે ત્રણ ત્રણ વખત ચૂંટાયેલા મુખ્યમંત્રીને વીઝા આપવાનો ઈન્કાર કરે છે. આ દંભ અને બેવડાં ધોરણો નથી તો બીજું શું છે ? પાકિસ્તાનમાં લોકતાંત્રિક સરકાર તો હમણાં આવી, પરંતુ તે પહેલાંના પરવેઝ મુર્શરફ જેવા સરમુખત્યારોને પણ અમેરિકા આવકારતું રહ્યું છે. સરમુખત્યાર માટે અમેરિકા લાલ જાજમ પાથરે પરંતુ લોકતાંત્રિક રીતે ચૂંટાયેલા મુખ્યમંત્રીને વીઝા ના આપે તે નરેન્દ્ર મોદીનું નહીં, પરંતુ સમગ્ર રાષ્ટ્રનું અપમાન ગણવું જોઈએ. હું નરેન્દ્ર મોદીની બધી જ નીતિઓનો અને તેમની કાર્યશૈલીનો સમર્થક નથી, પરંતુ હું સ્પષ્ટપણે માનું છું કે, નરેન્દ્ર મોદીને વીઝા નહીં આપવાનો મુદ્દો એ એક વ્યક્તિનો નહીં, પરંતુ ૧૨૫ કરોડની વસતીવાળા એક લોકતાંત્રિક રાષ્ટ્રનો મુદ્દો ગણવો જોઈએ. દેશની પાર્લમેન્ટમાં અમેરિકાની વિદેશ નીતિની ચર્ચા થવી જોઈએ. કેન્દ્રમાં શાસકો જે કોઈ હોય પરંતુ એક મુખ્યમંત્રીને વીઝાના ઈન્કારના પ્રશ્નને પક્ષીય ધોરણે નહીં, પરંતુ સમગ્ર રાષ્ટ્રના આત્મ-સન્માનની દૃષ્ટિએ મૂલવવો જોઈએ અને અમેરિકાને ઝાટકવું પણ જોઈએ. અલબત્ત, પક્ષીય વાડાબંધીના શિકાર બનેલા દેશના રાજકારણીઓમાં આ પરિપક્વતા આવતાં હજુ વર્ષો લાગશે.

હવે બીજી વાત ગોધરામાં ટ્રેનની ઘટના પછીના નરસંહારની. કેટલાક લોકો અને ખાસ કરીને અમેરિકા જેવા દેશમાં કાર્યરત લઘુમતી-સંગઠનો એ ઘટના માટે નરેન્દ્ર મોદીને જવાબદાર ઠેરવે છે. અદાલત કે તપાસ "સીટ" દ્વારા આ વાત સાબિત થઈ નથી, પરંતુ મોદી સામે નરસંહારના આક્ષેપો કરનાર અમેરિકાએ એક નજર પોતાની તરફ નાંખવાની જરૂર છે. બીજા વિશ્વયુદ્ધ વખતે હીરોશિમા અને નાગાસાકી પર અણુબૉમ્બ કોણે ફેંક્યો હતો ? એ બૉમ્બ ફેંકાતાં ૧૦ લાખ લોકો બે મિનિટમાં

બળીને ખાખ થઈ ગયા હતા. બીજા લાખો લોકો કેન્સર જેવી ખતરનાક બીમારીના ભોગ બન્યા હતા. શું અમેરિકા આ નરસંહાર ભૂલી ગયું ? એ જ રીતે વિયેતનામ પર નેપામ બૉમ્બ કોણે ઝીંક્યા હતા ? વિયેતનામમાં અમેરિકન સૈનિકોએ લાખથી વધુ લોકોને મોતને ઘાટ ઉતાર્યા હતા તે વાત અમેરિકા ભૂલી ગયું ? વિયેતનામની સ્ત્રીઓને પણ અમેરિકન સૈનિકોએ સગર્ભા બનાવી દીધી હતી એ વાત અમેરિકા ભૂલી ગયું ? તેલ અને ડૉલરના રાજકારણના કારણે અમેરિકાએ ઈરાક પર બે વખત આક્રમણો કર્યાં. એ બંને યુદ્ધો દરમિયાન ૧૦ લાખ ઈરાકીઓનાં મોત થયાં હતાં એ વાત અમેરિકા ભૂલી ગયું ? આ તો થોડા નમૂના જ છે. હકીકત એ છે કે અમેરિકાને દર થોડાં થોડાં વર્ષે યુદ્ધ અને નરસંહાર જોઈએ છે, કારણ કે તેનું અર્થતંત્ર જ શસ્ત્ર-ઉત્પાદન પર નભે છે. એ શસ્ત્ર વેચવા માટે દર થોડાં થોડાં વર્ષે વિશ્વના કોઈ ને કોઈ ખૂણે યુદ્ધ ચાલુ રાખવાની તેની કુટિલ નીતિ છે. ભૂતકાળમાં કોંગો અને ક્યૂબા પર પણ તે આક્રમણ કરી ચૂક્યું છે. વિશ્વના લાખ્ખો લોકોનો નરસંહાર કરી ચૂકેલા અમેરિકાને નરેન્દ્ર મોદી પર આક્ષેપ કરવાનો કોઈ અધિકાર નથી.

વિયેતનામ તો એક ગરીબ દેશ હતો અને અમેરિકન પ્રજાની અને વિશ્વની પ્રજાની ઈચ્છા વિરુદ્ધ અમેરિકા વિયેતનામમાં નરસંહાર કરતું હતું. અમેરિકાનું મીડિયા પણ અમેરિકાન સરકારની વિરુદ્ધ હતું. એ યુદ્ધ બંધ કરવા વિશ્વના દેશોની અપીલોને પણ તે માનતું નહોતું. આંતરરાષ્ટ્રીય સમજૂતીથી પ્રતિબંધિત એવા નેપામ બૉમ્બ તે ઝીંકતું હતું. મને યાદ છે એક ઘટના જ્યારે અમેરિકન હવાઈ દળે વિયેતનામના એક નાનકડા ગામ પર નેપામ બૉમ્બ ઝીંક્યો હતો અને આખાં ને આખાં ઘર સળગી રહ્યાં હતાં. એ વખતે આગની જ્વાળાઓથી બચવા દસેક વર્ષની એક વિયેતનામી બાળા નગ્ન હાલતમાં રડતી રડતી દોડી હતી. એ તસવીર અમેરિકામાંથી જ પ્રગટ થતા 'લાઇફ' મૅગેઝિનના તસવીરકારે ક્લિક કરી હતી. એ તસવીર 'લાઇફ' મૅગેઝિનના કવર પેજ પર છપાતાં જ અમેરિકાના સત્તાધીશો શરમાઈ ગયા હતા અને બીજા જ દિવસે યુદ્ધ બંધ કરી દીધું હતું.

અમેરિકા તેના મીડિયાના પાવરને આટલું માન આપતું હોય તો એણે એ વાત પણ સમજી લેવી જોઈએ કે, અમેરિકાથી જ પ્રગટ થતા "ટાઇમ" મૅગેઝિને તેના કવર પેજ પર નરેન્દ્ર મોદીનો ફોટોગ્રાફ પ્રગટ કરેલો છે. અમેરિકન સરકાર એક વલણ અપનાવે છે અને એ અમેરિકન મીડિયા બીજો અભિગમ અપનાવે છે. આવું નરેન્દ્ર મોદીની બાબતમાં પણ થયું છે. અમેરિકા અને મોદી – એ બંનેએ મીડિયાને નજરઅંદાજ કરવાં જોઈએ નહીં તેમ હું માનું છું. પ્રો. હેરલ્ડ લાસ્કી કહે છે કે, અસંતોષ ક્રાંતિની જનેતા છે, આદર્શ તેનો પિતા છે અને કલમ તેમાં ચિનગારી પેટાવવાનું કામ કરે છે.

•

“જે કરવાનું છે તે ફટાફટ કરો. લોકો પાસે આઈડિયા વિપુલ પ્રમાણમાં હોય છે, પણ અમલ કરનારા ક્યાં છે ?”

– બર્નાર્ડ આર્નોલ્ડ

(વિખ્યાત ફૅશન ડિઝાઈનર)

પ્રકરણ ૩૦

સાધુ, સ્વપ્ન, શૌચાલય અને નરેન્દ્ર મોદી

નરેન્દ્ર મોદી આમ તો રાષ્ટ્રીય સ્વયંસેવક સંઘમાંથી આવે છે. તેમની છબી કટ્ટર હિન્દુત્વની છે, પરંતુ દિલ્હીની એક સભા દરમિયાન તેમણે કહ્યું : "હું એ કહેવાની હિંમત કરું છું કે, આ દેશમાં દેવાલય પહેલાં શૌચાલયની જરૂર છે."

નરેન્દ્ર મોદીના આ વિધાન સામે સહુથી પહેલી પ્રતિક્રિયા વિશ્વ હિન્દુ પરિષદમાંથી આવી. નરેન્દ્ર મોદીના આ વિધાન સામે કેટલાક સાધુ-સંતો પણ નારાજ થયા. મને પોતાને પણ આશ્ચર્ય થયું કે, આવું વિધાન કરીને નરેન્દ્ર મોદીએ ખોટું શું કહ્યું છે ?

દેવાલય એ અંતરાત્માની શુદ્ધિ માટે જરૂરી છે, જ્યારે શૌચાલય એ બાહ્ય શરીરની શુદ્ધિ માટે જરૂરી છે. 'હિન્દુ' એ ધર્મ કરતાં જીવન જીવવાની પદ્ધતિ વધુ છે. Hindu is way of life. હિન્દુ ધર્મમાં કરોડો દેવી-દેવતાઓ છે. માટે જ કહેવાય છે કે, Hindu is a religion of many faiths. આ દેશનો હિન્દુ ઉદાર છે. વિશ્વના દરેક ધર્મમાં પહેલાં સ્વચ્છતા પર ભાર મૂકવામાં આવ્યો છે.

ગીતાજીમાં પણ ભગવાન શ્રીકૃષ્ણે કહ્યું છે કે, જીવનમાં આંતરિક અને બાહ્ય શુદ્ધિ જરૂરી છે. પૂજ્ય ડોંગરેજી મહારાજે પણ કહ્યું છે કે, પ્રાતઃકાળે પ્રાતઃક્રિયાઓ પતાવ્યા બાદ સ્વચ્છ અને શુદ્ધ થઈને જ બ્રાહ્મમુહૂર્તમાં ઈશ્વરનું ધ્યાન કરવું જોઈએ. નરેન્દ્ર મોદીએ પણ આ જ વાત તેમની ભાષામાં કહી છે. આ દેશની કરોડો બહેનો જાહેરમાં શૌચક્રિયા માટે બેસે છે. પર્વતો ઉપર રહેતી લાખો આદિવાસી મહિલાઓએ શૌચક્રિયા માટે જંગલમાં જ જવું પડે છે. આ દેશની સેંકડો શાળાઓમાં વિદ્યાર્થિનીઓ

માટે ટોઈલેટ્સ જ નથી. શરમની મારી એ કિશોરીઓ પારાવાર પીડા અનુભવીને સમસમીને બેસી રહે છે.

નરેન્દ્ર મોદીની છબી ભલે કટ્ટર હિન્દુત્વની હોય પરંતુ તેમના જીવનમાં મેં વૈજ્ઞાનિક અભિગમ પણ જોયો છે. શૌચાલયની જરૂરિયાત પર ભાર મૂકીને તેમણે દેવાલયનો વિરોધ કર્યો નથી. શૌચાલયની વાત કરીને તેમણે વૈજ્ઞાનિક દૃષ્ટિકોણથી માનવ આરોગ્યની જ ચિંતા કરી હતી.

તેઓ માત્ર પોતાની ઈમેજ બદલવા માંગતા હતા તેવું નથી. મારા ખ્યાલ પ્રમાણે તેઓ પહેલેથી જ વૈજ્ઞાનિક અભિગમ ધરાવતા આવ્યા છે. નરેન્દ્ર મોદીએ જે વાત કરી એ કામ તો વર્ષો પહેલાં સરદાર સાહેબે પણ કર્યું હતું. સરદાર સાહેબ જ્યારે અમદાવાદ મ્યુનિસિપાલિટીના પ્રમુખ હતા ત્યારે એકવાર તેમણે મિલમજૂરોની પત્નીઓને અને મહિલાઓને જાહેરમાં ખાટલાની આડશ કરી નહાતાં જોયાં તે પછી તેમણે પહેલું જ કામ પબ્લિક ટોઈલેટ્સ અને જાહેર નાવણિયાં બનાવવાનું કર્યું હતું. ગાંધીજીએ દક્ષિણ આફ્રિકામાં કસ્તૂરબાને ફરજિયાત શૌચાલય સાફ કરવાની ફરજ પાડી હતી. અમદાવાદ શહેરમાં પહેલાં પબ્લિક ટોઈલેટ સિસ્ટમ એ સરદાર સાહેબની ભેટ છે. સ્વચ્છતા એ સાયન્સની ભેટ છે અને Science is another God.

નરેન્દ્ર મોદીનો વૈજ્ઞાનિક અભિગમ બીજા એક કેસમાં પણ જોવા મળ્યો. ઉત્તર પ્રદેશના ડૌંડિયા ખેડા ગામે રાજા રામ બક્સસિંહના ખંડેર થઈ ગયેલા રાજમહેલની નીચેથી એક સાધુને આવેલા સ્વપ્નના આધારે ૧૦૦૦ ટન સોનું શોધવા કેન્દ્ર સરકારે ખોદકામ શરૂ કરાવ્યું ત્યારે નરેન્દ્ર મોદીએ એક પ્રવચન દરમિયાન વ્યંગમાં કહ્યું : "એક સાધુ કો સપના આયા ઔર સરકાર જમીન મેં સોના ઢૂંઢ રહી હૈ." મોદીના આ વિધાન બાદ કેટલાક સાધુઓ અને જેમને સ્વપ્નું આવ્યું હતું તે શોભન સરકાર નામના સંતના એક શિષ્ય મેદાનમાં આવી ગયા અને મોદીનો જબરદસ્ત વિરોધ કર્યો.

સ્વામી શોભન સરકારના સ્વપ્નના આધારે આર્કિયોલૉજિક સર્વે ઑફ ઇન્ડિયાએ ખોદકામ શરૂ કરાવ્યું ત્યારે નરેન્દ્ર મોદી બોલ્યા હતા : "આખી દુનિયા ભારતની મજાક ઉડાવી રહી છે." મોદીના આ વિધાનનું રિએક્શન સરકાર પર આવવાના બદલે શોભન સરકાર પર આવ્યું : શોભન સરકારના પટ્ટશિષ્ય મોદી માટે બકવાસ કરવા લાગ્યા. પરંતુ જે દેશ મંગળ પર પોતાનું મિશન મોકલતો હોય તે જ દેશમાં સરકાર એક સાધુના સ્વપ્નના આધારે સોનું શોધવા ખોદકામ કરાવે તેથી વધુ હાસ્યાસ્પદ વાત બીજી શું હોઈ શકે ?

એક મહિનાની મજૂરી બાદ સોનું ના મળ્યું. છેવટે ખોદકામ બંધ કરી દેવું પડ્યું. સરકારને એક સાધુ મૂર્ખ બનાવી ગયો. નરેન્દ્ર મોદી સાચા ઠર્યા, તેમના વૈજ્ઞાનિક અભિગમના કારણે.

•

"ઈન્ફર્મેશન ટેક્નોલૉજીના યુગમાં ફક્ત માહિતીનું જ રાજ ચાલશે તે માન્યતા ખોટી છે. એ માહિતી તમે ક્યાં, ક્યારે અને કેવી રીતે વાપરો છો તેનું જ મહત્ત્વ છે."

– ડેવિડ થોમ્પસન

(થોમ્પસન કોર્પોરેશન)

076

પ્રકરણ ૩૧

મનોવૈજ્ઞાનિકો મોદી વિશે શું કહે છે ?

મારા એક મિત્ર છે – ડૉ. પ્રશાંત ભીમાણી. તેઓ કન્સલ્ટિંગ સાયકોલૉજિસ્ટ છે. મેં તેમને કહ્યું : "નરેન્દ્ર મોદી સ્ત્રીઓ અને યુવાનોમાં લોકપ્રિય કેમ છે તેનાં મનોવૈજ્ઞાનિક કારણો મને કહો."

ડૉ. પ્રશાંત ભીમાણી કહે છે : કદાચ ભારતના ઇતિહાસમાં કોઈપણ રાજકારણીએ ગાળો નહીં ખાધી હોય એટલી ગાળો નરેન્દ્ર મોદીને આપવામાં આવી છે. માયકાંગલાઓથી માંડીને મજબૂત મીડિયામાં રીતસરની કાદવવર્ષાથી સરાબોર થયેલ નરેન્દ્ર મોદીનું કમળ એ દલ દલમાંથી રુઆબભેર સૂર્યભણી તાકી રહે છે. એનાં કેટલાંક મહત્ત્વનાં પરિબળોની એક સાયકોલૉજિસ્ટ તરીકે મારે ચર્ચા કરવી છે.

થોડાં વર્ષો પૂર્વે સંજય દત્તની એક ફિલ્મ આવી હતી મુન્નાભાઈ એમ.બી.બી.એસ. એમાં શરૂઆતના દશ્યમાં જ્યારે સુનિલ દત્ત એના ગામથી મુંબઈ સ્ટેશને ઊતરે છે ત્યારે પ્લૅટફૉર્મ પર એક ચોર એમનું પાકીટ મારવાનો પ્રયત્ન કરે છે અને એ પકડાઈ જાય છે. ત્યારે આજુબાજુના પ્લૅટફૉર્મ પર આવતા-જતા અજાણ્યા લોકો પણ એ ચોર પર તૂટી પડે છે. એને ઢોરમાર મારવા લાગે છે. ત્યારે સુનિલ દત્ત બધાને રોકે છે અને પેલા ચોરને કહે છે. એના શબ્દો કંઈક આવા છે : 'તૂ ક્યા સમજતા હૈ, યે સબ લોગ તુજે ક્યા ઉસ પર્સ કે લિયે માર રહે હૈં...? નહીં... યે તો જબ સુબહ ઘર સે નીકલતે હૈં તબ અપના ગુસ્સા ઔર આક્રોશ સાથ મેં લેકર નીકલતે

હૈં... બસ વહી ગુસ્સા અભી તુમ પર નીકાલ રહે હૈં... લોગોં કી ઈસ આગ સે મત ખેલો...' કંઈક આ પ્રકારનો સંવાદ છે. જે ભારતના આમ આદમીના જનઆક્રોશને છતો કરે છે. લગભગ દરકે મધ્યમ, ઉચ્ચ મધ્યમ કે નિમ્ન વર્ગનો નાગરિક પોતાના સબકોન્શિયસ માઇન્ડમાં એક પ્રકારનો કંટાળો અને ક્રોધ લઈને ફરે છે. જેવું ટ્રીગર મળે કે તે ઊભરાઈ જાય છે. નરેન્દ્ર મોદી આ દુઃખતી નસનો મલમ બનશે એવું યુવા વર્ગને લાગી રહ્યું છે.

યુવાનો પરિવર્તન ઈચ્છતા જ હોય છે. એમને નરેન્દ્ર મોદીની બૉડી-લેંગ્વેજ જબરદસ્ત ડેશિંગ લાગે છે. જેમ ફિલ્મમાં સની દેઓલને વિલનને ઢાઈ કિલોના હાથથી પછાડતો જોઈને થિયેટરમાં બેઠેલા યુવાનોનું બ્લડ સરક્યુલેશન ફાસ્ટ થઈ જાય તેમ જ ગંજાવર સભામાં ત્રાડ નાખતા નરેન્દ્ર મોદીના પ્રવચનો પેલા સ્લગીશ યુવાનોમાં સંચાર ભરી દે છે. આ ઘટનાને સાયકોલૉજીમાં 'તાદાત્મ્ય' એટલે કે આઈડેન્ટિફિકેશનની બચાવ પ્રયુક્તિ કહે છે. સિગમન્ડ ફ્રોઈડે અચેતન મનના ખ્યાલ સાથે બચાવ પ્રયુક્તિઓનું લિસ્ટ આપ્યું છે. જ્યારે પોતાના મનની ઈચ્છા કે આકાંશા અન્ય દ્વારા પૂરી થતી હોય ત્યારે તાદાત્મ્યનો ભાવ ઊભો થાય છે. ભાષાકીય 'તાદાત્મ્ય' શબ્દથી આ ભિન્ન ટર્મિનોલૉજી છે. યુવાનોના અચેતન માનસમાં દમિત રોષ અને ક્રોધને દેશાભિમાન સાથે સાંકળીને નરેન્દ્ર મોદી ભાષણોમાં પ્રશ્નોના લાઇવ જવાબ માંગીને તે દમિત યુવાનોના ક્રોધાવેશનું ઊર્ધ્વગમન કરાવે છે. નેતાનું આ મૂળભૂત લક્ષણ હોય છે. સમાજલક્ષી મનોવિજ્ઞાનીઓ મેકાઈવર અને પેજ કહે છે, 'નેતૃત્વ એ લોકોને પ્રોત્સાહિત અથવા પ્રેરિત કરવાની એવી યોગ્યતા છે, જે વ્યક્તિમાં સ્થાન કે સત્તાથી નિરપેક્ષપણે વ્યક્તિમાં તેના વ્યક્તિગત ગુણો દ્વારા પ્રગટ થાય છે.'

યુવાનો આ યોગ્યતા નરેન્દ્ર મોદીમાં અનુભવે છે. ભાષણો વખતના હાવભાવ એક મજબૂત મનોબળવાળા નેતાનાં લક્ષણો ઈંગિત કરતાં જણાય છે. યુવાનો પ્રવચનમાં એક પ્રવાહમાં રહીને સંમિલીત થાય છે, કારણ કે સાંપ્રત ભારતના રાજકારણમાં છડેચોક આંકડાબદ્ધ રીતે નીતિઓનું વિશ્લેષણ કરીને અન્યને વામણા પુરવાર કરવામાં મોદી શાબ્દિક રીતે સમર્થ થાય છે. આજનો યુવાન તર્ક અને સ્ટેટેસ્ટિક્સમાં માને છે. જી.ડી.પી.ની વાત સ્કૂલ ગોઈંગ બાળકો પણ સમજી શકે છે. એટલે કે અંક-વિશ્લેષણ જ્યારે મોદી કહી બતાવે છે જ્યારે યુવાનો તેને બંને હાથે વધાવી લે છે. હિંમતદર્શન એક એવી બાબત છે જે ચીરકાળથી ભારતના રાજકીય ફલક પર ગેરહાજર હતી. જ્યારે યંગ માઇન્ડસ એ કરેજીયસ ક્લેરિટી જુએ છે ત્યારે એ ઊકળતા લોહીને મોદીવચનો દ્વારા શાતા મળે છે. એમને થાય છે કે બરાબર અમારા જેવું જ વિચારનાર આ દેશમાં કોઈ પાક્યું ખરું.

વિજ્ઞાન અને ટ્રૅકનોલૉજીની ચર્ચા કયા ભારતીય યુવાનને ન આકર્ષે ? મોદી જે સભામાં જાય છે ત્યાંના શ્રોતાઓના વયજૂથની વાત કહે છે. એટલું જ નહીં, આજે સાયબર પ્રચાર યુવાનોને સ્પર્શવા માટેનું અગત્યનું અનિવાર્ય પરિબળ છે. જેમાં મોદીકરણનું રાજકારણ સફળ થયું છે. બરાક ઓબામાની વાત 'ચેન્જ' અને 'હોપ' નરેન્દ્ર મોદીના ભાષણોમાં પણ પ્રગટ થાય છે. વિશ્વનો ઈતિહાસ યુવાનોએ બદલ્યો છે અને મોદીએ એ જ પલ્સને પારખી છે. હાલના ભારતમાં ટેકનોલૉજી અને વિકાસ વગરનો નેતા પીંછા વગરના મોર જેવો લાગે. મોદીએ આ મોરકળા યુવાપેઢીને ધ્યાનમાં રાખીને સિદ્ધહસ્ત કરી છે. ટૂંકમાં યુવાનોને મોદી આશાનું અલ્ટ્રાવાયોલેટ કિરણ લાગે છે.

નરેન્દ્ર મોદીથી અભિભૂત થનાર એક બીજો સામાજિક વર્ગ છે, ભારતની મધ્યમવર્ગીય અને નવધનિક ક્લાસની મહિલાઓ. આમાંથી તમે સર્વે કરો તો પૉલિટિકલ નૉલેજવાળી સ્ત્રીઓ કદાચ બહુ નહીં હોય પરંતુ 'જે હોય તે મોદી અમને ગમે છે' આવું વાક્ય અવશ્ય સંભળાશે.

રોટી, કપડા ઔર મકાનની રૂટિન ચિંતામાં અટવાયેલા કે સ્યુડો-શાલીનતાના મહોરા નીચે છુપાયેલા પુરુષો કરતાં નરેન્દ્ર મોદી એક 'ડૅશિંગ મેલ' તરીકે જુદા તરી આવે છે. એમના પ્રભાવી પુરુષ તરીકેના ઑરાથી અસર પામ્યા વગર મુક્ત બની શકે એવી સ્ત્રીઓ ઓછી હશે. 'મોદી મરદ માણસ છે.' આવા વાક્ય તમને મેટ્રો અને સબમેટ્રોની મહિલાઓ તો કહેશે જ, પણ ગામડાની સ્ત્રીઓ પણ આવું જ કહે છે. કદાચ મહિલાઓને મોદીની છટા પસંદ છે. વાક્છટા પસંદ છે. પહેરવેશની સ્ટાઇલ અને ઠસ્સો પસંદ છે. કદાચ આવો હિરોઇક એટ્રેક્ટિવ ચાર્મ નહેરુ કે રાજીવ ગાંધીમાં હતો. પણ અત્યારની મહિલાઓને મોદીની નિર્ભયતા આકર્ષે છે. તેઓ મોદીને ટોટલ પૅકેજ તરીકે જુએ છે, શાસક હોય તો આવો હોય, એવું પણ અચેતન સ્તરે હશે કે, આવો બાહોશ પુરુષ પોતાના જીવનમાં હોય. એક રીતે કેટલીક સ્ત્રીઓ પ્લેટોનિક કે નોનપ્લેટોનિક પ્રેમમાં પડી ગઈ છે. મહિલાઓ કદાચ રસોડામાંથી બહાર નીકળી બી.જે.પી.ને વૉટ આપવા નથી જતી, પણ મોદીને માન આપવા બુથ પર જતી થઈ છે.

ગુજરાતના રાજકારણની આ એક અજોડ ઘટના છે. મીડિયાનું મલ્ટિરિઝનિંગ અને વિતંડાવાદી વિશ્લેષણ જે હોય તે પરંતુ ગ્રાસરૂટ લેવલની સચ્ચાઈ એ છે કે મહિલાઓના માઇન્ડ સેટ મોદી તરફી થાય છે એનું કારણ પણ મોદી પ્રત્યે એક સૂક્ષ્મ કક્ષાએ એક જાતીય આકર્ષણ હોઈ શકે. બાહોશ પુરુષની વ્યાખ્યામાં ફિટ બેસતું મોદીકરણ સ્ત્રીઓને અચરજ પમાડે છે અને નરેન્દ્ર મોદી તરફ બુદ્ધિગમ્ય અને ઈમોશનલ

રીતે આકર્ષે છે. જ્યારે આમ સભામાં સ્ત્રીઓ હોય છે ત્યારે એમને માત્ર કોંગ્રેસ વિરોધી વાત ગમે છે એવું હું માનતો નથી. મોદી પોતાની શું વાત કરે છે એમની પોતાની આઈડિયોલૉજી કેવી છે એ કુતૂહલવશ પણ હવે મોદીની સભાઓ ખીચોખીચ થતી જાય છે. એક સાયકોલૉજિસ્ટ તરીકે મારું માનવું છે કે પોતાનામાં રહેલી દમિત કે અધૂરી ઇચ્છાઓનું 'પ્રક્ષેપણ' મોદીમાં થયેલું મનો-સામાજિક દૃષ્ટિએ જોઈ શકાય છે."

ડૉ. પ્રશાંત ભિમાણીનું વિશ્લેષણ અહીં પૂરું થાય છે. હવે એક બીજા એક મનોવૈજ્ઞાનિક શું કહે છે તે જોઈએ :

ગુજરાત એકેડેમી ઑફ સાયકોલૉજી, અમદાવાદના નિયામક અને મનોવિજ્ઞાનના અધ્યાપક પ્રો. એસ. સી. કાનાવાલા નરેન્દ્ર મોદીના વ્યક્તિત્વનું વિશ્લેષણ કરતાં કહે છે : "એમના વ્યક્તિત્વનાં પાસાંમાં જોઈશું તો તેઓ દૃઢ મનોબળ ધરાવે છે. બીજું અગત્યનું પાસું તેઓના વ્યક્તિત્વમાં સમયસૂચકતા-નિર્ણય લેવાની ઝડપનું છે. આ માટે રાજ્યનાં વિકાસનાં કાર્યોના ઘણા દાખલાઓ મોજૂદ છે. તેમના વ્યક્તિત્વનું ત્રીજું મહત્ત્વનું પાસું તે તેમનું બાહ્ય વ્યક્તિત્વ પણ મોટો ભાગ ભજવે છે. તેમનું શરીરસૌષ્ઠવ દરેકને આકર્ષે એવું છે. કસરતી બાંધો અને આરોગ્યની જાળવણી માટે યોગ અને પ્રાણાયામ તેઓ નિયમિત કરે છે. આરોગ્ય માટે તેમની સાદી ખાનપાન વગેરેની ટેવ તેમના આરોગ્યની મોટી ચાવી છે. તેઓ દિવસ રાત કાર્યરત રહેવા છતાં તેમના મુખ પર થાક દેખાતો નથી. મનોવૈજ્ઞાનિક શેલ્ડન અને કેસ્મરના વર્ગીકરણ પ્રમાણે તેઓનું શરીર 'મેશો મર્ફી' - સ્નાયુબદ્ધનું વર્ગીકરણ ધરાવે છે. આવી વ્યક્તિ લીધેલું કામ પૂરું કરે છે, લોકોમાં પણ તેઓ તેમના આવા બાહ્ય શરીરસૌષ્ઠવને કારણે પ્રિય મહાનુભાવ બને છે. તેઓ દરેક પ્રકારના પોશાકમાં શોભે છે. પાઘડી ખેસ-હાથમાં તલવાર પકડે ત્યારે યોદ્ધા જેવા દેખાય છે. સન્માનના અનેક પ્રસંગોએ આપણે સૌ તેઓને નિહાળી સુખનો અનુભવ કરીએ છીએ. તેમનો અવાજ, વાણીમાં જોમ જુસ્સો, મર્દાનગી અને નિર્ભીકતા ભાષણોમાં પ્રગટ થાય છે. એટલું જ નહીં તેમનું પ્રવચન સંવાદાત્મક સ્વરૂપનું હોય છે. શ્રોતાઓને સામેલ કરીને પૂછતા હોય કે કહેતા હોય એવી એમની પ્રવચનરીતિનું અનુકરણ વિરોધ પક્ષો પણ કરે છે.

નિર્ભીકતા એ વ્યક્તિના જીવનનો સૌથી મહત્ત્વનો શીલગુણ છે. નીડરતા નરેન્દ્ર મોદીમાં અનેક પ્રસંગે જોવા મળે છે.

•

પ્રજા પણ તે રાજાને સાથ આપતી નથી, જે શક્તિશાળી ના હોય. પક્ષીઓ એ વૃક્ષ પર બેસતા નથી, જેની પર ફળ ના હોય.

– ચાણક્ય

પ્રકરણ ૩૨

નરેન્દ્ર મોદી
એક સંપૂર્ણ રાજનીતિજ્ઞ

રાજકીય ક્ષિતિજે નરેન્દ્ર મોદીના ઉદયે કેટલાંક નવાં પરિમાણો સર્જ્યાં છે. દેશના કરોડો લોકોમાં નવી આશાઓ અને અપેક્ષાઓને જન્મ આપ્યો છે. આઝાદીના છ દાયકાઓ બાદ દેશની રાજનીતિ કરવટ બદલી રહી છે. સહુથી મોટી અને નોંધપાત્ર હકીકત એ છે કે, દેશમાં પ્રાન્તવાદ વકર્યો છે, ત્યારે એક માત્ર નરેન્દ્ર મોદી જ એવા રાજનીતિજ્ઞ છે, જેઓ પ્રાન્તવાદથી પર દેશનાં બધાં જ રાજ્યોમાં એક સ્વિકૃત રાષ્ટ્રીય નેતા તરીકે ઉપસી રહ્યા છે. ઉત્તર પ્રદેશના યાદવોથી માંડીને હરિયાણાના જાટ અને પંજાબના શિખોથી માંડીને દક્ષિણનાં દ્રવીડો પણ નરેન્દ્ર મોદીથી પ્રભાવિત છે. ભારતમાં સંસદીય લોકશાહી છે, છતાં પણ લોકો અમેરિકાની પ્રમુખશાહી પદ્ધતિની જેમ પહેલેથી જ વડાપ્રધાન તરીકે નરેન્દ્ર મોદીને ખુરશીમાં બેઠેલા જોવા માગે છે. આજ સુધી ભારતની રાજનીતિના ઈતિહાસમાં આવું કદી બન્યું નથી. આમ થવાનું કારણ સ્પષ્ટ છે કે, લોકો જ્ઞાતિ અને જાતિવાદની રાજનીતિથી ત્રસ્ત છે. લોકો કોમવાદ અને પ્રાન્તવાદની રાજનીતિથી ત્રસ્ત છે. લોકો ગરીબી અને બેકારીથી ત્રસ્ત છે. લોકો ભ્રષ્ટાચાર અને અમલદારશાહીથી ત્રસ્ત છે. લોકો સરહદ પારથી આવતા આતંકવાદથી ત્રસ્ત છે. લોકો દેશમાં ખાડે ગયેલી કાયદો અને વ્યવસ્થાની પરિસ્થિતિથી ત્રસ્ત છે. રાષ્ટ્રના પ્રબુદ્ધ નાગરિકો ચીન અને પાકિસ્તાનની દાદાગીરીથી ત્રસ્ત છે. પાકિસ્તાન જેવો પડોશી દેશ ભારતના જવાનોનાં માથાં વાઢી જાય એ ભારતની તાકાત અને આત્મસન્માનનું અપમાન છે.

– આ બધી વિકરાળ સમસ્યાઓમાંથી દેશને બહાર કાઢે તેવા એક રાજનેતાનો ભારતને ઈન્તજાર છે. નરેન્દ્ર મોદી એ વિકલ્પ આપી શકશે કે નહીં, એ તો ખબર નથી, પરંતુ દેશના કરોડો લોકોને નરેન્દ્ર મોદીમાં આશાનું કિરણ બંધાયું છે. દેશની આંતરિક અને બાહ્ય સમસ્યાઓના હલ માટે લોકોને નરેન્દ્ર મોદીમાં એક સમર્થ અને તાકાતવર નેતાનાં દર્શન થાય છે. રાજનીતિ અનિશ્ચિતતાઓથી ભરેલી હોય છે. એ અનિશ્ચિતતાઓ નરેન્દ્ર મોદીને કેટલી મદદ કરશે એ તો ખબર નથી, પરંતુ એમ ચોક્કસપણે કહી શકાય કે આ દેશની તાસીર અને તસ્વીર બદલવાની તાકાત નરેન્દ્ર મોદીમાં અવશ્ય છે. એમ કરવા માટે એમણે ઘણું બધું કરવું પડશે. તેઓ માત્ર હિન્દુઓના જ નેતા છે, એવી ઊભી થયેલી છાપ બદલવી પડશે. ગાંધીજીએ કહ્યું હતું કે, હિન્દુઓ અને મુસલમાનો મારી બે આંખો છે. મોદીએ અહીં ગાંધીજીને સ્વિકારવા પડશે. વધુ પડતા ખાનગીકરણને કારણે ખાનગી કંપનીઓ દેશમાં પ્રજાને લૂંટી રહી છે ત્યારે તેમણે પંડિત જવાહરલાલ નહેરુની લોકશાહી-સમાજવાદની નીતિને અખત્યાર કરી ખાનગી કંપનીઓને અંકુશમાં રાખવા જાહેર સાહસો – અર્થાત્ પબ્લિક સેક્ટરને ફરી મજબૂત બનાવવા પડશે. સરદાર સાહેબે ૫૦૦થી વધુ રજવાડાં એક કરી દેશને એક કર્યો તેમ નરેન્દ્ર મોદીએ ભૌગોલિક રીતે ભલે વધુ રાજ્યોનું સર્જન થાય, પરંતુ દેશની પ્રજાની ભાવનાત્મક એકતાને મજબૂત બનાવવી પડશે.

દેશને હવે વામણા નેતાઓ જોઈતા નથી. ૧૨૫ કરોડની જનતા અને રાષ્ટ્રના સાર્વભૌમત્વનું રક્ષણ કરે તેવા રાષ્ટ્રીય નેતાની જરૂર છે, અને તે ક્ષમતા નરેન્દ્ર મોદીમાં છે. નરેન્દ્ર મોદી છે તેના કરતાં વધુ કદાવર નેતા બની શકે તેમ છે, પરંતુ તે માટે દેશના તમામ લોકો અને પ્રતિસ્પર્ધિઓ પ્રત્યે ઔદાર્ય દાખવવું પડશે.નવાં આયામો સર કરવા 'ફરગીવ અને ફરગેટ'ના અભિગમને સ્વિકારવો પડશે. એક કક્ષા સુધી પહોંચવા માટે રાજકીય હરીફોને મહાત કરવાની રાજનીતિ જરૂરી છે, પરંતુ એક ચોક્કસ સ્થાને પહોંચ્યા બાદ અટલબિહારી બાજપાઈ જેવી સ્ટેટમેનશીપ તેમના વ્યક્તિત્વને સમધુર અને સર્વોપરિ બનાવી દેશે.

સમ્રાટ અશોક પણ અનેક યુદ્ધો ખેલ્યાં હતાં, પરંતુ ભગવાન બુદ્ધના સંપર્કમાં આવ્યા બાદ તેમણે દેશને એક સુંદર શાસન પ્રણાલી આપી હતી, તે આજે પણ શ્રેષ્ઠ શાસન પ્રણાલી ગણાય છે. સમ્રાટ અશોકના એ શ્રેષ્ઠ શાસનના કારણે જ ભારતના રાષ્ટ્રધ્વજમાં અશોક ચક્રને સ્થાન મળેલું છે. હવે વર્ષો બાદ ભારતને પણ એવી જ શ્રેષ્ઠ શાસન પ્રણાલીનો ઈન્તજાર છે, અને એવા કોઈ શાસકનો આખા દેશને ઈન્તજાર છે.

ગુજરાતના અને દેશના હજારો દલિત પરિવારો હિન્દુ ધર્મ છોડી બૌદ્ધ ધર્મ અંગિકાર કરી રહ્યા છે ત્યારે ભગવાન બુદ્ધના દર્શાવેલ પથ પરની શાસન પ્રણાલી કેવી હોવી જોઈએ તેની પર અહીં એક દૃષ્ટિપાત છે. દેશ અને દુનિયાની રાજનીતિ

અનેક પક્ષો, અનેક વિચારધારાઓ અને અનેક પ્રકારોમાં વહેંચાયેલી છે. જ્યાં લોકશાહી છે ત્યાં ભીતરથી ભ્રષ્ટાચાર અને છૂપી સરમુખત્યારશાહી પણ છે. પ્રજા જ્ઞાતિવાદ અને કોમવાદની વચ્ચે વહેંચાયેલી પણ છે. લોકશાહીના નામે અરાજકતા પણ પગપેસારો કરી રહી છે. જ્યાં ધર્મ આધારિત રાષ્ટ્રો છે ત્યાં ઓછામાં ઓછી હિંસા છે તો બીજી બાજુ બિનસાંપ્રદાયિકતાને વરેલાં રાષ્ટ્રોમાં વધુ ને વધુ કોમી હિંસાની આગ ફેલાયેલી છે. આ દેશના રાષ્ટ્રધ્વજમાં અશોકચક્રને સ્થાન આપવામાં આવેલું છે તે માટે સમ્રાટ અશોકને આજે પણ એક આદર્શ રાજા માનવામાં આવે છે. સમ્રાટ અશોકની રાજનીતિમાં પરિવર્તન આણનારા તેમના ધર્મગુરુ ભગવાન બુદ્ધ હતા. ભગવાન બુદ્ધે પ્રજાતંત્ર અને તેના શાસકો કેવા હોવા જોઈએ, તેનું વિસ્તૃત માર્ગદર્શન આપેલું છે. ભગવાન બુદ્ધે કરોડો લોકોને ઉપદેશ આપ્યો હતો, તેમાં યશ કુળના પુત્ર, કાશ્યપ બંધુઓ, સારિપુત્ર, મોદગલ્યાયન, મગધના રાજા બિંબીસાર, અનાથ પિણ્ડક, રાજા પ્રસેનજિત, જીવક અને રટ્ટપાલ વગેરે હતા. તેમની પાસે દીક્ષા લેવાવાળાઓમાં તેમના પિતા અને કપિલવસ્તુના રાજા શુદ્ધોધન, માતા મહાપ્રજાપતિ યશોધરા, પત્ની યશોધરા અને પુત્ર રાહુલ પણ હતાં.

ભગવાન બુદ્ધે પ્રજાતાંત્રિક મૂલ્યોને બહુ જ મહત્ત્વ આપ્યું હતું. વિભિન્ન રાજ્યોને તેમણે સલાહ આપી હતી કે કામકાજ નિશ્ચિત કાનૂન અને નિયમો પ્રમાણે જ ચલાવવું જોઈએ. કાનૂન બદલવા હોય તો જનપ્રતિનિધિ સભા (સંસદ કે વિધાનસભા)માં ચર્ચા કરી ત્યાં જ તેની મંજૂરી લેવી જોઈએ. નોંધપાત્ર વાત એ છે કે ઇંગ્લેન્ડમાં પ્રજાતંત્ર આવવાનાં બે હજાર વર્ષ પૂર્વે ભગવાન બુદ્ધે આ વાત કહી હતી અને ભિક્ષુ અને ભિક્ષુણીઓમાં સંઘમાં પ્રજાતંત્રની પ્રણાલીનો અમલ કરાવ્યો હતો.

ભગવાન બુદ્ધે કહ્યું હતું : રાજાએ કોઈ પણ નિર્ણય ઉતાવળમાં લેવા જોઈએ નહીં, બલકે ખૂબ વિચાર કરીને લેવા જોઈએ. રાજાએ મુકદ્દમાઓનો ફેંસલો ધર્મયુક્ત, ન્યાયયુક્ત કરવો જોઈએ, રાગદ્વેષથી નહીં.

તેમણે કહ્યું હતું : રાજનીતિજ્ઞો અને શાસકોએ સ્વયં ઉદાહરણ બનવું જોઈએ. વિલાસિતાપૂર્વક જીવન જીવશો નહીં, કારણ કે ધન-સંપત્તિ જ તમારા અને પ્રજાજીવન વચ્ચે એક ખાઈ ઊભી કરશે. શાસકો સાદું અને સર્વાંગ જીવન જીવે અને પોતાનો સમય સેવાઓમાં લગાવે, નહીં કે ભોગ અને વિલાસ માટે. નેતા સ્વયં ઉદાહરણરૂપ નહીં બને તો લોકોનો પ્રેમ અને સન્માન કેવી રીતે પ્રાપ્ત કરશે ? સુશાસન દંડ પર આધારિત નથી હોતું. સાચી પ્રસન્નતા, આનંદ, દયાભાવથી જ સુંદર શાસન શક્ય છે.

આજના નેતાઓનું વૈભવી જીવન જોઈને જ પ્રજા વીફરી છે. દેશનો ગરીબ અને મધ્યમ વર્ગ સડકો પર આવી ગયો છે. તેનું કારણ પણ એ જ છે કે નેતાઓની જીવનશૈલી

અને સામાન્ય માનવીના જીવન વચ્ચે આસમાન જમીનનો ફરક પડી ગયો છે.

રાષ્ટ્રના શાસકો અને અધિકારીઓને ભગવાન બુદ્ધે જે દસ કર્તવ્યો દર્શાવ્યાં છે, તે આ પ્રમાણે છે :

(૧) પહેલું કર્તવ્ય છે ઉદારતા, વિશાળ હૃદય અને દાનશીલતા. શાસનમાં બેઠેલા લોકો ધન અને સંપત્તિનો મોહ રાખવાના બદલે સરકારી આવકનો ઉપયોગ જનતાની ભલાઈ માટે કરે.

(૨) શીલ અને સદાચારવાળું જીવન જીવો.

(૩) જનતાની ભલાઈ માટે પોતાની અંગત સુખ-સુવિધાઓનો ત્યાગ કરો. નેતાઓ પ્રતિષ્ઠા અને માન-સન્માનના ચક્કરમાં ન પડે.

(૪) શાસન પ્રામાણિકતા અને તન્મયતાની સાથે કોઈના પણ દબાણ કે પક્ષપાત વગર ચલાવે.

(૫) શાસક સૌમ્ય અને દયાળુ બને.

(૬) કોઈનાયે પ્રત્યે ઈર્ષ્યા, વેરભાવ કે દ્વેષ ન રાખે.

(૭) શાસન અહિંસાત્મક રીતે કરીને દેશમાં શાંતિ માટે પ્રયત્નશીલ રહે.

(૮) શાસક પોતાનું જીવન સાદું, સાધારણ અને ભોગવિલાસથી રહિત રાખે.

(૯) સહનશીલતા, ધૈર્ય અને સહિષ્ણુતા સાથે દુઃખ સહન કરવાની તૈયારી સાથે શાસન કરે.

(૧૦) શાસક જનતાના અભિપ્રાય અને ઈચ્છા સામે નતમસ્તક થાય.

સમ્રાટ અશોકે પોતાના શાસનકાળમાં ઉપરોક્ત બધી વાતોને લક્ષ્યમાં રાખી શાસન કર્યું હતું અને જે આજે પણ ભારતનું સર્વોત્તમ શાસન માનવામાં આવે છે. એ જ કારણથી અશોકને 'દેવોના પ્રિય અશોક' અને 'અશોક મહાન'નાં બિરુદોથી વિભૂષિત કરવામાં આવ્યા છે.

ભગવાન બુદ્ધે ગરીબી, અપરાધ, હિંસા તથા આતંકવાદ રોકવાના ઉપાય પણ બતાવ્યા છે. ભગવાન બુદ્ધે પોતાના આર્થિક અને રાજનૈતિક વિચાર ચક્રવર્તી સિંહનાદ સુત્ત અને કૂરદન્ત સુત્તમાં દર્શાવ્યા છે. તેમણે કહ્યું છે કે ચોરી, હિંસા, નફરત, નિર્દયતા જેવા અપરાધો અને અનૈતિક કૃત્યોનું કારણ ગરીબી છે. સજા કરવાથી આ અપરાધો રોકી શકાય નહીં.

અલગી નામના એક ગામમાં ભોજન બાદ ભગવાન બુદ્ધ ઉપદેશ આપવાના હતા. એમનો ઉપદેશ શરૂ થાય તે પહેલાં એક કિસાન આવ્યો, જે ભૂખ્યો હતો. ભગવાન બુદ્ધે કહ્યું, પહેલાં આ કિસાનને જમવાનું આપો. તે પછી જ ઉપદેશ શરૂ

થશે. ભૂખ્યા માનવીનું મન ઉપદેશમાં કદી ન લાગે. ભૂખથી મોટું કોઈ દુઃખ નથી. દુનિયામાં એક પણ વ્યક્તિ ભૂખી ન રહેવી જોઈએ.

શ્રાવસ્તીમાં કોસલનરેશને ઉપદેશ આપતાં ભગવાન બુદ્ધે કહ્યું હતું : રાજ્યની અર્થવ્યવસ્થા અને ન્યાયપ્રણાલી સુધારો. સજા કરવાથી કે દંડ કરવાથી કે જેલમાં રાખવાથી અપરાધો પર કાબૂ નહીં આવે. અપરાધ અને હિંસા ભૂખ અને ગરીબીમાંથી જન્મે છે. ખેડૂતોને ભોજન, બિયારણ અને ખાતર પર ત્યાં સુધી સહાયતા કરો જ્યાં સુધી તેઓ આત્મનિર્ભર ન થઈ જાય. નાના વેપારીઓને મૂડી ઉધાર આપો. સરકારી કર્મચારીઓને પર્યાપ્ત વેતન આપો. લોકો બેકાર ન બને તેનું ધ્યાન રાખો. લોકોને પોતાનો વ્યવસાય કે ધંધો પસંદ કરવાનો અધિકાર અને તક આપો. તેમને કૌશલ્ય મળે તેવો બંદોબસ્ત કરો. જ્યારે લોકો પોતાના કામધંધે લાગી જશે ત્યારે કોઈ એકબીજાને પરેશાન કરશે નહીં. એમ થવાથી અર્થવ્યવસ્થા સુધરશે. રાજ્યની આવક વધશે અને રાજ્યની જનતામાં સુખ-શાંતિ અને ખુશી આવશે. લોકો બાળકોને પોતાના ખોળામાં લઈને ખુશીથી નાચશે, ગાશે અને દરવાજા ખુલ્લા રાખી ઊંઘી જશે.

ભગવાન બુદ્ધે કહ્યું છે કે ભય અને દંડના સહારાથી કોઈ સમસ્યા હલ થતી નથી. સમસ્યાઓનાં મૂળને દૂર કરવાથી જ સમસ્યાઓ દૂર થશે.

ભગવાન બુદ્ધ સર્વધર્મ સમભાવના હિમાયતી હતા. તેમણે પોતાના ઉપદેશોની પ્રશંસા કરનારાઓને કે તેમના ઉપદેશોની ટીકા કરનારાઓને મહત્ત્વ ન આપવા કહ્યું હતું.

અમ્બાલત્થિકમાં બ્રહ્મજાલ સુત્તનો ઉપદેશ આપતાં તેમણે કહ્યું : ભિખ્ખુઓ, જ્યારે પણ તમે મારી કે સદ્ધર્મ માર્ગની આલોચના સાંભળો ત્યારે તેની પર ક્રોધ કરશો નહીં, પરેશાન થશો નહીં. એવી ભાવનાઓથી તમને જ હાનિ પહોંચશે. કોઈ મારી કે મારા સદ્‌માર્ગની પ્રશંસા કરે ત્યારે પણ પ્રસન્ન, હર્ષિત કે સંતોષની ભાવના મનમાં લાવશો નહીં. આ સંબંધમાં સાચો રસ્તો એ હશે કે આલોચનામાં કેટલું સત્ય છે અને કેટલું અસત્ય, તેનું વિશ્લેષણ કરવાથી જ તમે તમારા અધ્યયનમાં પ્રગતિ કરી શકશો. આ સંસારમાં અગણિત દર્શન, સિદ્ધાંત અને મત છે. લોકો અનંત સમય સુધી તેની પર આલોચના-પ્રત્યાલોચના કરતા રહેશે, પરંતુ હું એનો જે સાર સમજ્યો છું તે અનુસાર મુખ્ય ૬૨ સિદ્ધાંતો છે, જેમાં હજારો દર્શન અને ધાર્મિક મતમતાંતરોને સમાવિષ્ટ કરી શકાય છે. ચેતના, જાગૃતિ અને આત્મમુક્તિના માર્ગ પ્રમાણે આ બધા જ સિદ્ધાંતોમાં ત્રુટિઓ છે અને તેમાં કેટલીક મુશ્કેલીઓ પેદા થઈ શકે છે.

આજે આખોયે દેશ એક પરિવર્તનના કિનારે છે ત્યારે ભગવાન બુદ્ધનું આ શ્રેષ્ઠ જ્ઞાન અને તેમણે દર્શાવેલા પથ પર સમ્રાટ અશોકે ચલાવેલા શ્રેષ્ઠ શાસનની આજે ભારતને જરૂર છે. એ પરિવર્તન નરેન્દ્ર મોદી ધારે તો લાવી શકે તેમ છે. એવું જ

શ્રેષ્ઠ શાસન નરેન્દ્ર મોદી ધારે તો લાવી શકે તેમ છે. આલોચનાઓથી ડરવાની જરૂર નથી, અને પ્રશંસાથી ખુશ થઈ જવાની પણ જરૂર નથી. પ્રશંસા અને આલોચનામાંથી સત્ય શોધવાની કુનેહ હોવી જોઈએ, અને તે નરેન્દ્ર મોદીમાં છે. પૂર્વગ્રહો ત્યજવા પડશે. વિશ્વનો કોઈપણ માનવી સર્વગુણ સંપન્ન નથી. 'હેરી પોટર'નાં લેખિકા જે. કે. રોલીંગ કહે છે કે, "ઈશ્વરે તમને જે કૌશલ્ય બક્ષ્યું છે, તેનો શ્રેષ્ઠ ઉપયોગ કરો."

ઈશ્વરે નરેન્દ્ર મોદીને અસાધારણ ઊર્જા, અસાધારણ તાકાત અને અસાધારણ કૌશલ્ય બક્ષેલાં છે, એનો શ્રેષ્ઠ ઉપયોગ થાય તેનો ઈન્તજાર છે. એમાં કોઈ શંકા નથી કે નરેન્દ્ર મોદી એક સંપૂર્ણ 'રાજનીતિજ્ઞ' છે, અને બીજાઓ કરતાં જુદા જ માનવી પણ છે. બરાક ઓબામા અને અબ્રાહમ લિંકન પણ સામાન્ય પરિવારમાં જ જન્મ્યા હતા. નેલ્સન મંડેલા અને માર્ટિન લ્યુથર કીંગ પણ સામાન્ય પરિવારમાં જ જન્મ્યા હતા, છતાં એ બધાં જબરદસ્ત સામાજિક-રાજકિય પરિવર્તનો લાવવામાં નિમિત્ત બન્યા. આજે ભલે કોઈ નરેન્દ્ર મોદીને 'ચા વેચવાવાળો' કહે, પરંતુ એમ કહેવાવાળાઓને શ્રમનો મહિમા દેખાતો નથી. અબ્રાહમ લિંકન પહેલી જ વાર અમેરિકાના પ્રમુખ બની સેનેટમાં પ્રવેશ્યા ત્યારે એક ગર્ભશ્રીમંત સેનેટરે તેમની મજાક કરતાં કહ્યું હતું : "મી. લિંકન, તમે ભૂલશો નહીં કે, એક જમાનામાં તમારા પિતા મારા ઘેર જૂતાં સાંધવા આવતા હતા."

પ્રતિસ્પર્ધીનું આ વિધાન સાંભળ્યા બાદ જરા પણ ગુસ્સે થયા વગર અબ્રાહમ લિંકને ખૂબ જ શાંતિથી સેનેટમાં બધા સાંભળે તે રીતે કહ્યું હતું : "આજે પ્રમુખ તરીકે હું શપથ લઈ રહ્યો છું, તે જ દિવસે આપે તેને મારા પિતાની વાત યાદ કરાવી દીધી તેથી વધુ રૂડું બીજું શું હોઈ શકે ? મારા પિતા જ્યારે આપના ઘેર જૂતાં સાંધવા આવતા હતા ત્યારે તેમણે કોઈ ભૂલ તો કરી નહોતી ને ? બની શકે કે મારા પિતા જૂતાં સાંધવાના જેટલા શ્રેષ્ઠ કારીગર હતા એટલો સારો પ્રમુખ કદાચ હું નહીં બની શકું."

– અને અબ્રાહમ લિંકનના પ્રતિસ્પર્ધી મૌન થઈ ગયા.

નરેન્દ્ર મોદીને ચા વેચવાવાળા કહેવું તે જ દર્શાવે છે, આ દેશની રાજનીતિમાં હજુ ગર્ભશ્રીમંતો અને સ્થાપિત હિતોના પ્રતિનિધિઓ જ બીરાજે છે. આવાં લોકોને ઈમાનદારીથી રોજી રળવા માંગતા બાળકના શ્રમ અને સંઘર્ષનું કોઈ જ ગૌરવ નથી.

ભારતના રાજનીતિમાં ક્રાંતિકારી પરિવર્તનની જરૂર એ સમયની માંગ છે. નરેન્દ્ર મોદી તે માટેનું નિમિત્ત બની શકે તેમ છે.

•

જ્યારે નિરાશાનો સમય આવે છે ત્યારે આપણી બુદ્ધિ અવળી બની જાય છે.

– ચાણક્ય

પ્રકરણ ૩૩

વડાપ્રધાન શ્રી નરેન્દ્ર મોદી હવે એક 'સ્ટેટ્સમેન'

દેશના વડાપ્રધાન બન્યા તે પહેલાં મેં માનનીય શ્રી નરેન્દ્રભાઈને અનેક સ્વરૂપે નિહાળ્યા છે. સંઘના કાર્યકર્તા તરીકે એસ.ટી. બસમાં બેસી ગામેગામ રાત્રિસભાઓ કરતા, ભાજપાના મહામંત્રી તરીકે ખાનપુરના પક્ષના કાર્યાલયમાં પત્રકારો સાથે હાસ્યની છોળો ઉડાડતા અમદાવાદ મ્યુનિસિપિલ કોર્પોરેશનમાં ભાજપા માટે વ્યૂહરચના ગોઠવતા, ગાંધીનગરમાં ભાજપાના વિજય માટે સીડી ગોઠવતાં, દિલ્હીમાં અટલજી અને અડવાણીજીના સાંનિધ્યમાં રાજનીતિ કરતાં, ગુજરાતના મુખ્યમંત્રી તરીકે સુંદર વહીવટ કરતાં અને છેલ્લે ૧૮-૧૮ કલાકના ચૂંટણીલક્ષી પરિશ્રમ બાદ વડાપ્રધાનની ખુરશીમાં આરૂઢ થતાં નિહાળ્યા છે.

અત્યાર સુધી ભાજપા માટે પાર્ટી વીથ ડિફરન્સ કહેવાતું હતું. પરંતુ હું અહીં તેમના માટે 'પોલિટિશિયન વીથ ડિફરન્સ' કહું છું.

હવે હું તેમને એક રાજકારણી તરીકે જ જોતો નથી. વડાપ્રધાન બન્યા બાદ શ્રી નરેન્દ્રભાઈ હવે 'સ્ટેટ્સમેન' તરીકે બહાર આવ્યા છે. ચૂંટણી જીતવી એક કામ છે અને સારો વહીવટ કરવો તે બીજું કામ છે. તેઓ ચૂંટણી જીતવામાં તો નિષ્ણાત છે જ પરંતુ વહીવટમાં પણ તેઓ કાબેલ પૂરવાર થયા છે. પહેલાં ગુજરાતને તેમણે દેશના નકશા પર મૂક્યું અને હવે આખા ભારતને વિશ્વના નકશા પર મૂકી દીધું છે.

દુનિયાના તમામ દેશો અને ભારતને એક શક્તિશાળી દેશ તરીકે નોંધ લેવી પડે તે રીતે તેમણે દેશનું નેતૃત્વ પૂરું કર્યું છે.

તેઓ જ્યાં પણ ગયા ત્યાં છવાઈ ગયા. અમેરિકાના પૂર્વ પ્રેસિડેન્ટ બરાક ઓબામાએ પણ તેમના માટે રેડ કાર્પેટ પાથરી દીધી. યુ.કે.થી માંડીને ઑસ્ટ્રેલિયા અને ચીન સુધી છવાઈ ગયા. જાપાન તો તેમને પહેલાંથી જ ઓળખતું હતું. નેપાળથી માંડીને શ્રીલંકામાં પણ તેઓ આકર્ષણનું કેન્દ્ર રહ્યા. યુરોપના કેટલાક દેશોમાં તેઓ રૉકસ્ટારની જેમ લાખો લોકોને મંત્રમુગ્ધ કરતા ગયા. બ્રિટનના વડાપ્રધાનને પણ શ્રી મોદીની લોકપ્રિયતાની નોંધ લેવી પડી. ચીન તો ગયા પરંતુ મોંગોલિયા પણ ગયા.

તેઓ જ્યાં પણ ગયા ત્યાં તેમને જોવા લાખો લોકોની ભીડ એકત્ર થઈ ગઈ. અમિતાભ બચ્ચન જેવા મહાનાયકને પણ ઈર્ષ્યા થાય તેવા સાચુકલા 'મહાનાયક' તેઓ બની રહ્યા. માત્ર પુરુષો જ નહીં પરંતુ સ્ત્રીઓ અને નાનાં બાળકો પણ તેમની એક ઝલક નિહાળવા પડાપડી કરતાં જણાયાં. આવી લોકપ્રિયતા એકમાત્ર પૂર્વ વડાપ્રધાન જવાહરલાલ નેહરુની હતી.

અમેરિકાના પૂર્વ પ્રેસિડેન્ટ બરાકથી માંડીને રશિયાના વ્લાદીમીર પુતિન સાથે પણ તેમને ઘરોબો હતો. અમેરિકાના નવા પ્રમુખ ડોનાલ્ડ ટ્રમ્પને પણ વડાપ્રધાન શ્રી મોદીના 'સબકા સાથ – સબકા વિકાસ'નો નારો પોકારવો પડ્યો.

વડાપ્રધાન બન્યા પછી તેમણે આંતરરાષ્ટ્રીય ડિપ્લોમસી પર ધ્યાન કેન્દ્રિત કર્યું. વડાપ્રધાન તરીકે શપથ લેતી વખતે સહુની ધારણાથી વિરુદ્ધ પાકિસ્તાનના વડાપ્રધાન નવાઝ શરીફને અતિથિ તરીકે આવવા નિમંત્રણ આપ્યું. અન્ય દેશથી ભારત પાછા ફરતી વખતે તેઓ પાકિસ્તાન ગયા અને પાકિસ્તાનના વડાપ્રધાન નવાઝ શરીફના પુત્રની શાદીમાં હાજરી આપી. આ તેમની આંતરરાષ્ટ્રીય મુત્સદ્દીગીરીનો નમૂનો હતો. આ ઘટનાઓ દ્વારા તેમણે પાકિસ્તાન સહિત તમામ પડોશી દેશોને એ વાતનો સંદેશો આપ્યો કે ભારત એક શાંતિપ્રિય દેશ છે અને પડોશી દેશો સાથે ભાઈચારો દાખવવા માંગે છે. પાકિસ્તાનની આર્મી અને તેના લાચાર વડાપ્રધાન નવાઝ શરીફ આ વાત સમજી ના શક્યા તે તેમની મજબૂરી છે.

હા, પરંતુ પાકિસ્તાને જ્યારે વડાપ્રધાન શ્રી મોદીએ લંબાવેલા દોસ્તીના હાથને સમજવાના બદલે ઉરી અને પઠાણકોટ પર હુમલો કરાયો ત્યારે વડાપ્રધાન શ્રી મોદીએ પાકિસ્તાન હસ્તકના કાશ્મીરમાં આતંકવાદીઓની છાવણી પર સર્જિકલ સ્ટ્રાઇક્સ કરાવી પાકિસ્તાન આર્મીને સખત સંદેશો પણ આપ્યો. ભારતીય લશ્કરના પાકિસ્તાન હસ્તકના કાશ્મીરમાં સર્જિકલ ઑપરેશન બાદ પાકિસ્તાનના આર્મીની તેના ઘરઆંગણે જ ઘણી નામોશી થઈ.

ભારતના વડાપ્રધાન શ્રી મોદીની મુત્સદ્દીગીરીના કારણે પાકિસ્તાને તેના દેશમાં યોજાનારું સાર્ક સંમેલન રદ કરવું પડ્યું. પ્રજાસત્તાક દિનની પરેડમાં મુખ્ય અતિથિ તરીકે તેમણે અબુ ધાબીના પ્રિન્સને આમંત્રણ આપ્યું અને એ રીતે તેમણે અન્ય મુસ્લિમ દેશોનો સાથ લઈ પાકિસ્તાનને અલગ પાડી દેવાનું કામ કર્યું.

આ બધી ઘટનાઓએ વડાપ્રધાન મોદીને રાજકારણ નહીં પરંતુ રાજપુરુષ અર્થાત્ સ્ટેટ્સમેન બનાવી દીધા.

વડાપ્રધાન શ્રી નરેન્દ્ર મોદીએ ઇઝરાયલ જવાનું પસંદ કર્યું. આજ સુધી ભારતના કોઈ વડાપ્રધાન ઇઝરાયલ ગયા નહોતા. ભારત અને ઇઝરાયલ વચ્ચે ઘણું સામ્ય છે. ઇઝરાયલની ગુપ્તચર સંસ્થા 'મોસાદ' ભારતની ઇન્ટેલીજન્સ એજન્સીઓ સાથે ઘણી માહિતીની આપ-લે કરી શકે તેમ છે.

આ કારણે જ તેઓ હવે સ્ટેટ્સમેન છે.

ભારતની પરંપરાગત રાજનીતિ અને વહીવટમાં તેમણે ૩૬૦ ડિગ્રીનો ફરક લાવી દીધો છે. રાજ્યોની ચૂંટણીઓમાંથી જ્ઞાતિ-જાતિવાદને દૂર કરી હિન્દુત્વના ભાવવાળો નવો રાષ્ટ્રવાદ પેદા કર્યો છે. તેમ છતાં અન્ય ધર્મોના લોકો પ્રત્યે સમભાવ પણ જાળવી રાખ્યો છે. નરેન્દ્રભાઈ ગુજરાતના મુખ્યમંત્રી બન્યા પછી તેમના શાસનકાળથી આજ સુધી ગુજરાતમાં એક પણ તોફાન થયું નથી. આ જ કોમી ભ્રાતૃભાવનાનો નમૂનો છે.

વહીવટમાં પણ તેમના તમામ મંત્રીઓને વખતોવખત તેમણે કરેલા કામનો રિપોર્ટ આપવો પડે છે. અધિકારીઓએ પણ તેમનું રિપોર્ટ કાર્ડ રજૂ કરવું પડે છે. મંત્રીઓથી માંડીને અધિકારીઓને તેમણે કામ કરતા કરી દીધા છે. દરેક પર તેમની નજર હોય છે. કોઈ પણ મંત્રી કે અધિકારી ખોટું કરતાં ગભરાય છે.

દેશના સેંકડો મંત્રીઓની, મુખ્યમંત્રીઓની તથા મોટા-મોટા અધિકારીઓની મોટરકારો પરની લાલ બત્તીઓ એક ઝાટકે દૂર કરાવીને તેમણે દેશમાંથી વીઆઈપી કલ્ચર દૂર કરવાની શરૂઆત કરી દીધી છે. અધિકારીઓએ હવે સમયસર ઑફિસમાં આવવું પડે છે. પ્રેઝન્ટેશન પણ કરવું પડે છે. ભવિષ્યનો રોડમેપ પણ રજૂ કરવો પડે છે. આવી સખત પદ્ધતિ અગાઉ કદી નહોતી. વડાપ્રધાન શ્રી મોદીના વહીવટની આ નવી કાર્યશૈલીના શ્રેષ્ઠ નમૂના છે.

શ્રી નરેન્દ્રભાઈ વડાપ્રધાન બન્યા તે પહેલાં ભારતના લોકોએ 'મેઈક ઈન ઇન્ડિયા', 'ડિજિટલ ઇન્ડિયા, 'સ્કીલ ઇન્ડિયા' જેવા શબ્દો કદી સાંભળ્યા નહોતા. લોકોની સુખાકારી અને સવલતો માટે લોકજીવન સાથે ટેક્નોલૉજીને જોડવાનું કામ

તેમણે કર્યું છે. આ વાતનું ઉત્કૃષ્ટ ઉદાહરણ એ છે કે કોઈ પણ વ્યક્તિ હવે સુપ્રીમ કોર્ટમાં ઓનલાઈન અપીલ કરી શકશે.

આ એક પ્રકારના ન્યૂ ઈન્ડિયાનો આરંભ છે અને તેનો યશ માત્ર અને માત્ર વડાપ્રધાન શ્રી નરેન્દ્રભાઈ મોદીને જાય છે.

●

તમે તમારા કામના પ્રેમમાં પડી જશો તો બાકી તો આપમેળે થશે. પૈસો – કીર્તિ મળશે જ.

– ઓપ્રાહ વીન્ફે

પ્રકરણ ૩૪

MFNની વાત વચ્ચે સર્જિકલ સ્ટ્રાઇક મોદીની ચમત્કૃતિનો વધુ એક પરચો

વડાપ્રધાન નરેન્દ્ર મોદી આમ તો પાકિસ્તાનને આપવામાં આવેલા મોસ્ટ ફેવર્ડ નેશનના દરજ્જાની સમીક્ષા કરવા એક બેઠકનું અધ્યક્ષસ્થાન સંભાળવાના હતા, પરંતુ તે બેઠક જ મુલતવી રહી, તેને બદલે વડાપ્રધાને અંકુશરેખા પરની સ્થિતિની સમીક્ષા માટે કેબિનેટ સુરક્ષાસમિતિ બોલાવી અને તેનું અધ્યક્ષપદ સંભાળ્યું.

વડાપ્રધાન નરેન્દ્ર મોદી એવી પળોમાં ચમત્કૃતિ સર્જવા માટે જાણીતા છે કે જ્યારે ચમત્કૃતિ સર્જવાની કોઈ શક્યતા જ ના હોય. ત્રાસવાદીઓએ ૧૮ સપ્ટેમ્બરના રોજ ઉરી લશ્કરી મથકને નિશાન બનાવ્યા પછી બુધવારે રાતે વડાપ્રધાને પાક. કબજા હેઠળના કાશ્મીરમાં ત્રાસવાદી છાવણીઓ પર ત્રાટકતાં સર્જિકલ ઑપરેશન પાર પાડી દીધું. ૧૯૯૦થી પાકિસ્તાન ભારતમાં ત્રાસવાદીઓની નિકાસ કરી રહ્યો હતો, તે પછીની આ પ્રથમ સર્જિકલ સ્ટ્રાઇક હતી.

ઘણા ઓછાને આશા હતી કે મે ૨૦૧૪માં પોતાના શપથગ્રહણ સમારંભમાં મોદી પાક. વડાપ્રધાન નવાઝ શરીફ સહિત સાર્ક દેશોના વડાઓને નિમંત્રણ આપશે. તેમણે બીજા દિવસે કહ્યું હતું કે બૉમ્બવિસ્ફોટો વચ્ચે વાતચીતનો દોર બંધ થઈ જાય છે અને શરીફ દ્વિપક્ષી વાટાઘાટો ચાલુ કરવા સહમત થઈ ગયા હતા.

મોદીએ કહ્યું હતું કે વિદેશનીતિ તે બે નેતાઓ વચ્ચેની કેમેસ્ટ્રી છે, અનેક ચડતીપડતી વચ્ચે બંને નેતાઓ વચ્ચેના દ્વિપક્ષીય સંબંધોમાં તે કેમેસ્ટ્રી જળવાઈ રહી,

પરંતુ પાકિસ્તાનના વડાપ્રધાને બુરહાન વાનીને શહીદ કહીને પાકિસ્તાનના સ્વતંત્રતા દિવસની ઉજવણીને કાશ્મીરની આઝાદીની ઉજવણીને સમર્પિત જાહેર કરતાં આ કેમેસ્ટ્રી તૂટી હતી.

પાકિસ્તાનને સીધો જવાબ : આ પાંચ કારણોસર ભારતનું આ પગલું ખૂબ જ મહત્ત્વનું છે –

૧. ભારત જવાબ પણ આપી શકે છે : આ સ્ટ્રાઇક પાકિસ્તાનને સીધો જવાબ છે કે, ભારત આ રીતે પણ જવાબ આપી શકે છે, હવે તેણે વધારે સાવચેતી રાખીને ભારત સાથે વર્તન કરવું પડશે.

૨. નરેન્દ્ર મોદી નબળા પીએમ નથી : સેનાની આ કામગીરીએ દેશના લોકો અને વિપક્ષોને સીધો સંદેશ આપ્યો છે કે, નરેન્દ્ર મોદી નબળા પીએમ નથી. તેમના આ પગલાને કારણે તેમનું ૫૬ ઇંચની છાતીવાળું નિવેદન હવે આપવડાઈ નહીં બની શકે.

૩. સેનાને રાજકીય સાથ મળે તો કંઈ પણ શક્ય છે : દેશના સંરક્ષણ માટે જવાનોને જો છૂટ આપવામાં આવે તો આજે પણ આપણા જવાનો સીમિત સંસાધનોમાં પણ દુશ્મન દેશોને હંફાવી દેવાની ક્ષમતા ધરાવે છે.

૪. વિશ્વમાં મોદીની છબી બદલાઈ : અત્યાર સુધી વિશ્વમાં એવું જ ચલણ હતું કે, ચીન આતંકવાદ સામે આક્રમકતાથી વર્તે છે. ભારતે કરેલી સ્ટ્રાઇકથી સાબિત થયું છે કે, હવે તે પણ સમય આવ્યે આવાં આકરાં પગલાં લઈ શકે છે. નરેન્દ્ર મોદીએ આ પગલું લેતાં જ તેમની વિશ્વસ્તરે છબી બદલાઈ ગઈ છે. તેઓ એક સશક્ત અને મજબૂત નેતા સાબિત થયા છે.

•

જ્યાં આપણે નથી હોતા ત્યાં ગુણ-અવગુણ આપણા પ્રતિનિધિ હોય છે.

– સત્ય વાણી

પ્રકરણ ૩૫

એન્ડ ઇન્ડિયા સ્ટ્રાઇક્સ બેક ઓપરેશન એટ મિડનાઇટ !

વર્ષો બાદ ભારતના લશ્કરે પાકિસ્તાન હસ્તકના કાશ્મીરમાં મધરાતે હેલિકોપ્ટર દ્વારા પ્રવેશ કરીને સર્જિકલ ઑપરેશન કર્યું છે. પાકિસ્તાન હસ્તકના કાશ્મીરમાં આવેલા કેટલાક આતંકવાદી કેમ્પોને ઉડાડી દેવાયા. કેટલાક આતંકવાદીઓને મોતને ઘાટ ઉતારવામાં આવ્યા. બે પાકિસ્તાની સૈનિકો માર્યા ગયા.

ભારતીય લશ્કરના આ પગલાથી ભારતીય આર્મીએ એ વાત સિદ્ધ કરી આપી છે કે, ભારતનું લશ્કર સક્ષમ છે, પ્રોફેશનલ સ્કિલ ધરાવે છે. તે ધારે તો ઊંડાણમાં જઈને પણ સ્ટ્રાઈક કરી શકે છે. ભારતીય ઈન્ટેલિજન્સ વિભાગ પાસે પણ પાક. હસ્તકના કાશ્મીરના ક્યાં ક્યાં આતંકવાદી કેમ્પસ આવેલ છે તેની પણ સચોટ માહિતી હતી. ભારતનું લશ્કર પાક. હસ્તકના કાશ્મીરની સરહદમાં ઘૂસી ગયું. હેલિકોપ્ટર્સ દ્વારા પેરેટ્રુપર્સ નીચે ઉતાર્યા હતા. પાક. રડાર ઊંઘતાં જ રહ્યાં. પાક. સૈન્ય પણ ઊંઘતું જ રહ્યું. પાક. ઈન્ટેલિજન્સ પણ ઊંઘતું જ રહ્યું.

પાકિસ્તાન સ્તબ્ધ

ભારત અચાનક આવું પગલું ભરશે તેવી અપેક્ષા પાકિસ્તાનને નહોતી. તે અંધારામાં જ રહ્યું. ભારતના આ પગલાંથી પાકિસ્તાન સ્તબ્ધ બન્યું, હત્‌પ્રભ બન્યું. આ ઑપરેશન રાત્રે ૧૨થી સવારના ૪.૩૦ વાગ્યા દરમિયાન પાર પાડવામાં આવ્યું

હતું, છતાં ગુરુવારની બપોર સુધી પાકિસ્તાને શું પ્રતિક્રિયા આપવી તે તેને જ સમજાતું નહોતું. પાકિસ્તાને દુનિયાને આ ઘટના માત્ર ક્રોસ બોર્ડર ગોળીબારની ઘટના તરીકે પેશ કરવા કોશિશ કરી, પરંતુ ભારતે લાઇન ઑફ કંટ્રોલ ક્રોસ કરીને પાક. હસ્તકના વિસ્તારોમાં ઘૂસી જઈ આ કામ પાર પાડ્યું તે વાત પાકિસ્તાન માટે શરમજનક હોઈ તે મૂંઝવણમાં મુકાયું હતું.

પહેલાં પઠાણકોટ અને તે પછી ઉરીના ભારતીય લશ્કરી મથકો પરના હુમલા બાદ આખા દેશની જે અપેક્ષા હતી તે કામ થયું છે. બોર્ડર ક્રોસ કરવા માટે પોલિટિક્સ વીલ જોઈએ અને વડાપ્રધાન નરેન્દ્ર મોદીએ પાકિસ્તાનને પાઠ ભણાવવાની એ પોલિટિક્સ વીલ દર્શાવી દેશની કરોડોની જનતાની અપેક્ષા સંતોષી છે.

પલટવાર કરી શકે છે

ભારતે જે પગલું લીધું છે તેથી પાકિસ્તાન પાસે હવે કેટલાક પ્રકારનાં પગલાંની અપેક્ષા રાખી શકાય. એક તો પલટવાર કરી શકે છે અને બીજું પાકિસ્તાન હસ્તકના કાશ્મીરમાં જે ટેરર – કૅમ્પસ છે તેને તે વધુ ઊંડાણમાં કે અંતરિયાળ વિસ્તારમાં લઈ જઈ શકે છે. પાકિસ્તાન વધુ આતંકવાદીઓ મોકલી ભારતમાં ખાનાખરાબી સર્જી શકે છે.

કૂટનીતિથી ભીંસમાં

ઇસ્લામાબાદમાં યોજાનારા સાર્ક સંમેલનમાં નહીં જવાના વડાપ્રધાન નરેન્દ્ર મોદીના નિર્ણયથી પાકિસ્તાનની ફજેતી થઈ. પાકિસ્તાન ભારતના સર્જિકલ ઑપરેશન અને રાજકીય કૂટનીતિ પ્રયાસોથી ચારે તરફથી ભીંસમાં આવી ગયું. ભારતના વિદેશમંત્રી સુષ્મા સ્વરાજે સંયુક્ત રાષ્ટ્રસંઘમાં જે પ્રવચન આપ્યું તે તેમની કારકિર્દીનું શ્રેષ્ઠ પ્રવચન હતું. તેમણે પાકિસ્તાનનું નામ દીધા વગર જ પાકિસ્તાન માટે જે કહેવું હતું તે કહી દીધું. ભારતના વિદેશમંત્રીના એ પ્રવચન બાદ પાકિસ્તાનના વડાપ્રધાન નવાઝ શરીફ વિચલિત થયેલા જણાયા.

પાક. એક ન્યૂસન્સ વેલ્યૂ

આ બાબતની સાથેસાથે ભારતે એક વાસ્તવિકતા સમજી લેવી જોઈએ કે, સંયુક્ત રાષ્ટ્રસંઘ એ વિશ્વના દેશોનું બનેલું સંગઠન છે, પરંતુ વૈશ્વિક પ્રશ્નો હલ કરવા તે કેટલું સમર્થ છે તે એક સવાલ છે. આંતરરાષ્ટ્રીય સ્તર પર ભારતે બલૂચિસ્તાનનો, ગિલગિટનો, પખ્તુનિસ્તાનનો પ્રશ્ન ઉઠાવીને પાકિસ્તાનનું નાક દબાવ્યું છે. પરંતુ એ હકીકત સમજી લેવાની જરૂર છે કે, અમેરિકા, બ્રિટન અને ફ્રાન્સ જેવા દેશોને પાકિસ્તાનની વ્યૂહાત્મક જરૂર છે. તે બધા દેશો એક હદથી આગળ જઈને પાકિસ્તાનને કાંઈ કહેવા તૈયાર નથી. પાકિસ્તાન જેવો દેશ ચીન તથા રશિયાને કાબૂમાં રાખવા

માટે એ વિકસિત દેશો માટે એક ન્યૂસન્સ વેલ્યૂ છે. તે બધા જ દેશોના રાજકીય અને મિલિટરી હિતો સંડોવાયેલાં છે.

અમેરિકાને ચીનને ઠેકાણે રાખવા તથા અફઘાનિસ્તાનમાં રશિયા ફરી પ્રવેશી ના જાય તે માટે પાકિસ્તાનની જરૂર છે. અમેરિકા પાકિસ્તાનનાં મિલિટરી સ્ટેશન્સનો જરૂર પડે વ્યૂહાત્મક ઉપયોગ કરવા માગે છે. ચીનને પણ પાકિસ્તાનની જરૂર છે. તે ભારતને વ્યસ્ત રાખવા પાકિસ્તાનને મદદ કરે છે. ગિલગીટમાં એણે રસ્તા બાંધ્યા છે. પાકિસ્તાનને ગ્વાદર બંદર બાંધી આપ્યું છે અને હવે તે ગ્વાદર બંદર દ્વારા તેના માલની આયાત નિકાસ સસ્તામાં કરે છે. બ્રિટન અને ફ્રાન્સને પણ પાકિસ્તાનને યુદ્ધવિમાનો અને શસ્ત્રસરંજામ વેચવામાં રસ છે. બ્રિટિશ વડાપ્રધાને આંતરરાષ્ટ્રીય ફોરમમાં સોમાલિયાના પ્રશ્નનો મુદ્દો ઉઠાવ્યો, પણ પાકિસ્તાનના આતંકવાદ અંગે મૌન સેવ્યું. એ બધા જ દેશોને પાકિસ્તાનની જરૂર છે અને તેથી જ એ દેશોને પાકિસ્તાનને ટેરરિસ્ટ સ્ટેટ જાહેર કરવામાં રસ નથી. એ જ રીતે નેપાળ સાથેના ભારતના સંબંધોમાં ઉતાર-ચઢાવ છે. શ્રીલંકા અને બાંગ્લાદેશ ભારતના પડોશી મિત્રો છે. બાંગ્લાદેશને આઝાદી અપાવવામાં ભારતનો જ મોટો રોલ હતો. કાંઈક ભરોસો માત્ર રશિયા અને અફઘાનિસ્તાન પર મૂકી શકાય તેમ છે. આ બધા સંજોગોમાં હવે ભારતે પાકિસ્તાનને ઘેરવા જે કોશિશ શરૂ કરી છે તે યોગ્ય છે. સિંધુ જળ સંધિ રદ કરવાની વાતથી પાકિસ્તાન ગભરાયું છે. આ કામ ઘણું વહેલું કરવાની જરૂર હતી. સિંધુનાં જળ રોકી લેવામાં આવે તો પાકિસ્તાન ભૂખે મરે તેવી સ્થિતિ છે. વડાપ્રધાન નરેન્દ્ર મોદીએ યોગ્ય કહ્યું છે કે, પાણી અને લોહી એકસાથે વહી શકે નહીં.

અફઘાન નીતિ

સૌથી અગત્યની વાત એ છે કે, પાકિસ્તાન તરફથી સતત ફેલાવવામાં આવી રહેલા આતંકવાદની વિરુદ્ધ ભારત અને અફઘાનિસ્તાન એકસાથે આવી ગયા છે. તાજેતરમાં દિલ્હી આવેલા અફઘાનિસ્તાનના પ્રમુખ અશરફ ગની અને ભારતના વડાપ્રધાન નરેન્દ્ર મોદીએ પાકિસ્તાનની વિરુદ્ધની રણનીતિ પર સહમતી સાધી છે. આ સહમતીથી વૈશ્વિક મંચ પર પાકિસ્તાનને ઝટકો લાગ્યો છે.

ભારતની ભૂમિકા

ભારતે અફઘાનિસ્તાન સાથે મૈત્રી કેળવીને સારું જ કર્યું છે. ભારત અફઘાનિસ્તાનના પુનઃનિર્માણમાં મહત્ત્વપૂર્ણ ભૂમિકા અદા કરી રહ્યું છે. અફઘાનિસ્તાનના વિકાસ માટે કેટલીયે પરિયોજનાઓ હાથમાં લીધી છે. અફઘાનિસ્તાનની સંસદ પણ ભારતે જ બનાવી આપી છે. અફઘાનિસ્તાનમાં હાઈડ્રો

ઈલેક્ટ્રિક ડેમનું નિર્માણ પણ ભારતે જ કર્યું છે, જેનું ઉદ્ઘાટન ગયા મે મહિનામાં ભારતના વડાપ્રધાન નરેન્દ્ર મોદીએ કર્યું હતું. એ સિવાય અફઘાનિસ્તાનમાં સડક, પુલ અને બીજાં નિર્માણનું કામ પણ ભારત જ કરી રહ્યું છે.

આ બધું પાકિસ્તાનને ખૂંચે છે. પાકિસ્તાન અફઘાનિસ્તાનમાં ભારતની હાજરી ઈચ્છતું નથી. આ કારણથી પાકિસ્તાન તેની ગુપ્તચર સંસ્થા આઈએસઆઈ તથા આતંકવાદીઓ દ્વારા અફઘાનિસ્તાનમાં ભારતીય સ્થળો પર હુમલા કરાવે છે. જોકે ભારતના મજબૂત ઈરાદાઓના કારણે પાકિસ્તાનને સફળતા મળી નથી.

વધુ સ્ટ્રાઈક્સ જરૂરી

જે રીતે ભારત કાશ્મીરમાં પાક. પ્રેરિત આતંકવાદ સામે લડી રહ્યું છે તે જ રીતે અફઘાનિસ્તાન પણ પાક. પ્રેરિત તાલિબાની આતંકવાદીઓ સામે લડી રહ્યું છે. ભારત અને અફઘાનિસ્તાન વચ્ચે થયેલી નવી સમજૂતી હેઠળ અફઘાનિસ્તાનમાં આવેલા પાક. પ્રેરિત તમામ આતંકવાદી સ્થળો, શિબિરો તથા છૂપાં આશ્રયસ્થાનો ખતમ કરવા નિર્ણય લેવાયો છે.

આ રીતે ભારતે હવે તેના મિત્રો કોણ છે અને શત્રુઓ કોણ છે તે નક્કી કરી જરૂર પડે નવાં સમીકરણો રચવાં પડશે. જે દેશ વર્ષોથી ભારતમાં આતંકવાદની નિકાસ કરે છે, ભારતમાં લોહીની નદીઓ વહેવડાવે છે, ભારતીય ચલણની નકલી નોટો છાપી ભારતમાં ઘુસાડે છે, ભારત સાથે એક હજાર વર્ષ સુધી લડવાની વાત કરે છે તેવો દેશ પાકિસ્તાન ભારતનો મોસ્ટ ફેવર્ડ દેશ કેવી રીતે ?

વડાપ્રધાન શ્રી નરેન્દ્ર મોદીની આ સખ્તાઈ વાજબી છે.

•

જે સંકલ્પ કરે છે અને પછી તેનું આચરણ કરે છે તે વ્યક્તિ માટે કશું અસંભવ નથી. સફળતાનો આ જ નિયમ છે.

– મોરાદી

પ્રકરણ ૩૯

સર્જિકલ સ્ટ્રાઇકના આફ્ટરશોક્સ – દુનિયાએ પાક.ને સાથ ના આપ્યો

પાકિસ્તાનને એકલું પાડી દેવામાં વડાપ્રધાન શ્રી નરેન્દ્ર મોદીની વ્યૂહરચના સફળ થઈ છે.

યસ, ઈન્ડિયા કેન ડુ ઈટ.

હા, ભારત એ કરી શકે છે. ભૂતકાળમાં પણ કર્યું છે. ૧૯૪૭માં ભારતના ભાગલા વખતે પાકિસ્તાને કાશ્મીર પર આક્રમણ કરીને આખું કાશ્મીર હડપ કરી લેવા પ્રયાસ કર્યો હતો ત્યારે સરદાર સાહેબે કાશ્મીરમાં લશ્કર મોકલી પાકિસ્તાની સૈન્યને પાછું ધકેલી દીધું હતું. ૧૯૬૫માં પાકિસ્તાને ફરી ભારત પર હુમલો કરી દીધો ત્યારે એ વખતના વડાપ્રધાન લાલબહાદુર શાસ્ત્રીએ નારો આપ્યો હતો : "ઈંટ કા જવાબ પથ્થર સે દેંગે."

અને પાકિસ્તાની સૈન્ય પરાસ્ત થયું.

એ પછી ભારતનાં પૂર્વ વડાપ્રધાન ઈન્દિરા ગાંધીએ એક દિવસ માત્ર બે જ મિનિટ માટે પત્રકાર પરિષદને સંબોધતાં કહ્યું હતું : "થોડી વારમાં તમને મહત્ત્વના સમાચાર મળશે."

એની ૨૦ મિનિટમાં બાદ ભારતીય વાયુસેનાનાં વિમાનો પાકિસ્તાનની ભૂમિ પર ઊડતાં હતાં. એ પછી પાકિસ્તાનના બે ટુકડા થઈ ગયા અને બાંગ્લાદેશનો જન્મ થયો.

પાક.નું 'બી-આર્મી'

આ બધી ઘટનાઓ બાદ પાકિસ્તાને ભારત સાથે સીધું યુદ્ધ કરવાના બદલે પ્રોક્સી વૉર શરૂ કર્યું. પાકિસ્તાનને એ વાતની ખબર છે કે, ભારત સાથે સીધા યુદ્ધમાં તે કદી જીતી શકશે નહીં, તેથી તેણે પાકિસ્તાનના સૈન્યના બદલે પાકિસ્તાનમાં જ પેદા કરાયેલા આતંકવાદીઓ ભારતમાં મોકલવાનું પસંદ કર્યું. કેટલાયે નિર્દોષ નાગરિકોને આતંકવાદના ભોગ બનાવ્યા. પાકિસ્તાનની ગુપ્તચર સંસ્થા આઈએસઆઈની આ ડિઝાઈન છે કે, તે આતંકવાદીઓને જ પાકિસ્તાનનું 'બી-આર્મી' બનાવી બેઠું છે. આઈએસઆઈ આતંકવાદીઓને તાલીમ આપે છે. શસ્ત્રો અને દારૂગોળો પણ આપે છે અને વિશ્વભરમાં તેની નિકાસ કરે છે.

જુસ્સો વધ્યો

ભારતીય લશ્કરે પાકિસ્તાન હસ્તકના કાશ્મીરમાં પ્રવેશી જઈને કરેલા સર્જિકલ ઑપરેશનથી ભારતીય લશ્કરનો જુસ્સો વધ્યો છે. ભારતીય લશ્કર પ્રોફેશનલ છે, સજ્જ છે અને લડવા તૈયાર છે એ વાતની પ્રતીતિ સૌ કોઈને થઈ છે. ભારતના સૈન્યની આ કામગીરી બાદ હાફિઝ સઈદ જેવા આતંકવાદી આકાઓ અંદરથી ગભરાયા છે. તેઓ વધુ સલામત સ્થળે ચાલ્યા ગયા છે. ડૉન દાઉદ ઈબ્રાહિમ તો ઘણા વખતથી કોઈ છૂપા સ્થળે ચાલ્યો ગયો છે. ભારતીય લશ્કરનો આ રીતે આત્મવિશ્વાસ વધે તે માટે આ પ્રકારની કામગીરી અને કવાયતની જરૂર હતી અને તે થઈ છે.

વિશ્વના દેશો

વર્ષો પહેલાં પૂર્વ વડાપ્રધાન ઈન્દિરા ગાંધીએ પાકિસ્તાનના બે ટુકડા કરી નાખ્યા ત્યારે પશ્ચિમના દેશોને ભારતની આ સૈન્ય કામગીરી બહુ ગમી નહોતી. કારગીલમાં પણ પાકિસ્તાની સૈન્યે ઘૂસણખોરી કરી ત્યારે અમેરિકાના દબાણથી ભારતે એલઓસી ઓળંગ્યા વગર જ કારગિલમાંથી પાકિસ્તાની સૈન્યને હટાવવાની કામગીરી કરવી પડી હતી અને એ કામગીરી કરતાં ભારતને હજારો કરોડનું ખર્ચ થયું હતું. આ વખતે ઊલટું થયું છે. ભારતીય સૈન્યે પાકિસ્તાન હસ્તકના કાશ્મીરમાં સૈનિક કાર્યવાહી કરી તેની વિરુદ્ધ અમેરિકા, બ્રિટન, ફ્રાન્સ, ચીન સહિત એક પણ મોટા દેશે ભારત વિરુદ્ધ કોઈ પ્રતિક્રિયા આપી નથી. તેનો એક એવો અર્થ પણ કાઢી શકાય કે, પાકિસ્તાનને આ વખતે કોઈ દેશે સમર્થન આપ્યું નથી. લાગે છે કે, પાકિસ્તાન એકલું પડી ગયું છે. પાકિસ્તાનના નેતાઓ અને પાકિસ્તાની લશ્કરના વડાઓ પણ મૂંઝવણમાં છે. ભારત સામે અણુબૉમ્બનો ઉપયોગ કરવાની શેખી મારનાર પાકિસ્તાન આ સર્જિકલ ઑપરેશન બાદ શરમાઈ ગયું છે. ચીન સહિત વિશ્વના દેશો ચૂપ છે. એ પાકિસ્તાન માટે મોટામાં મોટી મૂંઝવણ છે.

દેશ એક થયો

ભારત એ વિશાળ જનસંખ્યાવાળો દેશ છે. અહીં ૧૦૦થી વધુ ભાષાઓ અને ૧૦૦ જેટલા વિવિધ ધર્મો છે. એટલા જ નાના-મોટા રાજકીય પક્ષો છે, પરંતુ ભારતની એકતા, અખંડિતતા અને સાર્વભૌમત્વનો સવાલ આવે છે ત્યારે આખો દેશ એક ભાષામાં બોલે છે. દેશના તમામ રાજકીય પક્ષોએ વડાપ્રધાન નરેન્દ્ર મોદીની સરકારના આ પગલાંને ખુલ્લા દિલથી સમર્થન આપ્યું હતું. પાકિસ્તાનના વડાપ્રધાન નવાઝ શરીફ શાયદ એવા ખ્યાલમાં હતા કે ભારતીય વડાપ્રધાન નરેન્દ્ર મોદી દેશની આંતરિક રાજનીતિમાં એકલા પડી જશે, પરંતુ એવું કાંઈ જ બન્યું નથી. એથી ઊલટું દેશના તમામ રાજકીય પક્ષોએ વડાપ્રધાન નરેન્દ્ર મોદીના એક્શનની સરાહના કરી. કૉંગ્રેસનાં અધ્યક્ષ સોનિયા ગાંધીથી માંડીને ડાબેરી નેતા સીતારામ યેચૂરીએ પણ સરકારના આ પગલાંને સમર્થન આપ્યું. નવાઝ શરીફ ભારતની રાજનીતિને સમજવામાં થાપ ખાઈ ગયા છે. સાર્ક સંમેલનનો ફિયાસ્કો તેમના માટે ભારતની એક થપ્પડ હતી અને પીઓકેમાં ભારતીય સૈન્યનું સર્જિકલ ઑપરેશન તે બીજી થપ્પડ છે. પાકિસ્તાનની પ્રજા કરતાં ભારતના નાગરિકો વધુ મૅચ્યોર્ડ છે.

ભારતની આર્મી

પીઓકેના ભારતના સર્જિકલ ઑપરેશન બાદ એ વાત સ્પષ્ટ થઈ છે કે, ભારતનું સૈન્ય વધુ શિસ્તબદ્ધ છે. ભારતમાં ભારતની આર્મીનો ભારતની રાજનીતિમાં કોઈ રોલ નથી. ભારતનું આર્મી દેશભક્ત છે. એથી ઊલટું પાકિસ્તાનમાં પાકિસ્તાનના આર્મીનું પોતાનું એક પોલિટિક્સ છે. પાકિસ્તાનના લશ્કરી વડાઓ પાકિસ્તાનના રાજકારણીઓને પોતાના વશમાં રાખે છે. પાકિસ્તાનના વડાપ્રધાનને પણ પાકિસ્તાનની આર્મી પોતાની કઠપૂતળી સમજે છે. પાકિસ્તાનના આર્મીની પરવાનગી સિવાય પાકિસ્તાનના વડાપ્રધાન પાણી પણ પી શકતા નથી. વળી પાકિસ્તાનના લશ્કરના મોટા ભાગના જનરલ્સ ભ્રષ્ટાચારી છે. તેઓ અબજોની સંપત્તિના માલિક છે. પાકિસ્તાની સૈન્યના જનરલ્સ વારંવાર પાકિસ્તાનના સરમુખત્યાર બનતા આવ્યા છે. તેનું લેટેસ્ટ ઉદાહરણ જનરલ પરવેઝ મુશર્રફ હતા.

ઐયુબ ખાન

આ અગાઉ જનરલ ઐયુબ ખાન તથા જનરલ યાહ્યા ખાન પણ પાકિસ્તાનમાં સરમુખત્યાર બન્યા હતા. ઝિયા ઉલ હક પણ પાકિસ્તાનના સરમુખત્યાર બન્યા હતા. તેમણે તો પાકિસ્તાનના પૂર્વ વડાપ્રધાન ઝુલ્ફીકાર અલી ભુટ્ટોને ફાંસી આપી હતી. પાકિસ્તાનના પૂર્વ સરમુખત્યાર ઐયુબ ખાન સ્ત્રીઓના શોખીન હતા. લંડનના એક સ્વિમિંગ પુલમાં લંડનની મશહૂર કૉલગર્લ ક્રિસ્ટાઈન કિલર સાથે તેઓ સ્વિમિંગ

કરવાના શોખીન હતા. ક્રિસ્ટાઈન કિલરે જાતે એક વાર કહ્યું હતું કે, "મેં સ્વિમિંગ પુલમાં ઐયુબ ખાનની મૂછો ખેંચી હતી."

પાકિસ્તાની લશ્કરે આવા શાસકો પાકિસ્તાનને આપ્યા છે. ઐયુબ ખાનને પણ ભારત પર આક્રમણ કરી ભારતને હટાવવા પ્રયાસ કર્યો હતો, પરંતુ ભારતીય સૈન્યે પાકિસ્તાની સૈન્યના દાંત ખાટા કરી નાખ્યા હતા. ઈન્દિરા ગાંધીએ પાકિસ્તાનના બે ટુકડા કરી નાખ્યા ત્યારે પૂર્વ પાકિસ્તાન (બાંગ્લાદેશ)માં પાકિસ્તાની સૈન્યના કમાન્ડર જનરલ નિયાઝીએ ભારતીય સૈન્ય સમક્ષ શરણાગતિ સ્વીકારી હતી.

સતર્ક રહેવું પડશે

પાકિસ્તાનને સખત સંદેશ આપવા પૂરતું હતું અને તે સંદેશ ગયો છે. ભારત એક લોકતાંત્રિક અને પુખ્ત દેશ છે. પાકિસ્તાન અત્યારે શૉકમાં છે, આઘાતમાં છે. તેને શું કરવું તેની તેને સમજ પડતી નથી. પાકિસ્તાનને કળ વળતાં થોડા દિવસો લાગશે. ભારતના સર્જિકલ ઑપરેશનથી તે તેની પ્રજા અને દુનિયા આગળ શરમાઈ ગયું છે. એ કારણે આવું સર્જિકલ ઑપરેશન થયું જ નથી એમ કહી પાકિસ્તાન તેની પ્રજાને બેવકૂફ બનાવે છે. પાકિસ્તાન જુઠ્ઠાણાં માટે કુખ્યાત છે. એક જમાનામાં રેડિયો પાકિસ્તાન આવાં જુઠ્ઠાણાં માટે જાણીતો હતો. ભારતની આ સૈન્ય કાર્યવાહીથી પાકિસ્તાન અંધારામાં રહ્યું તે વાત તે સ્વીકારવા તૈયાર નથી. ભારતીય સૈન્યે પીઓકેમાં ૨૫૦ કિલોમીટરના એરિયામાં આ ઑપરેશન કર્યું હતું. તેમાં ભારતીય લશ્કરના ૧૫૦ જવાનોએ ભાગ લીધો હતો અને આતંકવાદીઓના અડ્ડા ઉડાવી દીધા. એ ઘટનાથી પાકિસ્તાન સ્તબ્ધ છે, હત્પ્રભ અને બેકફૂટ પર છે. પાકિસ્તાનના વડાપ્રધાન નવાઝ શરીફે નિવેદન કરવું પડ્યું છે કે, અમે ભારત સાથે યુદ્ધ ઈચ્છતા નથી અને એક સારા પાડોશી તરીકે રહેવા માગીએ છીએ. આંતરરાષ્ટ્રીય કોમ્યુનિટી તરફથી પાકિસ્તાનને કોઈ સમર્થન ના મળ્યું એ જ ભારતની મોટી કામિયાબી છે. પાકિસ્તાને પોતાના દેશની પ્રજાથી છુપાવવા માટે પીઓકેમાં ભારતીય સૈન્યના હાથે જે આતંકવાદીઓ માર્યા ગયા તેમનાં શબ પણ ખાનગીમાં દફનાવવા માંડ્યા છે.

વડાપ્રધાન શ્રી મોદીની મુસદ્દીગીરીની સફળતાનો આ નમૂનો છે.

●

People get the leader they deserve – 'વિજય એટલે બદલાવ નહીં પરંતુ બદલાવની તક છે.'

– બરાક ઓબામા

પ્રકરણ ૩૭

સર્જિકલ સ્ટ્રાઇકથી પાકિસ્તાનને આકરો સંદેશ

ભારતીય લશ્કર દ્વારા કરાયેલી સર્જિકલ સ્ટ્રાઈકને વિપક્ષોએ પણ વખાણ્યું હતું કેન્દ્રના આ નિર્ણયના વખાણ કરતાં કોંગ્રેસ અધ્યક્ષા સોનિયા ગાંધીએ જણાવ્યું કે, એલઓસી બહાર પીઓકેમાં આવેલી આતંકી છાવણીઓ પર કરવામાં આવેલા હુમલાથી પાકિસ્તાનને આકરો સંદેશ મળ્યો છે. આ ઘટના સાબિત કરે છે કે, ભારતમાં સરહદ પારથી જે આતંકવાદ ફેલાવવામાં આવે છે તેમાં પાકિસ્તાને પણ જવાબદારી સ્વીકારવી જ રહી. તેમણે વધુમાં જણાવ્યું કે, દેશના સંરક્ષણ માટે અને આતંકવાદ સામે લડવામાં કોંગ્રેસ હંમેશા કેન્દ્ર સરકારની સાથે છે. આ એક આકરો સંદેશ છે જે. ઘૂસણખોરી, આતંકી હુમલા, લોકો અને સેનાના જવાનો પર થતા હુમલા રોકવા અંગે ભારતની તત્પરતા અને પ્રતિબદ્ધતાને રજૂ કરે છે. સોનિયા ગાંધીએ વધુમાં જણાવ્યું કે, ભારતીય સરહદની આસપાસ આવેલી તમામ આતંકવાદી છાવણીઓ અને આતંકવાદીઓને નષ્ટ કરવા જોઈએ. પીઓકેનો ઉપયોગ ભારતમાં આતંક ફેલાવવા માટે ન કરવામાં આવે તેની તકેદારી રાખવી પણ એટલી જ જરૂરી છે. અમને આશા છે કે, પાકિસ્તાન સ્વીકારશે કે સતત સીમાપારથી થતા આતંકવાદી હુમલા પાછળ તેણે પણ જવાબદારીપૂર્વક વર્તવું જોઈએ. કોંગ્રેસ ભારતના જવાનોને આટલી મોટી જવાબદારીપૂર્ણ કરવા બદલ અને કામગીરી બદલ અભિનંદ પાઠવે છે.

કોંગ્રેસની એલઓસી પર સર્જિકલ સ્ટ્રાઈકને ટેકો

એલઓસીની પેલે પાર આવેલા પાકિસ્તાનના ત્રાસવાદી કેમ્પો પર સર્જિકલ સ્ટ્રાઈક કરીને ભારતીય લશ્કર દ્વારા લેવામાં આવેલા પગલાંને કોંગ્રેસ દ્વારા હૃદયપૂર્વક આવકારવામાં આવ્યું હતું. કોંગ્રેસના પ્રવક્તા રણદીપસિંહ સૂરજવાલાએ કહ્યું હતું કે આપણાં લશ્કરીદળોની હિંમતને લાખ લાખ સલામ... કોંગ્રેસના ઉપાધ્યક્ષ રાહુલ ગાંધીએ પણ સર્જિકલ સ્ટ્રાઈકને આવકારી હતી અને લશ્કરની કામગીરીની પ્રશંસા કરી હતી.

પાક. સામેની કામગીરીમાં કેન્દ્ર સાથે છીએ : મુલાયમ

સમાજવાદી પાર્ટીના વડા મુલાયમસિંહે પણ કેન્દ્ર સરકારના આ પગલાંના વખાણ કર્યાં હતા. તેમણે વડાપ્રધાન નરેન્દ્ર મોદીને અને ગૃહપ્રધાન રાજનાથસિંહ સાથે ફોન પર ચર્ચા કરી હતી. મુલાયમે પત્રકારો સાથે ચર્ચા દરમિયાન જણાવ્યું કે, અમે કેન્દ્ર સરકારના દરેક નિર્ણયોનું સમર્થન કરીએ છીએ. ભારતે હવે પાકિસ્તાનના કબજા હેઠળનું કાશ્મીર પણ પાછું લઈ લેવું જોઈએ. ભારતીય સેના બહાદુર છે. સેના પાકિસ્તાનને જડબાતોડ જવાબ આપવા માગે છે અને સરકાર પણ તેવું જ ઈચ્છે છે. આ કામગીરી દ્વારા વડાપ્રધાન મોદીએ લોકોનો વિશ્વાસ જીતી લીધો છે.

ઉરી હુમલાથી લોકોમાં રોષ હતો. પાકિસ્તાન સાથે તમામ મુદ્દે વાતચીતના પ્રયાસ કર્યા પણ કોઈ પરિણામ ન આવ્યું. પાક. આતંકવાદને ટેકો આપે છે. આશા છે કે હવે તે આ બધું બંધ કરશે. આપણો દેશ પીએમ મોદી અને આર્મીના હાથમાં સુરક્ષિત છે. આથી જ વિશ્વમાં વિવિધ દેશના લોકોએ ત્રાસવાદને ડામવા ભારતે લીધેલાં પગલાંની પ્રશંસા કરી છે. હવે પાકિસ્તાને ભારત સામેના ત્રાસવાદનો અંત લાવવો જોઈએ. - **વૈંકેયા નાયડુ, કેન્દ્રીય પ્રધાન**

આ નિર્ણાયક અને આક્રમક હુમલો પીએમ મોદીનો લોખંડી જુસ્સો અને ભારતની સુરક્ષા માટેની પ્રતિબદ્ધતાને પ્રતિબિંબિત કરે છે. - **રમણસિંહ, છત્તીસગઢના મુખ્ય પ્રધાન**

પાક. ત્રાસવાદી દેશની જેમ વર્તે છે. તેને જડબાતોડ જવાબ આપવાનું અનિવાર્ય હતું. આ હુમલાથી આર્મીનો જુસ્સો બુલંદ થશે. - **ડૉ. નિર્મલસિંહ જે. એન્ડ કે.ના નાયબ મુખ્ય પ્રધાન**

આપણા આર્મીના આ નિર્ણયને આખા દેશનો ટેકો છે. - **રાજ બબ્બર, યુ.પી. કોંગ્રેસ પ્રમુખ**

આ તમામ ત્રાસવાદીઓ માટે પદાર્થપાઠ છે. સ્વરક્ષણનો આપણને અધિકાર છે. – **શાહનવાઝ હુસૈન, ભાજપ નેતા**

<u>હવે મોદીએ ૫૬ની છાતી બતાવીને દેશને ગૌર બક્ષ્યું છે</u>

ટ્વિટર પર પ્રશંસાની ઝડી

ભારતીય લશ્કરનાં ડીજીએમઓ દ્વારા જ્યારે પીઓકેમાં આવેલા સાત ત્રાસવાદી કેમ્પોનો સર્જિકલ સ્ટ્રાઈક દ્વારા સફાયો કરવાની આખા દેશને જાણ કરાઈ કે તરત જ સોશિયલ મીડિયામાં મોદી છવાઈ ગયા હતા અને ટોપ ટેનમાં આવી ગયા હતા. સોશિયલ મીડિયા પર ભારતીય આર્મીનાં પણ વખાણ કરાયા હતા. કેટલાક યુઝર્સે કહ્યું હતું કે હવે મોદીએ ૫૬ની છાતી બતાવીને દેશને ગૌરવ બક્ષ્યું છે.

- એક યુઝર્સે લખ્યું હતું કે, ચીતે કી ચાલ... બાજ કી નજર... સેના કી બહાદુરી ઔર મોદી કે ઈરાદોં પર કભી સંદેહ નહીં કરતે...
- એક યુઝર્સે લખ્યું હતું કે, હવે ગૅમનાં નિયમો બદલાયા છે. ચાલો હવે રમીએ... મોદી પનિશિસ પાક.

●

વડાપ્રધાન શ્રી નરેન્દ્ર મોદી સાથે શ્રી દેવેન્દ્ર પટેલ

સંશોધન કરવાની ક્ષમતા નેતામાં જ હોય, કામદારમાં નહીં.

– સ્ટીવ જોબ્સ

પ્રકરણ ૩૮

કાળાં નાણાં સામે PM મોદીની નિર્ણાયક લડાઈનો આરંભ !

વડાપ્રધાન નરેન્દ્ર મોદી દ્વારા રૂા. ૫૦૦ અને રૂા. ૧૦૦૦ની ચલણી નોટો રદ કરી દેવાની અચાનક જાહેરાતથી દેશને સુખદ આંચકો અને આશ્ચર્ય પ્રાપ્ત થયા. વડાપ્રધાન રાતના આઠ વાગે દેશને સંબોધિત કરવાના છે તેવી સૂચના આપવામાં આવી ત્યારે મીડિયાને હતું કે તેઓ પાકિસ્તાન સાથે કદાચ યુદ્ધની ઘોષણા કરશે. તમામ ન્યૂઝ ચેનલ્સ તેઓ શું બોલે છે તે જાણવા આતુર હતી, પરંતુ આટલા વિશાળ દેશની પ્રવર્તમાન રૂા. ૫૦૦ અને રૂા. ૧૦૦૦ની ચલણી નોટો રદ કરવાની જાહેરાત દરમિયાન બીજી બધી જ એન્ટરટેઈનમેન્ટ ચૅનલોનો ટીઆરપી ઘટીને શૂન્ય થઈ ગયો અને આખો દેશ ખૂબ આતુરતાપૂર્વક વડાપ્રધાન નરેન્દ્ર મોદીની જાહેરાતને એકચિત્ત થઈ સાંભળી રહ્યો.

મજબૂત શિકંજો

રાષ્ટ્રહિતમાં સાહસિક નિર્ણય લેવા માટે જાણીતા વડાપ્રધાન નરેન્દ્ર મોદીએ ભ્રષ્ટાચાર, કાળું નાણું અને નકલી નોટો પર શિકંજો કસવા શરૂ કરેલી નિર્ણાયક લડાઈનું એલાન કરતાં સમગ્ર દેશ આશ્ચર્યચકિત થઈ ગયો. તેમણે કરચોરોને સમય જ ના આપ્યો. એ રાત્રે ૧૨ વાગ્યાથી જ બિનહિસાબી રૂા. ૫૦૦ અને રૂા. ૧૦૦૦ની નોટોને કાગળના ટુકડામાં તબદીલ કરી દેવાની જાહેરાત કરતાં દેશમાં અફરાતફરી મચી ગઈ.

તકલીફો છતાં

વડાપ્રધાનની આ જાહેરાત બાદ એ રાત્રે તો લોકોએ પેટ્રોલપંપો પર પેટ્રોલ-ડીઝલ ભરાવવા લાઇન લગાવી દીધી. કોઈ સોનું ખરીદવા દોડ્યા. કોઈ ચાર્ટર્ડ એકાઉન્ટન્ટ પાસે દોડ્યા. આ બધું હોવા છતાં દેશની તમામ પ્રજાએ વડાપ્રધાન મોદીએ જે પગલું લીધું છે તેની સરાહના કરી છે. છેવટે તો તેમણે દેશના લાંબાગાળાના હિત માટે જ આ પગલું લીધું છે.

લોકો નોટો બદલવા ગયા ત્યારે લાંબી કતારોમાં ઊભા રહેવાનું પસંદ કરતા હતા. શરૂઆતની થોડા સમયની તકલીફ એ દેશના લાંબાગાળાના હિતમાં છે તે વાત બધા જ સ્વીકારતા હતા.

વિપક્ષો દિગ્મૂઢ

વડાપ્રધાન નરેન્દ્ર મોદીની આ જાહેરાત બાદ લોકો ખુશ હતા, પરંતુ વિપક્ષો દિગ્મૂઢ હતા. પહેલા બે દિવસ તો વિપક્ષો પાસે પ્રતિક્રિયા આપવા શબ્દો જ નહોતા. ભારતના મહામહિમ રાષ્ટ્રપતિ શ્રી પ્રણવ મુખરજીએ પણ વડાપ્રધાનના આ પગલાંને સાહસિક કદમ ગણાવીને તે નિર્ણયનું સ્વાગત કર્યું. બે દિવસ બાદ વિરોધ પક્ષને કળ વળી અને ઉત્તર પ્રદેશની આવનારી ચૂંટણી પર આ ઐતિહાસિક નિર્ણયની સીધી અસર થવાની હોઈ માયાવતીએ અને મુલાયમસિંહએ વડાપ્રધાનના આ ફેંસલાનો માંડમાંડ અને બિનઅસરકારક વિરોધ કર્યો.

એક તીર – અનેક લક્ષ્ય

સાચી વાત છે કે, રૂા. ૫૦૦ અને રૂા. ૧૦૦૦ની ચલણી નોટો રદ કરવાનો નિર્ણય લઈ વડાપ્રધાને એક તીરે અનેકને શિકાર બનાવી દીધા છે. ખાસ કરીને કાળું નાણું રાખનારાઓ તેમનું પહેલું લક્ષ્ય હતું. ભ્રષ્ટાચારી અધિકારીઓ તેમનું બીજું લક્ષ્ય હતું. પાકિસ્તાનથી આવતી નકલી નોટોનો ખાત્મો બોલાવવો તે તેમનું ત્રીજું લક્ષ્ય હતું. નકલી નોટોનો ઉપયોગ કરતા આતંકવાદીઓ તેમનું ચોથું લક્ષ્ય, હવાલામાં કાળાં નાણાંના ઉપયોગના ગોરખધંધા બંધ કરાવવા તે તેમનું પાંચમું લક્ષ્ય હતું. આ બધું જ તેમણે એક જ ઝાટકે પૂરું કરી નાખ્યું. બધાં જ લક્ષ્ય પર બરાબરનું તીર વાગ્યું છે. આ સરકાર કામ કરતી સરકાર છે અને નિર્ણય લેનારી એક્શન ઓરિએન્ટેડ સરકાર છે એ વાત પણ એમણે સિદ્ધ કરી દીધી. સોશિયલ મીડિયા પર પણ લોકો કહેવા લાગ્યા કે, દેશના મોટાં મોટાં ઔદ્યોગિક ગૃહોમાં

છુપાવવામાં આવેલું કાળું નાણું હવે બહાર આવશે અને તેનો ઉપયોગ દેશના ગરીબીરેખાની નીચે જીવતા લોકોને મદદ કરવામાં તથા દેશના વિકાસમાં કામ આવશે. કેટલાકે વડાપ્રધાનના આ નિર્ણયની સરાહના કરતાં કહ્યું કે, બ્લૅક મની પરની વડાપ્રધાન મોદીની આ સર્જિકલ સ્ટ્રાઇક બાદ હવે કાળું નાણું રાખવાવાળાની ખેર નથી. બ્લૅક મની અંગે લોકો મોદીને વારંવાર પૂછતા હતા કે અત્યાર સુધી તમે શું કર્યું ? એ બધાને વડાપ્રધાને જવાબ આપી દીધો છે. વડાપ્રધાન મોદીએ એ વાતનો પણ સંકેત આપી દીધો છે કે આવનારા દિવસોમાં બેનામી સંપત્તિ ધરાવનારા લોકો સામે હજુ સખ્ત પગલાં લેવામાં આવશે. સરકારના બાબુઓ ચિંતિત છે. ઘણા સરકારી અધિકારીઓ ૧૦૦થી ૫૦૦ કરોડની બેનામી સંપત્તિ ધરાવે છે. તેઓ મુશ્કેલીમાં આવી શકે છે.

અંડરવર્લ્ડ – દાઉદ

રૂા. ૫૦૦ અને રૂા. ૧૦૦૦ની ચલણી નોટો રદ કરવાના આ નિર્ણયથી અંડરવર્લ્ડમાં પણ ભૂકંપ સર્જાયો. વડાપ્રધાન મોદીના આ નિર્ણયથી જેને સૌથી વધુ નુકસાન થશે તે પાકિસ્તાન અને ત્યાં રહેતા ડૉન દાઉદ ઈબ્રાહીમને છે. પાકિસ્તાન પોતે જ ભારતીય ચલણની નકલી નોટો છપાવી ડૉન ડાઉદ ઈબ્રાહીમની મદદથી છેલ્લાં ૨૫ વર્ષથી નેપાળ અને બાંગ્લાદેશના રસ્તે નકલી નોટો ભારતમાં ઘુસાડે છે. તે નકલી નોટોમાં સૌથી વધુ રૂા. ૫૦૦ અને ૧૦૦૦ રૂપિયાની નોટો હતી. ભારતની આર્થિક કમર તોડવા આ કામ કરાતું હતું. પરંતુ ગયા મંગળવારે વડાપ્રધાનની ઘોષણા બાદ નકલી નોટોનો ધંધો કરવાવાળાઓનું સામ્રાજ્ય ધ્વસ્ત થઈ ગયું છે. આખું અંડરવર્લ્ડ આ ધંધામાં સામેલ હતું. આ ધંધામાં સામેલ લોકોના કરોડો રૂપિયા ડૂબી ગયા છે. પાછલા કેટલાક સમય દરમિયાન સ્પેશિયલ સેલે નકલી નોટોના ધંધા કરવાવાળાને પકડી કેટલાયે સપ્લાયરોને તથા તેમની પાસેથી કરોડો રૂપિયા જપ્ત કર્યા હતા. હવે અંડરવર્લ્ડનો ધંધો ઠપ થઈ જશે, કારણ કે તેની કમર જ તોડી નાખવામાં આવી છે.

એક્શન લીડર

વડાપ્રધાન નરેન્દ્ર મોદી એક એક્શન ઓરિએન્ટેડ નેતા છે. તેમણે દેશના ઇતિહાસમાં એક ઐતિહાસિક એક્શન લઈને તેમની પાસેથી જે અપેક્ષાઓ હતી તે તેમણે પરિપૂર્ણ કરી બતાવી છે. વડાપ્રધાન નરેન્દ્ર મોદી માત્ર પ્રવચનો જ નથી

કરતા, પરંતુ એક્શન પણ લઈ શકે છે તે વાત તેમણે પહેલાં પાકિસ્તાન હસ્તકના કાશ્મીરમાં સર્જિકલ સ્ટ્રાઈક્સ દ્વારા અને હવે રૂા. ૫૦૦ તથા રૂા. ૧૦૦૦ની ચલણી નોટો એક જ ઝાટકે રદ કરીને સિદ્ધ કરી બતાવી છે.

●

Happy people plan actions, they don't plan results.

– Dennis Wholey

પ્રકરણ ૩૯

મને જીવતો સળગાવે તો પણ કાળા ધન સામે લડાઈ અટકશે નહીં

૮મી નવેમ્બરના રાતના ૮ કલાકે દેશના અર્થતંત્રમાંથી રૂપિયા ૫૦૦ અને ૧,૦૦૦ની નોટો ચલણમાંથી રદ કરનારો ઐતિહાસિક નિર્ણય લેનાર વડાપ્રધાન નરેન્દ્ર મોદીએ બૅન્કો અને એટીએમ પર કતારોમાં હાડમારી વેઠી રહેલી જનતાને લાગણીસભર જવાબ આપતાં જણાવ્યું હતું કે, દેશમાંથી કાળું નાણું નાબૂદ કરવા દેશની જનતા મને ફક્ત ૫૦ દિવસનો સમય આપે.

ગોવાના મોપા ખાતે નવા ગ્રીનફિલ્ડ ઍરપોર્ટના શિલાન્યાસ પ્રસંગે સંબોધન કરતાં વડાપ્રધાન નરેન્દ્ર મોદીએ જણાવ્યું હતું કે, મારી લડાઈ ભ્રષ્ટાચાર અને કાળાં નાણાં સામે છે. રૂપિયા ૫૦૦ અને ૧,૦૦૦ની નોટો રદ કરવાના નિર્ણયને કારણે છેલ્લાં ૭૦ વર્ષથી લૂંટ ચલાવી રહેલા કાળા ધનના સંગ્રહખોરો મારા દુશ્મન બની ગયા છે. હું જાણું છું કે, કેવા પ્રકારનાં પરિબળો અને લોકો સામે મેં બાથ ભીડી છે. હું તેમણે ૭૦ વર્ષથી ચલાવેલી લૂંટને જ લૂંટી રહ્યો છું. હું જાણું છું કે તેઓ મને જીવતો છોડવાના નથી, તેઓ મને બરબાદ કરી નાખશે, પરંતુ તેમને જેમ કરવું હોય તેમ કરવા દો. મારા જીવન પર રહેલી ધમકીઓ પણ મને પીછેહઠ કરવા ફરજ પાડી શકશે નહીં.

મોદીએ જણાવ્યું હતું કે આ પ્રકારનાં પરિબળો અને વ્યક્તિઓ એમ માને છે કે મોદીને અવરોધવાથી અને પરેશાન કરવાથી અટકાવી શકાશે, પરંતુ હું ઝૂકવાનો નથી, મને કોઈ જીવતો સળગાવી દે તો પણ કાળા ધન સામેની લડાઈ અટકવાની

નથી, હું તે માટે તૈયાર છું. દેશની જનતાએ મને ૫૦ દિવસ માટે મદદ કરવી જોઈએ. મને ફક્ત ૩૦ ડિસેમ્બર સુધીનો સમય આપો. એક વાર સાફસૂફી થયા બાદ નાનાં-મોટાં મચ્છર આવતાં નથી. હું તમને તમારી ઈચ્છા મુજબનો ભારત દેશ આપવાનું વચન આપું છું. ચલણી નોટો પર મને ૩૦મી ડિસેમ્બર સુધીનો સમય આપો. ત્યારબાદ તમારે સમસ્યા રહે તો દેશવાસીઓ મને સજા કરી શકે છે. જનતા કહેશે તે ચૌરાહા પર ઊભો રહી સજા ભોગવવા તૈયાર છું.

વડાપ્રધાન નરેન્દ્ર મોદીએ મુંબઈમાં શિવાજી મેમોરિયલ માટે જળપૂજન કર્યું હતું. ત્યાર પછી બાંદ્રા કુર્લા કોમ્પ્લેક્ષમાં શ્રોતાઓને સંબોધતાં કહ્યું હતું કે ૩૦ ડિસેમ્બર પછી બેઈમાનો માટે જીવવું મુશ્કેલ બનશે પરંતુ પ્રમાણિક નાગરિકોને જીવવામાં સરળતા થશે. આમ કહી તેમણે ભ્રષ્ટાચારીઓને નવા વર્ષમાં સજા ભોગવવા માટે તૈયાર રહો એવો સંદેશો આપી દીધો હતો, એટલું જ નહીં તેમણે કહ્યું કે કોણે કહ્યું કે દેશ ન બદલાય ? દેશ બદલાશે, આગળ વધશે અને વિશ્વને ઉદાહરણ પૂરું પાડશે. દેશની ૧૨૫ કરોડની જનતાનો સાથ છે.

વડાપ્રધાન મોદીએ વધુ કહ્યું કે દેશભરમાંથી બનાવટી નોટો અને ભ્રષ્ટાચારને નાબૂદ કરવા અમે ૮ નવેમ્બરે એક મોટી લડાઈ શરૂ કરી છે, જેમાં દેશની સર્વ સામાન્ય જનતા સેનાપતિ બનીને સહભાગી થઈ છે, હવે આ લડાઈ ત્યાં સુધી નહીં રોકાય જ્યાં સુધી તેમાં જીત ન મળે. ગોવામાં મેં લોકોને કહ્યું હતું ૫૦ દિવસ મને આપો. આ સમય દરમિયાન લોકોએ બહુ ત્રાસ સહન કર્યો છે. હવે જે પ્રામાણિક લોકો છે તેમની તકલીફો ઘટતી જશે પણ બેઈમાનોની તકલીફો વધતી જશે એથી હું એ ગોટાળાબાજોને કહું છું ચેતી જાઓ, હજી પણ સમય છે, તમે મારાથી ન ડરો તો કંઈ નહીં, સરકારથી ન ડરો તો કાંઈ નહીં પણ ૧૨૫ કરોડની જનતાથી ડરો, એ જાગી ગઈ છે, એ તમને નહીં છોડે.

બેઈમાનોની બરબાદીનો સમય આવી ગયો છે

મોદીએ કહ્યું હતું કે દેશની સવાસો કરોડની જનતાએ આ સમયગાળામાં બહુ તકલીફો વેઠી છે પણ તેમણે મારો સાથ ન છોડ્યો. તેમને ડરાવવા અનેક અફવાઓ વહેતી થઈ પણ આ પ્રજાએ સમજદારી દાખવી એ અફવાઓને ન ગણકારી. જેમણે બૅન્કો સાથે સાંઠગાંઠ કરી છે તેમને હું એટલું જ કહીશ કે તમે તો મરશો પણ બૅન્કવાળાઓને પણ મારશો. હું આજે પણ કાળાબજારિયાઓને કહું છું પાછા વળી જાવ. સરકારી નિયમોને માનો. સરકાર તમને ફાંસીએ નહીં ચડાવે પણ જે ગરીબોના હક્કનું છે એ તો તમારે પાછું આપવું જ પડશે. બેઈમાનોની બરબાદીનો સમય આવી ગયો છે.

•

Those who say religion has nothing to do with politics do not know what religion is.

– Mahatma Gandhi

પ્રકરણ ૪૦

જૂની નોટો રદ કરવાના મામલે બિલ ગેટ્સનો મોદીને ટેકો

વિશ્વના સૌથી અમીર વ્યક્તિ અને માઈક્રોસોફ્ટના માલિક બિલ ગેટ્સે જૂની નોટો રદ કરવાના મોદીના નિર્ણયને સાહસિક ગણાવ્યો છે. આને કારણે બ્લૅક મનીના સમાંતર અર્થતંત્રનો નાશ કરી શકાશે તેમ તેમણે કહ્યું હતું. અર્થતંત્રને પારદર્શક બનાવવા માટે આ એક મહત્ત્વનું અને આવકાર્ય પગલું છે. જૂની નોટોને બદલીને તેના સ્થાને નવી નોટો ચલણમાં લાવવાથી અર્થતંત્ર વધારે પારદર્શક બનશે અને ડિજિટલ લેવડદેવડ શક્ય બનશે. આવનારા સમયમાં ભારત વિશ્વનું સૌથી વધુ ડિજિટલાઇઝ્ડ અર્થતંત્ર પૈકી એક હશે.

ગેટ્સે કહ્યું હતું કે, આને કારણે કામકાજની ટકાવારી સુધરશે. ડિજિટાઈઝેશનને સફળ બનાવવા માટે ભારત સરકારને સાચા અને યોગ્ય દિશાનાં પગલાં ભરવાં તેમણે અપીલ કરી હતી. ભારતમાં સ્ટાર્ટઅપ તેમજ સ્વચ્છ ભારત અભિયાનના કાર્યક્રમની તેમણે પ્રશંસા કરી હતી. ઈન્ફ્રાસ્ટ્રક્ચર, માર્કેટ તેમજ લેબર અને ટેક્સ જેવા મહત્ત્વના મુદ્દા પર યોગ્ય પગલાં લેવાં જરૂરી છે. ભારતને ભાવી પડકારો માટે સજ્જ થવું પડશે. એવી ટેક્નોલૉજીનું નિર્માણ કરવાનું રહેશે કે જેથી વૈશ્વિક પડકારોનો સામનો કરી શકાય. આજે આખું વિશ્વ ભારત તરફ એવી રીતે જોઈ રહ્યું છે કે, તે કેવી રીતે ઈનોવેશનના ક્ષેત્રે આવનારા પડકારોનો સામનો કરી શકે છે. નવી દિલ્હીમાં નીતિઆયોગ દ્વારા આયોજિત ટ્રાન્સફોર્મિંગ ઈન્ડિયાની વ્યાખ્યાનમાળામાં તેમણે આ વાત કરી હતી.

ડોનાલ્ડ ટ્રમ્પે મોદીના નોટો રદ કરવાના પગલાની પ્રશંસા કરી

ડોનાલ્ડ ટ્રમ્પના સલાહકારમંડળના સભ્ય અને જાણીતા બિઝનેસમેન શલભકુમારે જણાવ્યું છે કે અમેરિકી પ્રમુખપદે ચૂંટાઈ આવેલા ડોનાલ્ડ ટ્રમ્પ પાકિસ્તાનને ત્રાસવાદી દેશ જાહેર કરતો ખરડો પસાર કરશે. અમેરિકી ગૃહમાં આ ખરડો મુકાઈ ચૂક્યો છે, જો આમ થાય તો ભારતને બળ મળવાની સંભાવના છે.

ઉરી પરના ત્રાસવાદી હુમલા પછી બે અમેરિકી કોંગ્રેસમેને પહેલી જ વાર પાકિસ્તાન પર દબાણ વધારવા માટે પાક.ને ત્રાસવાદી દેશ જાહેર કરવા ખરડો રજૂ કર્યો હતો.

તેમણે કહ્યું કે અમેરિકી પ્રમુખ ડોનાલ્ડ ટ્રમ્પ અને વડાપ્રધાન નરેન્દ્ર મોદીની કેમિસ્ટ્રી જરૂરથી મેળ ખાશે. ટ્રમ્પ પ્રમુખ બનતાં ભારત-અમેરિકા સંબંધો નવી ઊંચાઈ સર કરશે. ટ્રમ્પ અમેરિકી પ્રમુખપદે ચૂંટાઈ આવ્યા તેના કલાકોમાં જ વડાપ્રધાન મોદીએ ચલણી નોટો રદ કરવા લીધેલા હિંમતભર્યા પગલાંની તેમણે પ્રશંસા કરી હતી, તેમણે કહ્યું હતું કે ભારત સરકારના વરિષ્ઠ અધિકારીઓ ટ્રમ્પ ટીમના સંપર્કમાં છે.

•

Politics is almost as exciting as war, and quite as dangerous. In war you can only be killed once, but in politics many times.

– Winston Churchill

પ્રકરણ ૪૧

હું ખુરશી માટે જન્મ્યો નથી... ઘર, પરિવારનો દેશ માટે ત્યાગ : મોદી

નોટબંધી બાદ પીએમ શ્રી મોદી એક સંબોધન દરમિયાન અચાનક ભાવુક થઈ ગયા હતા. ગળગળા સ્વરે તેમણે જણાવ્યું હતું કે, મારા દેશવાસીઓ, મેં ઘર, પરિવાર અને સર્વસ્વનો દેશ માટે ત્યાગ કરી દીધો છે. હું ખુરશી અને સત્તા માટે જન્મ્યો નથી.

પીએમ મોદીએ જણાવ્યું હતું કે, મેં ગરીબી જોઈ છે તેથી હું જનતાની પીડા સમજી શકું છું. સરકાર દ્વારા લેવાયેલાં પગલાં અભિમાનનો દેખાડો કરવા માટે નથી. હું પણ ગરીબીમાંથી પસાર થયો છું. તેથી જનતાની સમસ્યાઓ સમજી શકું છું. અમે કાળાં નાણાંના દૂષણને ડામી ઈમાનદાર નાગરિકની મદદ માટે આ મહત્ત્વનું પગલું લીધું છે. જનતા થોડી ધીરજ રાખી દેશના નિર્માણમાં યોગદાન આપે. મોદીએ જણાવ્યું હતું કે ૮મી નવેમ્બરે એકલા મોદીએ નહીં પરંતુ ૧૨૫ કરોડ ભારતીયોએ કાળું નાણું નાબૂદ કરવાનો નિર્ણય લીધો હતો. આ નિર્ણયથી પીડા જરૂર થઈ છે પરંતુ દેશને લાભ વધુ થશે.

આક્રમકતા

- તમે ૭૦ વર્ષથી દેશને લૂંટનારા જોયા છે. મને ફક્ત ૭૦ મહિના આપો.
- ૩૦ ડિસેમ્બર બાદ મોદી અટકવાના નથી.

- મારી સરકાર નિર્દોષોને ક્યારેય કનડગત નહીં કરે.
- કાળા નાણાંની નાબૂદીની દિશામાં આ મહત્ત્વનું પગલું છે, પરંતુ કેટલાક લોકો તેમની જ દુનિયામાં રાચી રહ્યા છે.
- ૮ તારીખની રાતના ૮ કલાકે કેટલાક લાખ લોકો આરામથી ઊંઘી રહ્યાં હતા, હવે તેમને ઊંઘની ગોળીઓ લેવાની ફરજ પડી રહી છે.
- સંગ્રહખોરો પાસેનું કાળું ધન કાગળના ટુકડાથી વિશેષ કશું નથી, રાજનીતિ કરવી હોય તેમના માટે છૂટ છે.
- જનતાએ મને કાળાં નાણાં ડામવા કહ્યું છે, તો હું કેમ ન કરું ?
- ભ્રષ્ટાચાર ઉઘાડો પાડવા જરૂર પડશે તો એક લાખ યુવાનોની ભરતી કરીશ.

ભાવુકતા...

- આજે ભલે પીડા થઈ રહી છે પરંતુ આ જ પીડા દેશને લાભ કરાવશે.
- કોઈ તમારા ૫૦૦ રૂપિયામાંથી ૧ રૂપિયો ઓછો કરી શકશે નહીં.
- સાફસફાઈ જરૂરી છે અને મને દેશની જનતાની મદદ જોઈએ છે.
- આપણે શા માટે આપણા યુવાઓનું ભાવી દાવ પર લગાવવું જોઈએ ?
- તમને જાણીને આઘાત લાગશે કે ઘણા સાંસદોએ જ્વેલરીની ખરીદી પર પાનકાર્ડ ફરજિયાત ન કરવા કહ્યું હતું.
- ભારતમાં લૂંટ ચલાવી વિદેશમાં સંગ્રહાયેલાં કાળાં નાણાં શોધી કાઢવાની આપણી ફરજ છે.
- જનતાએ મારી સરકાર ચૂંટી છે અને તેની પાસે ઘણી આશા રાખે છે. ૨૦૧૪માં ઘણા લોકોએ દેશને ભ્રષ્ટાચારમુક્ત બનાવવા મત આપ્યા હતા.

•

શું તમે વિજય મનાવનારા માનવીઓને જોયા છે ? હું તો કહું છું કે પરાજય પણ એટલો જ સારો છે – જો તેને વિજયની પેઠે અપનાવ્યો હોય તો.

– વૉલ્ટ વ્હિટમેન

પ્રકરણ ૪૨

PM મોદી : એક મિસ્ટરી !

રાજનીતિશાસ્ત્રના અભ્યાસુઓ, વિપક્ષો અને પોલિટિક્સના પંડિતો માટે વડાપ્રધાન મોદી એક અભ્યાસ કરવાને લાયક 'મિસ્ટરી' રહેશે, રહસ્ય રહેશે. કોઈએ તેમને સૂટબૂટની સરકારવાળા કહ્યા તોયે તેઓ સફળ રહ્યા. કોઈએ તેમને ઑટોક્રેટ કહ્યા તોયે તેઓ સફળ રહ્યા. વિપક્ષોએ તેમની નોટબંધીનો જબરદસ્ત વિરોધ કર્યો તોયે તેઓ સફળ રહ્યા. યુ.પી.માં તેમણે એક પણ મુસ્લિમને ટિકિટ ના આપી તોયે તેઓ સફળ રહ્યા. કોઈએ ગુજરાતના ગધેડાઓની મજાક કરી તોયે તેઓ સફળ રહ્યા. કોઈએ તેમને 'બાહરી' કહ્યા તોયે તેઓ સફળ રહ્યા. કોઈએ તેમને ધ્રુવીકરણના પુરસ્કર્તા કહ્યા તોયે તેઓ સફળ રહ્યા. કોઈએ તેમને સંઘ દ્વારા ચાલતી સરકારના પી.એમ. કહ્યા તોયે તેઓ સફળ રહ્યા. શિવસેનાએ અનેક પ્રહારો કર્યા તોયે તેઓ સફળ રહ્યા. એલ. કે. અડવાણી અને મુરલી મનોહર જોષી જેવાઓને હાંસિયામાં ધકેલી દીધા તોયે તેઓ સફળ રહ્યા.

કારણ ?

આ એક સાંપ્રત રાજનીતિશાસ્ત્રનું એક અભ્યાસ કરવા જેવું રહસ્ય છે, જે નિષ્ણાતોએ ઉકેલવું રહ્યું.

ઉત્તર પ્રદેશ સહિત પાંચ રાજ્યોની ચૂંટણીઓનાં પરિણામો ભલભલા રાજકીય પંડિતો અને ખુદ રાજકીય પક્ષો માટે અભ્યાસની તક પૂરી પાડનારા સાબિત થયા છે. એક વાત નક્કી છે કે આ ચૂંટણી પરિણામોએ આવનારાં વર્ષોની રાજનીતિ, દિશા અને દશા નક્કી કરી નાંખી છે.

ઉત્તર પ્રદેશ દેશનું મોટામાં મોટું રાજ્ય છે. અહીં ૨૦ કરોડની વસ્તી છે. આ પ્રદેશે સહુથી વધુ વડાપ્રધાનો આપ્યા છે. બીજાં નાનાં રાજ્યો બાજુમાં રાખીએ તો પણ ઉત્તર પ્રદેશમાં ભાજપાની જીત એ વડાપ્રધાન નરેન્દ્ર મોદીના મેજિક અને વ્યૂહરચનાની જ જીત ગણાશે. આ ચૂંટણી પરિણામોએ ફરી એકવાર વડાપ્રધાન નરેન્દ્ર મોદી માટે ૨૦૧૯માં આવનારી ચૂંટણીઓ માટે યુ.પી.થી દિલ્હી સુધીનો એક્સપ્રેસ-વે તૈયાર કરી દીધો છે.

ઉત્તર પ્રદેશની ચૂંટણીને ૨૦૧૯માં આવનારી લોકસભાની ચૂંટણીના ટ્રેલર તરીકે જોવામાં આવશે. ૨૦૧૪ની લોકસભાની ચૂંટણીનાં પરિણામો પછી બીજા જ દિવસથી ભાજપાએ ઉત્તર પ્રદેશની વિધાનસભાની આવનારી ચૂંટણીનું આયોજન શરૂ કરી દીધું હતું. હવે યુ.પી.નાં પરિણામો બાદ ફરી એકવાર ભાજપાએ ૨૦૧૯ની લોકસભાની ચૂંટણીની તૈયારી કરી દીધી છે તેમ અન્ય રાજકીય પક્ષોએ સમજવું પડશે. વડાપ્રધાન મોદી પક્ષમાં પણ તેમના વહીવટી કૌશલ્યનો ઉપયોગ કરે છે. ધ્યેય આપે છે અને તેની સમીક્ષા પણ કરે છે.

આ ચૂંટણીનાં પરિણામોને રાજનીતિની દૃષ્ટિએ મૂલવવાના બદલે તેને એકેડેમિક એંગલથી સમજવા જોઈએ. ઉત્તર પ્રદેશ એક એવું રાજ્ય છે જ્યાં લોકો ધર્મ, જાતિ, જ્ઞાતિ, પછાત વર્ગ કે દલિત વોટબૅન્ક આધારિત મતદાન કરતા હતા. આવી જાતિવાદ આધારિત પરંપરાગત રાજનીતિનો વડાપ્રધાન નરેન્દ્ર મોદીએ અંત લાવી દીધો છે. અહીં અખિલેશ યાદવનું યાદવ-મુસ્લિમ કાર્ડ ચાલ્યું નથી. માયાવતીનું દલિત-મુસ્લિમ કાર્ડ ચાલ્યું નથી. કોંગ્રેસે બ્રાહ્મણ કાર્ડ ખોલવા શીલા દીક્ષિતને મેદાનમાં ઉતાર્યા, પરંતુ તે કાર્ડ પણ ચાલ્યું નહીં. એથી ઊલટું સમાજના દરેક વર્ગના ગરીબો એક છત નીચે આવી ગયા. વડાપ્રધાન મોદી ગરીબોના

મસીહા તરીકે ઊપસી આવ્યા. તીન તલાકના મુદ્દે મુસ્લિમ મહિલાઓ પણ ભાજપા તરફ આકર્ષાઈ એમ કેટલાક દાવો કરે છે. યુ.પી.માંથી જાતિગત રાજનીતિ ખતમ થઈ ગઈ એ મોટામાં મોટું આશ્ચર્ય છે.

વડાપ્રધાન નરેન્દ્ર મોદીની સહુથી મોટી કુનેહ એ હતી કે, યુ.પી.માં અનેક સ્થાનિક નેતાઓ હોવા છતાં એક પણ સ્થાનિક નેતાને ભાવિ મુખ્યમંત્રી તરીકે પેશ નહીં કરીને માત્ર વડાપ્રધાન નરેન્દ્ર મોદીના જ ચહેરા પર મદાર રાખ્યો અને તેમની આ વ્યૂહરચના સફળ થઈ. લોકોએ માત્ર અને માત્ર વડાપ્રધાન નરેન્દ્ર મોદીના ચહેરાને જ સ્વીકાર્યો છે અને મત આપ્યા. યુ.પી.માં આ ભવ્ય વિજય વડાપ્રધાન નરેન્દ્ર મોદીનો જ વિજય છે તેમ કહી શકાય. વડાપ્રધાન મોદીએ ફરી એકવાર પોતાની જાતને પક્ષ કરતાં પણ મોટા સાબિત કરી દીધા છે. વડાપ્રધાન મોદી વન મૅન આર્મી અને વન મૅન પાર્ટી સાબિત થયા છે.

વડાપ્રધાન નરેન્દ્ર મોદીની નોટબંધીનો વિરોધ કરનારાઓ ફાવ્યા નથી. લોકોએ નોટબંધી ધનિકોની સાન ઠેકાણે લાવવા જરૂરી હતી તે વાત સ્વીકારી છે. નોટબંધી અંગે વિપક્ષોએ વડાપ્રધાન નરેન્દ્ર મોદીનો જેટલો વિરોધ કર્યો તેથી વધુ વડાપ્રધાન મોદીને ફાયદો થયો છે.

અમિત શાહ અને નરેન્દ્ર મોદીની જોડી માટે સમાજવાદી પક્ષના નેતા અખિલેશ યાદવે આડકતરી રીતે ગુજરાતનાં કેટલાંક પ્રાણીઓ સાથે સરખામણી કરવાની ગુસ્તાખી કરી હતી. એટલું જ નહીં, પરંતુ 'યુ.પી.કે. લડકે વિરુદ્ધ બાહરી' કહીને પણ પ્રાંતવાદને ભડકાવવાનો પ્રયાસ અખિલેશ યાદવે કર્યો હતો, પરંતુ યુ.પી.ની જનતાએ 'યુ.પી.કે લડકે'ને ફગાવી દઈ મોદી-અમિત શાહની 'ગુજરાત કી જોડી'ને વધાવી લીધી છે.

આ ચૂંટણી પરિણામોનું વિશ્લેષણ કરીએ તો તે વાત હવે સ્પષ્ટ છે કે અખિલેશ યાદવ અને તેમના પિતા તથા કાકા સાથે થયેલા વિખવાદે તેમની પાર્ટીને સહુથી વધુ નુકસાન કર્યું. લોકો પર એવો સંદેશો પણ ગયો કે સમાજવાદી પાર્ટી માત્ર એક જ પરિવારની પાર્ટી છે. એક જ પરિવારના ૨૪ જણને ટિકિટ આપવામાં આવી હતી. અખિલેશના મંત્રીમંડળના ૩૭ મંત્રીઓમાંથી ૨૬ મંત્રીઓ ચૂંટણી હારી ગયા. પુત્રવધૂ અપર્ણા યાદવ પણ હારી ગયાં.

યુ.પી.નાં પરિણામો દેશની રાજનીતિમાં ધરમૂળથી પરિવર્તન લાવનારાં સાબિત થશે. વડાપ્રધાન નરેન્દ્ર મોદીની જબરદસ્ત લોકપ્રિયતા તમામ રાજકીય પક્ષો માટે એક અભ્યાસનો વિષય છે. આજે તેઓ દેશના સૌથી વધુ પ્રભાવશાળી રાષ્ટ્રીય નેતા છે.

●

નિષ્ફળતા એ સફળતાનો વિરોધી શબ્દ નથી. ખરેખર તો જેટલી વધારે નિષ્ફળતા એટલી જ મોટી સફળતા એવો સંબંધ છે.

– થૉમસ વૉટ્સન

પ્રકરણ ૪૩

PM મોદીનો 'બી' ડોક્ટ્રિન

ભારતની વિદેશનીતિમાં જે જરૂરી હતો તેવો 'બી' ટર્ન આવ્યો છે. 'બી' એટલે બલૂચિસ્તાન. વડાપ્રધાન નરેન્દ્ર મોદીએ આઝાદીના પર્વ નિમિત્તે લાલ કિલ્લા પરથી આતંકવાદના મુદ્દા પર પાકિસ્તાનને ઘેરતાં પાકિસ્તાન હસ્તકના કાશ્મીર, બલૂચિસ્તાન અને ગિલગીટમાં માનવ અધિકારોના ઉલ્લંઘનનો ઉલ્લેખ કરી પહેલી જ વાર પાકિસ્તાનના ગાલ પર લપડાક મારી પોતાનો ચહેરો અરીસામાં જોવા પાકિસ્તાનને સલાહ આપી છે.

વડાપ્રધાન નરેન્દ્ર મોદી પાસેથી આ જ અપેક્ષા હતી. પાકિસ્તાન મિત્રની ભાષા સમજતું નથી. જ્યારે જ્યારે પાકિસ્તાનનાં શાસકો તેમના ઘરઆંગણે નબળા પડે છે, ત્યારે ત્યારે લોકલાગણી જીતવા કાશ્મીરનો રાગ આલાપે છે; પરંતુ પાકિસ્તાન માટે બલૂચિસ્તાન અને ગિલગીટ પણ તેની દુ:ખતી નસ છે. વર્ષોથી આ બંને પ્રાંતોની પ્રજા પાકિસ્તાનથી આઝાદી ઇચ્છે છે. વડાપ્રધાન નરેન્દ્ર મોદીએ પાકિસ્તાનના આ બંને પ્રદેશોનાં લોકો પ્રત્યે સંવેદના પ્રગટ કરીને પાકિસ્તાનની ઊંઘ હરામ કરી નાંખી છે.

ભારતીય વડાપ્રધાનના આ બયાન બાદ પાકિસ્તાન મૂંઝાઈ ગયું છે. પાકિસ્તાને બલૂચ નેતાઓ સાથે વાતચીત કરવાની તૈયારી દર્શાવી છે. વડાપ્રધાનની આ સખ્તાઈ અભૂતપૂર્વ અસર ઊભી કરનારી છે. અત્રે એ જાણવું જરૂરી છે કે ડિસેમ્બર, ૨૦૦૫માં બલૂચિસ્તાનની જનતા પર પાકિસ્તાને બૉમ્બ વરસાવ્યા હતા. ૨૦૦૬માં બલૂચ નેતા

નવાબ અકબર શાહબાજખાન બુગતીની હત્યા કરી નાંખી હતી. એ વખતે ભારતના વિદેશ મંત્રાલયે આ બંને પ્રશ્નો ઊભા કર્યા હતા પણ તે પછી તે વાત આગળ વધી નહોતી.

ભારતના રાષ્ટ્રીય સલાહકાર અજીત ડોભાલે દેશની નવી વિદેશનીતિનો સંકેત પહેલાં જ આપી દીધો હતો. ફેબ્રુઆરી, ૨૦૧૪માં તેમણે કહ્યું હતું કે, હવે એક વધુ મુંબઈ હુમલાનો અંજામ પાકિસ્તાન માટે બલૂચિસ્તાન ગુમાવવામાં પરિણમી શકે છે.

જાણવા જેવી વાત એ છે કે, બલૂચિસ્તાન તે પાકિસ્તાનના ચાર મોટા પ્રાંત પૈકીના એક બલૂચિસ્તાનની ભૂમિમાં સહુથી વધુ પ્રાકૃતિક સંપદા છે. ભારતનાં ભાગલા પૂર્વે બલૂચિસ્તાન અનેક નાનાં-મોટાં રાજા-રજવાડાંઓનો વિસ્તાર હતો. જેમાં લાસ-બેલા, ખારન અને મકરાણનો સમાવેશ થાય છે. ઑગસ્ટ, ૧૯૪૭થી માર્ચ ૧૯૪૮ સુધી તે સ્ટેટ સ્વતંત્ર રહ્યું હતું. તે પછી તે પાકિસ્તાન સાથે જોડાતાં તેની શરત હતી કે બલૂચિસ્તાનને સ્વતંત્રતા મળશે. બલૂચિસ્તાનમાં આવેલો ગ્વાદર વિસ્તાર મૂળ ઓમાનની માલિકીની હતો, પરંતુ ૧૯૫૮માં ઓમાને તે ત્રણ મિલિયન-ડૉલર લઈ પાકિસ્તાનને વેચ્યો હતો. પાકિસ્તાને આ ગ્વાદર બંદરનો વિકાસ કરવાનું કામ ચીનને સોંપીને ચીન માટે માલ લાવવાની વ્યૂહાત્મક સરળતા કરી આપી છે.

બલૂચિસ્તાનના લોકોને લાગે છે કે વર્ષોથી પાકિસ્તાને તેમની ભૂમિનું અને સ્થાનિક લોકોનું શોષણ કર્યું છે. જ્યારે જ્યારે બલૂચિસ્તાનનાં લોકોએ શાસકોની જોહુકમી સામે અવાજ ઉઠાવ્યો ત્યારે ત્યારે પાકિસ્તાન લશ્કરે તે અવાજને બૂટ નીચે કચડી નાખવા પ્રયાસ કર્યો છે. પાકિસ્તાન આર્મીએ બલૂચ નેતાની હત્યા પણ કરી છે.

બલૂચ નેતાઓ વર્ષોથી ભારત તરફથી તેમને મદદ મળે તેવી માંગણી કરતા આવ્યા છે, પરંતુ ભારત તરફથી તેમને ખુલ્લો સહયોગ કદી મળ્યો નહીં. કહેવાય છે કે, ભારતના પૂર્વ રાષ્ટ્રીય સલાહકાર એમ.કે. નારાયણને પોતાના કાર્યકાળ દરમિયાન કાબુલ સ્થિત ભારતીય દૂતાવાસ પર હુમલા બાદ એક્શન લેવાની વાત કરી હતી, પરંતુ એ પછી કોઈ પગલાં લેવામાં આવ્યાં નહોતાં. તે પછી શિવશંકર મેનન પણ પાકિસ્તાનની ભીતર જઈ આક્રમક અભિયાન ચલાવવાથી બચતા રહ્યા. ૨૦૦૯માં જ્યારે મનમોહનસિંહ ભારતના વડાપ્રધાન હતા ત્યારે શમઅલ શેખમાં શિખર સંમેલનમાં આ વાત સામે આવી ત્યારે તેમણે પાકિસ્તાનના આરોપો પર વાતચીત કરવાની વાત સ્વીકારી હતી. દેશમાં આ અભિગમનો સખ્ત વિરોધ થયો હતો.

૮૦ના દશક બાદ કાશ્મીરમાં પાકિસ્તાન પ્રેરિત આતંકવાદી ઘૂસપેઠનો મુદ્દો કેટલાક વડાપ્રધાનોએ લાલ કિલ્લા પરથી ઉઠાવ્યો હતો, પરંતુ ભારત કદીયે પાકિસ્તાનના અંદરના મામલામાં ખુલ્લી દખલ કરવાથી દૂર રહ્યું. અફઘાનિસ્તાનથી પાકિસ્તાનને અલગ કરવાવાળી ડુરંડ લાઈનને અફઘાનિસ્તાન હંમેશાં પડકારતું રહ્યું. પરંતુ અફઘાનિસ્તાન સાથે ભારતની મિત્રતા હોવા છતાં ભારતે આ મુદ્દે કદીયે અફઘાનિસ્તાનને સાથ ના આપ્યો. ભારતની આ વિદેશનીતિમાં પહેલી જ વાર વડાપ્રધાન નરેન્દ્ર મોદી બદલાવ લાવ્યા છે. પાકિસ્તાન જે ભાષામાં સમજે છે તે જ ભાષામાં તેમણે વાત કરવાનું પસંદ કર્યું છે. પાકિસ્તાન સાથેના સંબંધોમાં જોખમ લઈને પણ તેમણે બલૂચિસ્તાનના મુદ્દે પાકિસ્તાનને વાતચીતમાં ટેબલ પર આવવા દબાણ ઊભું કર્યું છે. વડાપ્રધાન નરેન્દ્ર મોદીની આ પહેલનું કૉંગ્રેસે પણ સ્વાગત કર્યું છે.

બલૂચિસ્તાનમાં માનવ અધિકારોની પરિસ્થિતિ દયનીય છે. પાકિસ્તાનમાં રહેતા માનવ અધિકાર કાર્યકર્તાઓ, પત્રકારો અને શિક્ષણાધિકારીઓ પણ આ પ્રશ્ન ઉઠાવતા રહ્યાં છે. આ સંજોગોમાં ભારત માટે બલૂચિસ્તાન અંગેની રણનીતિ ખૂબ મહત્ત્વપૂર્ણ છે.

પાકિસ્તાન પાસે ચીન જેવો મિત્ર છે પણ તેના દુશ્મનો પણ ઘણા છે. અફઘાનિસ્તાનને પાકિસ્તાન માટે કોઈ જ લગાવ નથી. અફઘાનિસ્તાનને તાલિબાનીઓ સહુથી વધુ ત્રાસ આપે છે અને પાકિસ્તાનની સરહદી ભૂમિ તે તાલિબાનોનો ગઢ છે. એ જ રીતે પાકિસ્તાનના ગ્વાદર બંદરનો જવાબ આપવા ભારતે ઈરાનના ચાબહાર બંદરના વિકાસ માટે સમજૂતી કરી છે. તે પછી ભારત અને ઈરાન વચ્ચે નજીકના સંબંધો વધી રહ્યા છે. એ જ રીતે બાંગ્લાદેશે પણ વડાપ્રધાન નરેન્દ્ર મોદીના બલૂચિસ્તાન પરના બયાનનું સમર્થન કર્યું છે. બલૂચિસ્તાનમાં થતા માનવ અધિકાર ભંગ અંગે છે. તે ટૂંકમાં જ નીતિ વિષયક જાહેરાત કરવાનું છે.

પાકિસ્તાનની શાન ઠેકાણે લાવવા 'બી' ટર્ન જરૂરી છે. ભૂતકાળમાં પૂર્વ વડાપ્રધાન ઈન્દિરા ગાંધીએ બાંગ્લાદેશને આઝાદી અપાવી પાકિસ્તાનના એક ટુકડાને અદશ્ય કરી દીધો હતો. હવે બલૂચિસ્તાન શબ્દ પણ 'બી'થી જ શરૂ થાય છે. વડાપ્રધાન નરેન્દ્ર મોદી ધારે તો ગમે તેટલું જોખમ ઉઠાવીને ઈન્દિરા ગાંધીની જેમ બલૂચિસ્તાનને આઝાદી અપાવી શકે છે તેમ બલૂચિસ્તાનની પ્રજા પણ માને છે.

અલબત્ત તેમાં જોખમ પણ એટલું જ છે. બાંગ્લાદેશ આઝાદ થયું ત્યારે પાકિસ્તાન પાસે અણુબૉમ્બ નહોતો. આજે તેની પાસે અણુબૉમ્બ છે. આ માટે સીધી લશ્કરી કાર્યવાહી કર્યા વિના જ કૂટનીતિથી જ પાકિસ્તાનને બલૂચિસ્તાનના મુદ્દે પછાડી શકાય. વડાપ્રધાનની આ નવી શરૂઆતને 'બી' ડૉક્ટ્રિન કહી શકાય.

●

Sir, my concern is not whether God is on our side; my greatest concern is to be on God's side, for God is always right.

– Abraham Lincoln

પ્રકરણ ૪૪

PM મોદીના શાસનના ૧૦૦૦ દિવસ 'પોલિટિક્સ ઑફ પરફોર્મન્સ'

દેશના વડાપ્રધાન નરેન્દ્ર મોદીના શાસનના ૧૦૦૦ દિવસ પૂરા થયા. તેમનું શાસન 'પોલિટિક્સ ઑફ પરફોર્મન્સ' બન્યું છે.

એક સમયે માત્ર બે જ સાંસદોવાળી ભારતીય જનતા પાર્ટી પાસે આજે ૩૦૦થી વધુ સાંસદો અને રાજ્યોની વિધાનસભામાં ૧૩૦૦થી વધુ ધારાસભ્યો છે. દેશનાં ૧૬ રાજ્યોમાં ભાજપાની સરકારો છે.

વડાપ્રધાન તરીકે નરેન્દ્ર મોદીના આરૂઢ થયા બાદ ભાજપાનો ઉદય અતિ તીવ્રતાથી થયો છે. વડાપ્રધાન નરેન્દ્ર મોદીને સત્તાની ધુરા સંભાળ્યાના ૧૦૦૦ દિવસથી વધુ પૂરા થતાં તેમના શાસન અને પ્રભાવનાં જે લેખાં-જોખાં થઈ રહ્યાં છે તેમાં આ આંકડા તેમના જ પ્રભાવનું પરિણામ છે.

ઘણા વિશેષજ્ઞો આ પ્રભાવને સાધારણ તરીકે જોઈ રહ્યા છે. ઘણા તેને ભાજપાને વન મૅન-પાર્ટી તરીકે જોઈ રહ્યા છે. આજે વડાપ્રધાન નરેન્દ્ર મોદીનું વ્યક્તિત્વ લાર્જર ધેન લાઈફ જેવું થઈ ગયું છે. તેઓ પક્ષ કરતાં વધુ કદાવર જણાય છે. તેમના જ પક્ષના બીજા નેતાઓ તેમના કરતાં વામણા લાગે છે. ઘણાંને લાગે છે કે વડાપ્રધાન પણ તેઓ છે, વિદેશપ્રધાન પણ તેઓ છે, નાણાંપ્રધાન પણ તેઓ છે, સંરક્ષણપ્રધાન પણ તેઓ છે અને ગૃહપ્રધાન પણ તેઓ જ છે. ચૂંટણીપ્રચાર સભાઓના સ્ટાર પ્રચારક પણ તેઓ જ છે. બીજા નેતાઓને સાંભળવામાં પ્રજાને રસ નથી.

કેટલાક લોકો આને નવા યુગની શરૂઆત કહે છે. ઉત્તર પ્રદેશનાં ચૂંટણી પરિણામોએ સાબિત કરી આપ્યું છે કે, લાલુ-મુલાયમ-અખિલેશ-રાજપાલ શિવપાલ-માયાવતી જેવા નેતાઓની પરિવારવાદ અને જાતિવાદની રાજનીતિનો હવે અંત આવી ગયો છે. ઘણા એમ માને છે કે હવે પોલિટિક્સ ઑફ પરફૉર્મન્સનો યુગ શરૂ થયો છે.

વડાપ્રધાન નરેન્દ્ર મોદીની સરકારે જ જાહેર કરેલા આંકડા જોઈએ તો છેલ્લાં ત્રણ વર્ષમાં સરકારે રૂા. ૧.૩૭ લાખ કરોડની કરચોરી શોધી કાઢી છે. ૨૩૦૬૪ જેટલા કેસોમાં આવકવેરા વિભાગે સર્ચ-સર્વે કર્યા. આવકવેરા વિભાગે છેલ્લાં ત્રણ વર્ષમાં ૧૭૫૨૫ અપરાધિક કેસો કર્યા. આ ઊંચી બીજા આર્થિક ગુનાઓમાં ૩૮૯૩ લોકોની ધરપકડ કરવામાં આવી.

વડાપ્રધાન નરેન્દ્ર મોદીના શાસનકાળમાં હવાલાકૌભાંડીઓ સામે છેલ્લાં ત્રણ વર્ષ દરમિયાન મની લોન્ડરિંગના ૫૧૯ કેસો દાખલ કરવામાં આવ્યા. આ અંગે ૩૯૬ સર્ચ ઑપરેશન્સ કરવામાં આવ્યાં. આ બાબતે ૭૯ કેસોમાં ધરપકડો કરવામાં આવી. ૧૪,૯૩૩ કરોડની ધનસંપત્તિ જપ્ત કરવામાં આવી.

બેનામી સંપત્તિ અને બેનામી વ્યવહારો અંગે કાનૂન હતો પરંતુ તે નિષ્ક્રિય હતો. તેને સક્રિય કરવામાં આવ્યો. તેમાં નવેમ્બર, ૨૦૧૬માં નવાં સંશોધનો-સુધારાઓ દ્વારા વધુ પ્રભાવશાળી બનાવવામાં આવ્યો. તે પણ છેલ્લાં ત્રણ વર્ષમાં ૨૪૫થી વધુ બેનામી લેણદારોના કિસ્સા પકડાયા. ૧૨૪ જેટલા કેસોમાં ૩૫૫ કરોડની કિંમતની સંપત્તિ અસ્થાયી રૂપે કબજે કરવામાં આવી.

છેલ્લાં ત્રણ વર્ષમાં વડાપ્રધાન મોદીએ જે મહત્ત્વપૂર્ણ પગલાં લીધાં તેમાં એક હતું નોટબંધીનું પગલું. રૂા. ૫૦૦ અને રૂા. ૧૦૦૦ની નોટો એક ઝાટકે રદ કરવામાં આવી. બે નંબરનું નાણું ધરાવનારા લોકો ફસાયા. રાજકીય પક્ષો પણ ફસાયા. મોટાભાગનું ચૂંટણી ફંડ બે નંબરના બિનહિસાબી નાણાંમાંથી જ આવતું હોય છે. નોટબંધીના આરંભના દિવસોમાં બૅન્કો આગળ કતારો લાગી ગઈ છતાં લોકોએ તે તકલીફો સહન કરીને નોટબંધીના પગલાને સમર્થન આપ્યું.

કેન્દ્ર સરકારે રોકડ વ્યવહારના બદલે કેશલેસ વ્યવહાર પર ભાર મૂક્યો. અલબત્ત ભારત જેવા ગરીબ દેશમાં બધા જ નાણાકીય વ્યવહારો કાર્ડથી કરવા મુશ્કેલ છે. તેને સરળ બનાવવા સરકારે ભીમ એપનો આરંભ કર્યો. અત્યારે લગભગ ૧.૨૫ કરોડથી વધુ લોકો ભીમ એપ સાથે જોડાયા છે.

દેશ નવી ટેક્નોલૉજીને આવકારી રહ્યો છે. આજે દેશમાં ૧૦૦ કરોડથી વધુ ફોન છે, જેમાં ૩૦થી ૪૦ કરોડ સ્માર્ટ ફોન છે. ૫૦ કરોડ ઇન્ટરનેટ ઉપભોક્તાઓ છે.

રેલવે વિભાગથી કુલ ૨.૧૫ કરોડ રેલવે ટિકિટ બુક થાય છે, જેમાં ૨ કરોડ ૩૦ લાખથી વધુ ઓનલાઇન બુકિંગ થાય છે.

દેશમાં કુલ ૧૪૪ કરોડ બૅન્ક એકાઉન્ટસ છે. તેમાંથી ૧૧૭ કરોડ સેવિંગ્સ બૅન્ક એકાઉન્ટસ છે. ૪૦ કરોડ બૅન્ક એકાઉન્ટસ આધાર કાર્ડ સાથે સંકળાયેલાં છે. દેશમાં આધાર કાર્ડની કુલ સંખ્યા ૧૧૩ કરોડ છે. એ વચ્ચે કુલ પીઓએસ મશીનની સંખ્યા ૨૦ લાખ હતી તેમાં હવે ૧૦ લાખ નવા મશીનો જોડી દેવામાં આવ્યાં છે.

છેલ્લા આંકડા પ્રમાણે દેશમાં ૫.૭ કરોડ ઇ-વૉલેટ યુઝર્સ છે. દેશમાં કુલ ૧૧૦.૬ કરોડ ક્રેડિટ-ડેબિટ કાર્ડ છે. નોટબંધી પછી કાર્ડનો ઉપયોગ ૪૦ ટકા જેટલો વધ્યો છે.

કેન્દ્ર સરકારે હવે દેશને વીજળીની નિકાસ કરતો દેશ બનાવ્યો છે. ૨૦૧૬-૧૭ દરમિયાન નેપાળ, બાંગ્લાદેશ અને મ્યાનમારમાં પણ ૫૭૮.૮ કરોડ યુનિટ વીજળીની નિકાસ કરી. પાછલા નાણાંકીય વર્ષમાં પવનઊર્જામાં ૫૪૦૦ મેગાવોટની વૃદ્ધિ થઈ.

મોદી સરકારે જમ્મુ-કાશ્મીરમાં દેશની સહુથી લાંબી ચનાની-નાશરી હાઈ-વે પર સહુથી લાંબી હાઈ-વે ટનલનો આરંભ કર્યો. આ ભારત સરકારની મેઈક ઈન ઈન્ડિયા અને સ્કાલ ઈન્ડિયાની એક પહેલ ગણવામાં આવે છે. આ સુરંગ ૧૨૦૦ મીટરની ઊંચાઈ પર છે.

દેશમાં પહેલી જ વાર જી.એસ.ટી.નો અમલ શરૂ થયો તે વડાપ્રધાન નરેન્દ્ર મોદીના પ્રયાસોને કારણે જ શક્ય બન્યું.

• • •